I0666104

स्मरण संगीत

डॉ. सुधा म. पटवर्धन

दिलीपराज प्रकाशनाची सर्व पुस्तके आता आपण **online** खरेदी करू शकता. आमच्या **website** ला कृपया अवश्य भेट द्या.
www.diliprajprakashan.in

स्मरण संगीत

डॉ. सुधा म. पटवर्धन

दिलीपराज प्रकाशन प्रा. लि.
२५१ क, शनिवार पेठ, पुणे - ४११ ०३०

प्रकाशक
राजीव दत्तात्रय बर्वे,
मॅनेजिंग डायरेक्टर,
दिलीपराज प्रकाशन प्रा. लि.,
२५१ क, शनिवार पेठ, पुणे - ४११ ०३०
फॅक्ससहित फोन नं.
२४४७१७२३, २४४९५३१४, २४४८३९९५
diliprajprakashan@yahoo.in

© प्रकाशकाधीन
डॉ. सुधा पटवर्धन
११८७/३३, शिवाजीनगर,
शिल्पा चेंबर्स, पुणे ४११००५

प्रथमावृत्ती - १ जून २०१३

प्रकाशन क्रमांक - २०३०

ISBN : 978 - 93 - 82988 - 14 - 4

मुद्रक
रेप्रो इंडिया लिमिटेड, मुंबई

टाईपसेटिंग
श्री-डी ग्राफिंक्स
मुग्धा दांडेकर

मुखपृष्ठ : कैवल्य मशिदकर

♫ ♫

मनात एक सुंदर तंबोरा झंकारतोय...

नाद–अनुनाद मनभर, शरीरभर पसरत आहेत...

खोलीत भरून राह्यले आहेत.

तुम्हीपण माझ्याबरोबर गा,

माझ्या चांगल्या हरकतीला दाद द्या;

तुमच्या हरकतीला मी वा: म्हणेन.

अरे, ही हरकत तुझी माझ्याहून छान वाटली. वा: वा:!

असेच गात राहा, गानयज्ञ सुरूच ठेवा.

♫ ♫

प्रस्तावना

तुम्हाला देवाचा मनापासून नमस्कार.

तुमच्या 'स्मरण संगीत' या पुस्तकावर 'मला अभिप्राय लिहून द्या'– म्हणून तुम्ही विनंती केली आणि मला खरोखरच संकटात टाकले!

तुमच्या पुस्तकापैकी– नव्हे, नव्हे, या जाडजूड प्रबंधापैकी काही प्रकरणे मी चाळली आणि दिङ्मूढच होऊन गेलो. एकूण प्रकरणे; परंतु त्या प्रकरणातील एक-एक शब्द तुमच्या लिखाणाने जिवंत झालेला मला वाटला. त्यासाठी तुम्ही घेतलेले कष्ट... कष्टाने आलाप घेणे आणि सहजपणे आलाप घेणे यात जमीन-अस्मानाचं अंतर आहे, हे तुम्ही जाणताच. तुमचा प्रत्येक शब्द बोलका झाला आहे. सार्थ झाला आहे. संजीवन घेऊन आला आहे. संगीतकला हा तुम्ही घेतलेला वसाच आहे. त्यासंबंधी– संगीताच्या अनेक पैलूंसंबंधी-स्वर, लय, बंदिश, तान, आलाप, गमक, राग-बंदिशींचे वैशिष्ट्य... या अनेक बाबींवर तुम्ही केलेले लिखाण... एक-एक स्वतंत्र ग्रंथ तुम्ही लिहू शकाल– इतका तुमचा वकूब मला जाणवला. You are wonderfully Artistic. Your book is a HeartWork.

संगीतविषयाला तुम्ही आपले हदयच अर्पण केले आहे. चीजांसाठी– हिंदी नव्हे तर ब्रजभाषाच कशी उपयोगी ठरली इ. विषयांवरचं तुमचे भाष्य अभ्यासपूर्ण आहे आणि अनाग्रहीसुद्धा आहे.

कलाकार स्त्री असेल, तर तिचे सादरीकरण कसे असेल; पुरुष

असेल, तर त्या सादरीकरणात काय काय फरक पडेल... सुधाताई, किती बारीकसारीक गोष्टींवर विचार तुम्ही केला आहे!

संगीतात तुम्ही खोल उडी मारलेली आहे आणि त्यातून अनेक रत्ने रसिक वाचकांच्या हवाली केली आहेत. त्याबद्दल तुम्हाला धन्यवाद देतो. आशीर्वाद म्हणाल तर तुमचे श्रम, तुमची जिद्द... आणखी आशीर्वादाची तुम्हाला गरजच नाही; तरीपण म्हणतो-शुभाशीर्वाद.

या सगळ्या नादांमधून तुम्ही थोडा वेळ स्तब्धतेत उतरू शकलात, तर एक आश्चर्यच घडलेलं तुम्ही अनुभवू शकाल... तो महाआनंदच असेल! कारण-

अनाहत से संपर्क जब तक नहीं है
प्रभूपद की गूँज कैसे सुन पाओगे?
अगर वस्तुओं पर हि तेरी नज़र है
निराकार से कैसे जुड़ पाओगे?

- यशवंत देव

यशवंत देव

अनुक्रम

१.	बनस्थली विद्यापीठ	११
२.	४९५ शनिवार, ...	२४
३.	गुरुमाहात्म्य–गुरुनिष्ठा–गुरुसेवा	३७
४.	गुरुमुखी विद्या	४९
५.	पं. विनायकबुवांचे गुरु बंधू आणि पं. गोविंदराव पलुस्कर	५८
६.	कलाकारांनी घडविलेला चमत्कार	६७
७.	संस्थाने– सरस स्पॉन्सर्स	७१
८.	आधारवाद्य– तंबोरा	७७
९.	ललितकला	८०
१०.	संगीतातील रसवत्ता व रंगतदार मैफलीचे तंत्र	८४
११.	लय– स्वर, सरगम	८९
१२.	बंदिश	९५
१३.	रागसमय	१०४
१४.	आदत, जिगर, हिसाब	१०७
१५.	खास–उल्–खास तालीम, गंडाबंधन	१०९
१६.	घराणी	११३
१७.	रागशरीर	११८

१८.	घराण्याचे आवडते ताल	१२२
१९.	आगळे–वेगळे संगीतविश्व	१२५
२०.	संगीत विश्वधर्म–विश्वभाषा	१३०
२१.	आकाशवाणी	१३६
२२.	माझी आकाशवाणीतील मुशाफिरी	१३९
२३.	श्रीराम संगीतिका	१४३
२४.	संगीतातील नवमतवाद– एक स्मरणरंजन	१४५
२५.	साम संगीत	१५२
२६.	संगीतविषयक लेखन आणि संगीत समीक्षा	१६९
२७.	संगीताचं अर्थशास्त्र	१८१
२८.	माझे संगीतविषयक लेखन	१८५
२९.	माझे आवडते रचनाकार	१९०
३०.	काही मैफली– स्मरणातल्या	१९४
३१.	स्वर–परिवर्तन (मॉड्युलेशन)	२००
३२.	सुगम संगीत (लिटल चॅम्पस्)	२०४
३३.	नाट्य संगीत– नाट्यतत्त्वाची पायमल्ली	२०७
३४.	गंधर्व गण	२१३
३५.	संगीतातील पावित्र्य	२२०

स्मरण संगीत

१.
बनस्थली विद्यापीठ

माझ्या स्मरणसाखळीतला हा पहिला मणी– साधासुधा नव्हे, राजवर्खी मणी! कोवळे बाल्य संपत आलेले, मोठेपणाची चाहूल लागायचे वय– अशा संधिकाळात मी बनस्थली विद्यापीठात प्रवेश घेतला.

हल्ली बाल्याला संपायची घाई असते, का मोठ्यांना ते संपवायची घाई असते; कोण जाणे! पण मी बाराव्या वर्षात प्रवेश केलेला असूनही जाण पुरती प्रगल्भ झालेली नव्हती. बहुधा त्यामुळेच बनस्थलीतली शिस्त, तेथील साध्या धाटणीची राहणी मला जाचक वाटली नाही. विद्यार्जनाचा सर्वांत महत्त्वाचा काळ मी इथेच घालवला. साधी राहणी, विद्याप्राप्ती, श्रमाची प्रतिष्ठा अशी सर्व उच्च जीवनमूल्ये मला तिथे एकत्रितपणे मिळाली. मला आठवतंय– माझे वडील मला बनस्थलीत सोडून परत जायला निघाले, तेव्हा त्यांचं पाऊल मणा-मणाचं ओझं उचलावं तसं जड झालं होतं. आमच्या मागून संस्थेचे संस्थापक श्री. हिरालाल शास्त्री येत होते, याची आम्हाला कल्पना नव्हती. वडिलांची अवस्था पाहून आपाजी (शास्त्रीजींना सर्व याच घरगुती नावाने संबोधत असत) वडिलांना म्हणाले, ''जोशीजी, घबराइये नहीं, बेटी अब हमारी है।'' कण्वांसारख्या मुनीला आपल्या सांभाळलेल्या मुलीच्या वियोगाचा क्षण जड गेला होता, तोच क्षण माझ्या वडिलांसाठी आपाजींनी हलका केला.

आज इतक्या वर्षांनी १९५३–५४ च्या काळातलं ते वातावरण लख्ख आठवतंय. माझ्या वडिलांची ए.सी.सी. सिमेंट कंपनीतली सिव्हिल इंजिनिअर या पदावरील नोकरी. राजस्थानातील लाखेरी या कोटा शहरानजीकच्या गावी तेव्हा वास्तव्य होतं. गावात सातवीनंतर शाळा नव्हती. महाराष्ट्रात हिंगण्यासारख्या ठिकाणी मुलींच्या शिक्षणाची उत्तम सोय होती, पण माझ्यासारख्या लहान वयाच्या

मुलीला इतकं लांब ठेवणं आई-वडिलांना नकोसं वाटत होतं. त्यापेक्षा बनस्थली विद्यापीठ हा एक चांगला पर्याय होता. इतर निवासी शाळा-महाविद्यालयांपेक्षा हे ठिकाण बऱ्याच बाबतीत खूप वेगळं होतं. इथे फक्त मुलींना प्रवेश मिळे. एकदा या संस्थेत मुलीला घातले की, आई-वडिलांना काळजी करावी लागत नसे. रेल्वे, बसच्या दृष्टीने बनस्थली हे आडमार्गावरचं गाव. त्यामुळे शांतता होती. गांधीजींच्या विचारसरणीचा प्रभाव इथल्या वातावरणावर खूपच होता. सिमेंट कॉंक्रीटच्या इमारती तुरळक होत्या, जुन्या सर्व इमारती माती-विटांच्याच होत्या. आमचं वसतिगृह आणि शेजारीच असलेलं संस्थेचे संस्थापक श्री. हिरालाल शास्त्रींचं घर- जवळजवळ सारख्याच असलेल्या इमारती.

श्री. हिरालालजी शास्त्री वास्तविक पाहता राजस्थानचे पहिले मुख्यमंत्री. पण बनस्थलीत ते आणि त्यांच्या पत्नी सौ. रतनजी शास्त्री अगदी चारचौघांसारखेच राहत असत. शांता ही एक अनुपम रत्न म्हणावं अशी त्यांची मुलगी. बनस्थलीजवळच्या जयपूर (त्यातल्या त्यात जयपूर हे जवळचे शहर) या शहरात 'महाराजाज' आणि 'महारानीज' कॉलेजं आहेत. या मुलीचं स्वप्न होतं, गरीब मुलींसाठी शाळा-कॉलेज काढण्याचं. त्यासाठी अगदी विटा पाडण्या (घडवण्या)पासून तिने कष्ट घेतले होते. तिने घडवलेल्या विटांपैकी काही आजही तिथे जपून ठेवल्या आहेत. ही शांता दुर्दैवाने अल्पायुषी ठरली. मग तिच्या आई-वडिलांनी तिचा ध्यास हा आपला वसा मानला आणि शांताबाईचे (आपल्या महाराष्ट्राप्रमाणे तिथे मोठ्या महिलेला सन्मानसूचक म्हणून 'बाई' ही पदवी असते.) स्वप्न प्रत्यक्षात अवतरले.

राजस्थानात वाळवंट जास्त आहे, पण बनस्थलीत हिरवाई खरोखर खूप राखली आहे आणि ती नावाप्रमाणे बनस्थलीच आहे. आम्ही विद्यार्थिनी आणि सर्व शिक्षक, प्राध्यापक मंडळी खादीचे कपडे वापरत होतो. संस्थापक श्री. शास्त्रीजींच्या घरातही साधे खादीचे कपडेच वापरात होते, तेही आमच्याप्रमाणे सूतकताई करीत. हो, हे सांगितलेच पाहिजे की, शाळेतली ८ वी ते १० वी ही तीन वर्षे मी चरख्यावर सूतकताई केली. 'पंचमुखी शिक्षा' हे ब्रीदवाक्य असलेल्या बनस्थली विद्यापीठात घोड्यावर बसणे, सायकलवर किमान ३-४ मुली पुढे-मागे बसवून लीलया सायकल चालवणे, पोहणे, शारीरिक कसरती-कवायती, विविध खेळ इथपासून शालेय अभ्यासक्रम, संगीत-गायन-वादन-नृत्य हे सर्व शिकवले जाई. शालेय शिक्षणात एखादा विषय कच्चा राह्यला असल्यास शाळेच्या वेळानंतर

त्याचा वेगळा अभ्यास मुलीकडून करून घेतला जाई आणि सर्व प्रकारचे शिक्षण तिथे विनामूल्य असे.

वसतिगृहात स्वतःची कामे स्वतः करायची असत. यात रोजच्या वापरातले खादीचे कपडे धुणे, ताट-वाटी-ग्लास घासणे, खोलीचा केर काढणे हे समाविष्ट होते. बनस्थलीतले स्वयंपाकघर हा चर्चेचा स्वतंत्र विषय व्हावा. आम्ही मुली ठरावीक दिवशी स्वयंपाकघरात मदत करायला जात असू. यात भाज्या चिरणे, फुलके लाटणे-भाजणे या गोष्टी अंतर्भूत असत. जेवणाच्या थाळीतला टम्म फुगलेला नरम-गरम फुलका हे आमच्या स्वयंपाकघराचे वैशिष्ट्य. चिवट-वातड फुलका कधीही खाल्लेला स्मरणात नाही. साजूक तूप लावलेले फुलके इतरत्र होस्टेलच्या मेसमध्ये मिळत असल्याचे तेव्हा ऐकिवात नव्हते. आताची गोष्टच वेगळी! सकस जेवण, शुद्ध दूध- मोठा ग्लास भरून, चांगली न्याहारी. चहा- कॉफी ही पेये निषिद्ध, असा खाक्या असे. वाढताना प्रेमाने वाढले जाई. सेवकवर्ग कमी पडला, तर आम्हीही कधी-कधी पंक्तीत वाढत असू. खाली पालपट्ट्यांवर बसून जेवायची रीत होती. जेवणाआधी श्लोक म्हणायचा असे- ओम् सहना भवतु इत्यादी. वॉर्डन खोली-खोलीत सकाळी रोज उठवायला येत. नवी आलेली मुलगी घरची आठवण आल्याने अस्वस्थ असे. मग ती पत्रातून आई-वडिलांना तसे लिहीत असे. पण आमच्या सुपरिंटेंडेंट श्रीमती सज्जनबहिनजी सर्व पत्रे वाचून मगच पोस्टाकडे रवाना करीत. सुरवातीला एकदा मी पण- मन रमत नाही- असे लिहिल्याचे आठवते. सज्जनजींनी बोलावून घेतले. माझी विचारपूस केली, समजूत घातली, तो मजकूर खोडायला लावला आणि हसऱ्या चेहऱ्याने मी खोलीवर परतले. सज्जनबहिनजींना मराठी समजत होते, हे मला माहीत नव्हते.

या सज्जनबहिनजी नावाप्रमाणेच सज्जन होत्या. आमच्या वसतिगृहातील (तेथील भाषेत छात्रावास) सर्व सेवकवर्गाला हाक मारताना पुढे 'जी' लावून हाक मारायची, हा श्रमाला प्रतिष्ठा देणारा संस्कार मला सज्जनजींनीच दिला- अगदी धोबीजी आणि भंगीजीपर्यंत. आमच्या शाळा-महाविद्यालयाच्या इमारतींपासून थोड्या अंतरावर संगीत-शिक्षणाची इमारत होती. गाण्या-वाजवण्याच्या आवाजाने विद्या-शिक्षणात व्यत्यय निर्माण होऊ नये, म्हणून ही व्यवस्था होती. राजस्थानात सर्वत्र वाळूचे साम्राज्य. मुद्दाम निर्माण केलेली हिरवळ, बागा सोडता सगळीकडे वाळू असे. वाळूत पाय रुततात, त्यामुळे संगीत भवनात पोचायला थोडा वेळ लागे. इतर सर्व संगीत-प्राध्यापक हे समजून घेत. पण विभागप्रमुख उ. इमामुद्दीन

डागर (प्रख्यात डागर बंधूंपैकी, पुण्याच्या उ. सईदुद्दीन डागरांचे धाकटे काका) मात्र रोज रागावत असत. आमचा काहीच दोष नसताना त्यांचं असं रागावणं मनाला खटकत असे. शेवटी एके दिवशी आम्ही सज्जनजींकडे तक्रार केली. त्यांनी आम्हाला सांगितल- ते संस्थानी वातावरणातून बनस्थलीत आलेत. उदयपूरचे ते राजगायक होते. घरी दिवसभर गाण्याचा रियाज चालत असे. इथे शाळा-कॉलेजच्या विद्यार्थ्यांना गाण्याचा त्रास होऊ शकतो, हेच त्यांना पटत नव्हते. सज्जनजी पुढे म्हणाल्या- हळूहळू ते सरावतील. शिवाय ही संस्था आदर्शवादी म्हणून त्यांनी पान खाणे सोडले होते. अशी इतक्या वर्षांची सवय सोडणे खरं तर कठीण, पण त्यांनी स्वतःहून ती सोडली आहे. तेव्हा तुम्ही काही काळ संयमाने राहा. सर्व सुरळीत होईल. आणि खरंच, नंतर डागरसाहेब आमचे उशिरा येणे प्रेमाने खपवून घेऊ लागले. पाच-दहा मिनिटे चालण्यात जातात, असे म्हणायचे. घरातली वडिलधारी माणसे असतात, तशाच सज्जनबहिनजी वाटायच्या.

वार्षिकोत्सव, होळी हे दोन विशिष्ट महत्त्वाचे समारंभ असत. वार्षिकोत्सवासाठी कोणी तरी राजकीय पुढारी बहुधा प्रमुख पाहुणे असत. सर्व खेळ, कसरती, गायन-वादनादी कला, पोहणे, सायकलिंग, घोड्यावर बसणे या गोष्टींची प्रात्यक्षिके पाहुण्यांसमोर होत असत. अगदी कल्हई करणे, सूत कातणे वगैरे सर्व गोष्टी पाहून पाहुणे चकित होत. राष्ट्रपती डॉ. राजेंद्रप्रसाद प्रमुख पाहुणे म्हणून आले होते, तेव्हाचे त्यांचे वागणे-बोलणे शांत होते. स्वतः ते गांधीवादी; त्यामुळे आमची वसतिगृहे, झाडाखाली बसून शिकत असलेले महाविद्यालयीन विद्यार्थी पाहून ते आनंदित झाले होते. मी खास पाहुण्यांसाठी असलेल्या कार्यक्रमात त्यांच्यासमोर गायले होते. श्री. यू. एन. ढेबर एका वर्षी पाहुणे होते. हेही साध्या विचारसरणीचे, साध्या राहणीचे चाहते गृहस्थ असल्याने आमच्या सर्व कार्यप्रवृत्ती त्यांनी विशेष लक्षपूर्वक पाह्यल्याचे आठवते. सर्व प्रमुख पाहुण्यांना गार्ड ऑफ ऑनर दिला जायचा. स्वतः श्री. हिरालालजी शास्त्री राजस्थानचे माजी मुख्यमंत्री असल्याने राजकारणी मंडळी बनस्थलीत आम्हा मुलींची विचारपूस अगत्याने करीत. वातावरण हसते-खेळते असे. आधी आमची रंगीत तालीम कसून झालेली असे, त्यामुळे दोन-दोन घोडे एकदम चालवणाऱ्या मुलीपासून सर्व जणी ताण-तणावविरहित, स्वाभाविक मूडमध्ये असत. बाबू जगजीवनराम आले असताना बहुधा त्यांच्या कन्या त्यांच्याबरोबर होत्या. नंतर त्या बनस्थलीत शिकायलादेखील होत्या, असे आठवते. पं. जवाहरलाल नेहरू प्रमुख पाहुणे म्हणून आले होते, तेव्हा

बहुधा नव्या इमारतींचे बांधकाम चालले होते. पंतप्रधान असलेले पं. नेहरू म्हणाले- शिक्षणासाठी इमारतींची तितकीशी गरज नसते... त्यांचं वाक्य पुरं व्हायचं असावं, तेवढ्यात आपाजी म्हणाले- आमच्याकडे आत्तापर्यंत कॉलेजचे वर्ग झाडाखालीच भरत आले आहेत, पण वेगवगेळ्या कार्यप्रवृत्तींसाठी इमारतींचीही गरज लागते. असे म्हणून त्यांनी- ते पाहा- म्हणून हात केला आणि खरेच, बहुधा प्रिन्सिपॉल एस. बी. बॅनर्जींचाच वर्ग (इतिहास विषयाचा) झाडाखाली चालू होता, एम.ए.च्या मुली लांबट चटईवजा पट्ट्यांवर बसून शिकत होत्या. पं. जवाहरलाल नेहरू काहीच बोलले नाहीत पुढे!

एके वर्षी प्रमुख पाहुणे म्हणून डॉ. सी. डी. (चिंतामणराव) देशमुख आले होते. सर्व काही रस घेऊन पाह्यले त्यांनी. महाविद्यालय, कला भवन-चित्रकलेसाठीची इमारत, संगीत भवन, नाना तऱ्हेचे खेळ, नेहमीचे घोड्यावर बसणे, पोहणे, नृत्य वर्ग, तबल्याचे वर्ग वगैरे. त्यांना स्फूर्ती येऊन त्यांनी संस्कृतमध्ये एक काव्य केले. ते शीघ्र कवी होते. पण आपाजीदेखील शीघ्र कवी होते. त्यांनी हाडोती या लोकभाषेत एक कविता लगेच केली. ही जुगलबंदी उपस्थित असलेल्या सर्वांना सुखावून गेली. श्री. हिरालाल शास्त्री एक राजकारणी होते, पण राजकारणातून बाहेर पडल्यावर लेकीचे स्वप्न त्यांनी आणि श्रीमती रतन शास्त्रींनी पूर्ण करण्याचा प्रयत्न केला. बनस्थली विद्यापीठ हे नाव आज युनिव्हर्सिटी म्हणून मोठे झाले आहे. पण मी बनस्थलीत शिकत होते, तेव्हा संस्थेची २५ वर्षे पुरी झाली होती. एका संस्थेच्या आयुष्यात २५ वर्षे हा कालखंड लहानच असतो. फंड्स कमी पडायचे, पैशांची चणचण असायची. मग बड्या लोकांना पाचारण करायचे, सर्व कार्यप्रवृत्ती त्यांना दाखवायच्या आणि त्यांच्याकडून देणग्या मिळवायच्या- असे चालत असे. मग संगीत विभाग, नृत्य विभागासह सर्व विभागांमध्ये निरोप जात आणि आम्ही आमचे हुकमी राग, भजने वगैरे पाहुण्यांसमोर प्रस्तुत करत असू. सकाळच्या दैनंदिन प्रार्थनेच्या वेळी 'आश्रम भजनावली'तली (सत्याग्रहाश्रम, साबरमती येथे वापरात असलेली पुस्तिका) बरीच भजने मी म्हणत असे, त्यामुळे भजनांचा तुटवडा कधीच भासत नसे. गुरुजी राग नीट बसवून घेत; तेव्हाच भजनातली काही वळणे, आलापी वगैरे करून घेत. एक्स्ट्रा पीरियड वगैरे तांत्रिक भाषा त्या वेळी तिथे अस्तित्वातच नव्हती. आजचे प्रसिद्ध धृपद गायक पं. लक्ष्मणभट तैलंग हे तेव्हा मला ९ वी, १० वीला संगीत शिकवत. कार्यक्रमासाठी कितीदा तरी त्यांनी मला बोलावून घेऊन माझे जादा तास घेतले होते. असे

संस्थेच्या हितासाठी राबणारे शिक्षक हे संस्थेचे भूषण असत. आम्हाला बी.ए. ला संस्कृत शिकवणारे पं. जयदेव शर्मा यांना विद्यालंकारजी असे त्यांच्या पदवीमुळे मिळालेले नाव होते, आम्ही त्यांना गुरुजी म्हणत असू. ते पं. हिरालाल शास्त्रींचे गुरू होते आणि या सुयोग्य अशा शिष्याविषयी त्यांना फार जिव्हाळा होता. बनस्थली विद्यापीठात मला कुठलेही काम करण्यात कमीपणा वाटणार नाही, असे ते म्हणत. मात्र त्यांना महाविद्यालयात खूप मान होता. अशी अनेक रत्ने श्री. हिरालाल शास्त्रींनी एकत्रित केली होती, आपल्या बनस्थलीसाठी.

संगीत विभागप्रमुख म्हणून त्यांनी उदयपूर संस्थानचे गायक उ. इमामुद्दीन डागर यांना आणले व मान देऊ केला. चित्रकला विभागात कलाआचार्य देवकीनंदन शर्मा हे असेच मोठे कलागुरू होते. आचार्य शर्मांनी शांतिनिकेतनमधील प्रख्यात चित्रकार नंदलाल बोस यांचे शिष्य पद्मविभूषण श्री. विनोदबिहारी मुखर्जींकडून आमच्या कला भवन या इमारतीत फार सुंदर चित्रे काढून घेतली. माझ्या काळात कला मंदिराच्या बाहेरच्या व्हरांड्यात योग्य ठिकाणी असलेली ही चित्रे म्हणजे आमचे आणि येणाऱ्या पाहुणेमंडळींचे आकर्षण होते. एक चित्र माझ्या अजून स्मरणात आहे. नेपाळी वेशभूषेतले लोक त्यात होते व गौतम बुद्धाची मूर्ती घेऊन जात असलेल्या माणसांचा तो जथा होता आणि त्या काळी आम्ही ऐकले होते की, श्री. मुखर्जींनी त्यात काव, काजळ वगैरे नैसर्गिक वस्तूंच्या रंगांचा वापर केला होता. काही काळानंतर समजले होते की, श्री. विनोदबिहारी मुखर्जी हे बंगालीतील श्रेष्ठ चित्रपट दिग्दर्शक श्री. सत्यजित राय यांचे गुरू होते.

नृत्य विभागात एक अतिशय सामान्य व्यक्तिमत्त्वाचे नृत्यशिक्षक होते– श्री. घिसीलालजी. मात्र असामान्य शिक्षक. चार मुली चार वेगवेगळे ताल धरून बसत आणि ते दोन हात व दोन पाय यांच्या चालनाने चार वेगवेगळ्या ठिकाणी सम (तालाची पहिली व महत्त्वाची मात्रा) दाखवत असत आणि प्रत्येक मुलीला आपला ताल सरांनी बरोबर दाखवला, याचा आनंद होई. बनस्थलीत तेव्हा फक्त कथक नृत्य शिकवले जाई, तसेच वार्षिकोत्सवात घूमर हे लोकनृत्य हमखास असे आणि श्री. घिसीलालजी ते अत्युत्कृष्ट बसवून घेत.

भारतरत्न कै. पं. रविशंकर यांच्याकडून मार्गदर्शन मिळवलेले पं. विनयकुमार अग्रवाल माझ्या वेळी बी.ए.च्या वर्गांना सतार शिकवत असत. फार चांगले सतारवादक होते ते. शाळकरी वयात मला पं. फडके, पं. लक्ष्मणभट तैलंग यांनी तर कॉलेजमध्ये प्रा. नाडकर्णी यांनी शिकवले. ही सर्व मंडळी आणि उ. डागरसाहेब

यांनी मला संगीताचे छान संस्कार दिले. प्रा. आइदानजी नावाच्या एका शिक्षकांनी आग्रा घराण्याची लयकारी मला त्या वयात समजावून सांगितली होती. एका संस्थेत जेव्हा सर्व शिक्षक विद्यार्थ्यांच्या हितासाठी झटतात, तेव्हा ते समीकरण फार सुंदर असते. मी पुण्याला आमच्या संगीत महाविद्यालयात शिकवायला लागले, तेव्हा मला सरगम चांगली करता येत असल्याने विद्यार्थ्यांचे काही चुकले की, ते बरोबर करून घेण्यासाठी मी सरगमचा वापर करीत असे. समूहशिक्षणात याने सोपेपणा येई. या माझ्या नोटेशन करण्याच्या मागे बनस्थलीतील एक सवय कारणीभूत आहे. तिथे एके ठिकाणी निरनिराळ्या खोल्यांत राहणाऱ्या आम्ही मुली हळूहळू मैत्रिणी झालो. मी शाळकरी मुलगी होते आणि त्यांचे कॉलेज शिक्षण चालू होते. त्या ३-४ मुलींनी सतार हा विषय घेतला होता. त्या आपल्या सतारी सकाळी माझ्या खोलीत ठेवून कॉलेजला जात आणि स्वरात सतारी मिळवून ठेव, असे सांगून जात. मराठी मुलींना स्वरज्ञान चांगले असते आणि त्या सर्व मुली उत्तर प्रदेश, पंजाबकडच्या होत्या. दिवसभर सतारी माझ्या खोलीत असल्याने मी पुस्तक पाहून-पाहून थोडे वाजवायला शिकले. लहान वयात नव्या चालींचे आकर्षण असते. तेव्हा 'सुहाना सफर और ये मौसम हँसीं'सारखी गाणी नुकतीच ऐकली होती. मग काय- कधी नाट्य संगीत, कधी फिल्मी गाणी, तर कधी रागांच्या स्वरमालिका- असे मी हळूहळू वाजवू लागले. यामुळे माझे स्वरज्ञान पक्के झाले आणि सासरी आल्यावर त्याचा उपयोग झाला.

वसतिगृहात राहण्याचा एक तोटा म्हणजे घरच्यासारखे व्हरांड्यात, बागेत बसून रियाज करता येत नाही; कारण इतर मुलींना त्रास होतो. त्यामुळे आपला तंबोरा उचलायचा आणि जिथे स्वयंपाकघर होते, त्या बाजूला एखाद्या ओट्यावर बसून रियाज करायचा. पण थंडीच्या दिवसांत फार त्रास व्हायचा. स्वेटर, शाल, मफलर वगैरे साहित्य आणि हातात मोजे घालायचे; पण तंबोरा वाजवण्यासाठी बोटे उघडी हवीत. मग उजव्या हाताच्या हातमोज्याला तर्जनी व मधल्या बोटाच्या, तंबोरा वाजवायच्यासाठीच्या वरच्या पेराला फट पाडायची आणि मोकळ्या झालेल्या पेराने तंबोरा वाजवायचा. स्वयंपाकघर असले, तरी शेजारच्या उघड्या ओट्यावर थंडी वाजायची. पण टाकीचे घाव सोसून देवपण येतं म्हणतात ना, तसा तो भाग होता.

वार्षिकोत्सवाचे स्वागतगीत दर वर्षी पू. आपाजी नवे काव्य करून देऊन बसवून घेत. चाल लावण्याचे काम संगीतशिक्षकांचे, पण आपाजींच्या घरी काही

तालमी होत. आपाजी एखाद्या झाडाच्या पारावर बसत आणि आम्ही उभ्याने प्रॅक्टिस करायचो. त्यांना माझा आवाज फार आवडे. एकदा मी खोलीवर गाण्याचा सराव करत बसले होते. खोलीचे दार लावलेले होते. आपाजी काही पाहुण्यांना घेऊन आमच्या चौकात आले. ते नेहमी येत नसल्याने मुली चपापल्या. तशी वर्दी आधी आली होती, पण माझी खोली बंद असल्याने मला कळले नाही. आपाजी पाहुण्यांशी गप्पा मारत उभे होते. मुली म्हणाल्या, सुधाला सांगू का? तर आपाजी म्हणतात– नहीं, गाने दो उसको, हमें सुनने में मजा आ रहा है। मुलींचा नाइलाज झाला. थोड्या वेळाने ते पाहुण्यांशी बोलत– बोलत निघून गेले आणि मुलींनी माझे दार वाजवायला सुरुवात केली. मी दार उघडले. म्हणतात कशा– क्या घोडे बेचकर गाती रही तू? म्हटले– काय झाले? मग सगळी हकिगत ऐकल्यावर मला कानकोंडे झाले. पण असे उगीचच भेटायला त्यांच्याकडे जाता येत नसे. जाताना ते म्हणून गेले म्हणे– एक दिन बडी गायिका बनेगी।

आम्हाला दिवाळीचा एक दिवस शिक्षकांकडे जायची परवानगी असे– तेही जथ्याने, एकेकटे नाही. एकाच दिवसात सर्व घरी गेल्याने घरे लक्षात राहत नसत. मात्र प्रो. देवकीनंदनजींचे घर सगळ्यांच्या लक्षात राही. ते चित्रकलेतले मोठे तज्ज्ञ असल्याने त्यांच्या घरातली आरास पाहण्यासारखी असे. एरवी आम्ही संध्याकाळी मैदानावर व्यायाम, खेळ यात व्यग्र असायचो. रात्री थोडा वेळ अभ्यास केल्यावर डोळ्यांवर झोप उतरायचीच. दिवसभर इतकी धावपळ व्हायची आणि रात्री जागून कोणी अभ्यास करायचा म्हटले तरी शक्य नसे, कारण रात्री १२ वाजता दिवे मालवले जात. सकाळी लवकर दिनक्रम सुरू होत असल्याने रात्री लवकर झोपणे बरेच वाटे.

होस्टेलचं जीवन ज्यांनी अनुभवलं असेल, त्यांना माहीत असेल की, होस्टेल म्हणजे छोटा हिंदुस्थानच असतो. सर्व प्रांतांतून आलेल्या मुलींमुळे आमचं वसतिगृह छोटी आवृत्तीच वाटायची भारताची! प्रत्येक प्रांताचं स्वतःचं एक सामूहिक व्यक्तिमत्त्व असतं, तेच गुण–दोष घेऊन आलेल्या मुली– आम्ही सगळ्याच तशा होतो. बरीच वर्षे एकत्र राह्यलो. बहुतेक करून दोन मुली एकत्र राहतील अशा खोल्या असत. काही एकेकटीसाठी असलेल्या खोल्या होत्या, पण आमच्यापेक्षा मोठ्या– एम.ए. च्या वर्गातल्या मुली त्या खोल्यांमध्ये राहत असत. आम्हाला दर वर्षी वेगळी मुलगी खोलीत मैत्रीण म्हणून मिळत असे. आपल्या देशातल्या किती तरी चालीरीती या मुलींकडून कळत असत. उत्तर

प्रदेशातून आलेल्या काही मुली अशा होत्या, की, तीन-चार बहिणी एकाच घरातल्या. त्यांच्याकडून कळले की- जमीनदारी, शेतीवाडी या सर्व बाबींसाठी मुलगा हवाच, अशी वृत्ती असते. कारण मुलगा नसेल तर भावाच्या मुलांना सगळी इस्टेट, जमीनजुमला द्यावा लागतो. या सर्वांत मुलीला कायद्याने हक्क असला तरी समाजातल्या प्रथा अशा बळकट आहेत की, तिथे हा उदारमतवाद चालत नाही. मग नाइलाजाने मुलगा होईपर्यंत पाळणा थांबवायचा नाही. पण माझ्या काळात स्त्रीभ्रूण हत्या वगैरे गोष्टी ऐकण्यात आल्या नाहीत. चार बहिणी बनस्थलीत असल्या तरी घर सधन असल्याने काळजीची काहीच बाब नसे. काही मुली सावत्र आई असल्याने घरात समस्या निर्माण व्हायला नको, म्हणून आपण होऊन वडिलांना तसे सुचवत आणि बनस्थलीला शिकायला येत. या संस्थेची आसपास प्रसिद्धी झाली होती आणि मुलींच्या सुरक्षिततेविषयी संस्थेचे नाव फार चांगले होते. हरियाना-पंजाबमध्ये मुलीला चांगले शिक्षण मिळत नसे आणि या बाबतीत बनस्थलीला खरंच मानले पाहिजे. अभ्यासाचे जे विषय कच्चे असत, त्या विषयांची तिथे उत्तम तयारी करून घेतली जाई. अशा प्रकारे नानाविध कारणांनी मुली तिथे येत.

एकदा एक जाट मुलगी जुलैमध्ये छात्रावासात (वसतिगृहासाठीचा हिंदी शब्द) आली आणि येताना गळ्यात, हातांत सोन्याचे जाड-जाड अलंकार. आम्हाला कुतूहल वाटले. हिला माहीत आहे की, सर्व दागिने कार्यालयात जमा करावे लागतात. जुनी मुलगी आहे ही. हा काय छांदिष्टपणा? पण जे कळले, ते आम्हाला त्या वयात पचवायला जड गेले. सुटीत तिचे वडील वारले होते. आईने सावधगिरीचा उपाय म्हणून मुलीच्या अंगावर सोने घालून तिला पाठवले होते. उद्या भावांनी दुष्टपणाने बहिणाला काही द्यायचे नाही असे ठरवले, तर काही तरी तिच्याजवळ किमान असावे, म्हणून हा उपाय! आमच्या भोळ्या-भाबड्या जगात अशा हकिगतींमुळे जगाची रीत माहीत होत होती. अर्थात आजदेखील समाजात हीच रीत प्रचलित आहे! माझी रूममेट एका वर्षी एक बिहारी मुलगी होती. मी बी.ए.च्या शेवटच्या वर्षात आणि ती एम.ए.च्या शेवटच्या वर्षात. मी नेहमी म्हणायची- आई-वडिलांनी परवानगी दिली तर मी पुढे नक्कीच शिकणार. इतर मैत्रिणी असेच बेत सांगायच्या. पण ही पट्टी काहीच बोलायची नाही. एकदा मी म्हटले- तू काय करणार एम.ए. झाल्यावर- लग्न? खूप वेळ गप्प राहून ती जे बोलली, त्याचा इत्यर्थ असा होता की- तिचे लग्न लहानपणीच झाले, पण गौना

(एक विधी- जो झाल्यानंतरच सासरी राहायला जायचे असते) केलेला नाही. ती माहेरी राहून शिकत होती. नवरा फार शिकला नव्हता. लहानपणी त्याची आवड-निवड कळली नव्हती, पण पुढे अभ्यासात तो हुशार निघाला नव्हता... नंतर ती आणखी शिकून प्राध्यापिका झाली आणि त्याच नवऱ्याशी संसार करते आहे.

बनस्थलीत माझी छान मैत्रीण झालेली आणि नंतर लग्न होऊन ती पुण्यात आल्याने संबंध टिकलेली अशी सिंधी मैत्रीण होती. भारताची फाळणी झाल्यावर ती मोठ्या विवाहित बहिणीबरोबर भारतात आली. बहीण व तिचे यजमान यांनी मुलीप्रमाणे तिला सांभाळले. वसतिगृहात तिच्या दोन भाच्या बरोबर आल्या होत्या. त्या लहान असल्याने त्यांच्या वेगळ्या वसतिगृहात राहत, पण सुटीच्या दिवशी ती त्यांना बोलावून घेई. ती डोक्याला तेल लावून त्यांना न्हायला घाली, त्यांचे जास्त मळलेले कपडे धुऊन टाकत असे. तिच्या मनात आपल्या बहिणीने, तिच्या यजमानांनी आपला प्रतिपाळ केला अशी कृतज्ञतेची भावना असे. आम्ही तिच्याकडून सात्त्विकतेचे, जबाबदारीचे धडे गिरवले, असे म्हणायला हरकत नाही. ती हुशार होती. फाळणीच्या वेळी शिक्षणात खंड पडल्याने वयाने मोठी असून आमच्यापेक्षा दोनच वर्षे पुढे होती अभ्यासात. पुण्याला लग्न होऊन आल्यावर तिने वकिली करायला सुरुवात केली. जम बसला होता, पण मधुमेह होता. तो वाढून अकस्मात गेली. मला ही मैत्रीण अकाली गेल्याने अतिशय दुःख झाले. आजही तिची आठवण होते पुष्कळदा. जानकी नाव होते तिचे आणि नावाप्रमाणे तिने दुःख जास्त भोगले, असे अजूनही वाटते. आई-वडील फाळणीपूर्वीच गेले होते, पण या विषयात मी तिला जास्त काही विचारले नाही. याचे कारण फार वेगळे आहे. एम.ए.ला असलेली एक सुंदर, हसरी मुलगी एकुलती होती. म्हणजे तिनेच तसे सांगितले होते. पण एकदा सुटीच्या दिवशी गप्पांमध्ये फाळणीचा विषय निघाला आणि ती भावनावश झाली. तिने सांगितले ते सत्य तेव्हा पचवायला कठीणच गेले होते. फाळणी झाल्यावर बहुतांशी हिंदू भारतात येऊ लागले. हिचे आई-वडील बहुधा मारले गेले. भाऊ होता, तो आणि ही इकडे यायला निघाले. महिलांसाठी वेगळा दरवाजा होता. ही आत (भारताच्या बाजूला) आली आणि भावाची वाट पाहू लागली. दोन तास वाट पाहिल्यावर रडू लागली. एका काँग्रेसच्या कार्यकर्त्या बाईंनी तिला घरी आणले आणि सांभाळले. तीच आपली आई, असे हिने मानले. त्या बाई अविवाहित होत्या. त्यांनी तिला आईची माया दिली. या अनुभवामुळे मी जानकीला- तुझे आई-वडील कशाने गेले- असे

कधी विचारू धजले नाही.

अशी काही उदाहरणे सोडली तर बहुतांशी मुली चांगल्या, सधन कुटुंबातल्या असत. शिक्षणाची चांगली सोय नसल्याने बनस्थलीत शिकायला येत असत. वसतिगृहात सुटीच्या दिवशी झाडाच्या पारावर बसायचे, केसांना तेल लावत-लावत गप्पांचा फड रंगायचा. सुटी असल्याने वॉर्डन काही बोलायच्या नाहीत. पारावर बसायला जागा उरली नाही की, एकीची कुणाची तरी खाट (बाजेसारख्या सुतळीने विणलेल्या खाटा असत) बाहेर आणायची आणि उरलेल्या मुलींनी खाटेवर बसायचे. एकदा जास्त मुली खाटेवर बसल्याने खाट मोडली होती आणि आम्ही बोलणी खाल्ली होती. सिनेमातली गाणी म्हणायची नाहीत, असा नियम असे. पण भेंड्या खेळताना भजनांचा स्टॉक फार कमी पडायचा, मग सिनेसंगीत सुरू व्हायचे. एखादी वॉर्डन चौकात (आमच्या खोल्या होत्या त्या बाजूला) आली तर गाण्यात आयत्या वेळी राम, कृष्ण, गुरू अशी शब्दयोजना करून एकमेकींना डोळे मारून भेंड्या पुढे चालूच राहायच्या; वॉर्डन गेल्या की हास्याचा खळखळाट!

एका मुलीचे आई-वडील भेटायला आले की, पर्वणी वाटायची. मग तिच्यासाठी आठ-पंधरा दिवस पुरेल इतका खाऊ आलेला असे, तो या गप्पांच्या फडात त्याच दिवशी संपत असे आणि याचे कुणाला काही वाटत नसे. आम्हाला भरपूर नाश्ता दिला जाई, त्यामुळे आलेला खाऊ पुरवून खायची गरज नसे; उलट त्या दिवशीच्या गप्पा आपल्या खाऊमुळे रंगल्या, सगळ्यांचा छान फराळ झाला याचे त्या मुलीला अप्रूप असे. नंतर अतिथीगृहात उतरलेले पालक परत जाताना- फराळाचं आठवणीनं खात जा- वगैरे सांगत, तेव्हा अगदी निष्पाप चेहऱ्याने ते ऐकून घ्यायचे व आज्ञाकारी मुलीप्रमाणे 'हो' म्हणायचे- ही संथा एकमेकींना दिलेली असे- आणि नवं कोकरू- म्हणजे नुकती आलेली नवी मुलगी असेल, तर रंगीत तालीम दोन-तीनदा करून घेतली जाई. हेतू एवढाच की, आई-वडिलांचे समाधान टिकावे. आपण बरेच फराळाचे दिले आहे, हिला १५ दिवस पुरेल, या विचाराने ते तृप्त मनाने परत जात. मला हा अभिनय बऱ्याच वेळा करावा लागे. माझे आई-वडील त्या मानाने जवळच्या अंतरावर होते आणि माझ्या आधीचा व नंतरचा भाऊ गेलेला असल्याने आई-वडिलांना काळजी जास्त असे. मग माझी सुगरण आई लाडू, चिवडा, शंकरपाळी असे पदार्थ पाठवत असे आणि निरोप देताना वडील सांगत- आठवणीने लाडू-चिवडा खात

जा वगैरे. मी अतिशय तत्परतेने 'हो- हो, खाईन ना!' असे उत्तर देत असे.

सुटीच्या दिवशी गप्पाष्टकांत अंघोळीला उशीर होई आणि नळाचे पाणी बंद होई. दरम्यान, एकदा वॉर्डन आठवण करून गेलेल्या असत- उठो बच्चियों, नल बंद हो जाएगा. पण आम्ही सावकाशच उठायचो आणि मग विहिरीचे पाणी उपसून अंघोळी करायच्या. त्यात मला गरम पाण्याची सवय. मग एक बादली भरून पाणी उन्हात ठेवायचे. राजस्थानात एक बरे होते- कडक उन्हात इतर मुलींच्या अंघोळी होईपर्यंतच्या वेळात माझे पाणी थोडेबहुत गरम होत असे आणि त्यांच्या आग-मागे माझी अंघोळ उरकत असे. थंडीच्या दिवसांत मात्र वेळापत्रक थोडे बदलावे लागे. सुटी असली तरी लवकर गप्पांचा फड बसायचा. स्नानगृहांच्या जवळच चुलाण्यावर पाणी तापत ठेवलेले असे. गप्पांचा मोह बाजूला सारून पाणी तापले की, एकेक मुलगी अंघोळीला पळत असे. आपल्या बादलीत गरम पाणी ओतून घेतले की, त्या मोठ्या पातेल्यात भर घालावी लागे- इथे काही आई नव्हती मुलीचे खरकटे निस्तरायला! त्यामुळे भर घातली नाही, हे उघडकीला आले की, गप्पाष्टकांत रंगलेल्या मुलींतली मोठी मुलगी डाफरत असे. म्हणून सर्व जणी शिस्तीत भर घालत. सुटीचे न्हाणे हे एक आवश्यक आन्हिक असे. ते चुकवले, तर आठवड्याच्या व्यग्र दिनक्रमात न्हाण्यासाठी वेळ काढणे दुरापास्त असे.

होस्टेलच्या गमतीजमतींत आळशी मुलींचा उल्लेख झाला नाही, तर ते चूकच ठरेल. सुटीच्या आवश्यक आन्हिकात- म्हणजे न्हाण्याच्या कार्यक्रमात, थंडीच्या दिवसांत एक-दोन मुली स्नानाची गोळी नक्कीच घेत. फक्त वॉर्डन आणि सुपरिंटेंडेंटसमोर सुहास्य वदनाने बिनदिक्कतपणे स्नान झाल्याचे सांगावे लागे. त्यांना संशय आला, तर मात्र खूप बोलणी खावी लागत. पण 'रंगीत तालमी'ला पुष्कळ मुली मदत करत आणि बोलणी खाण्याची वेळ सहसा येत नसे. माझी एक वर्गमैत्रीण कानपूरची होती. एरवी फार चांगली, पण वेणी घालण्याचा कंटाळा. कोणी तरी तिची वेणी घालून देई. घरून येताना ही पठ्ठी आपल्या वहिनीकडून अशी केशरचना करून घेई की, एक-दोन दिवस वेणी न घालता निभावून जात. त्या काळी आजच्यासारखे हेअरकट रूढ झाले नव्हते. मी पहिल्या वर्षी वसतिगृहात सर्वांत कंटाळायची ती डोक्यावरील त्या लांब केसांना. घरी आई न्हायला घालत असे. १२ व्या वर्षी लांब केस पेलत नसत, अंघोळीच्या दगडावर घासावेसे वाटत. हळूहळू बनस्थलीच्या खाऱ्या पाण्याने केस बरेच कमी झाले आणि मला

धुता येऊ लागले. आई मात्र हळहळायची- पोरीचे लांब केस बनस्थलीत कमी झाले म्हणून. मग आई-वडिलांचा संवाद ठरलेला- अगं, उत्तम शिक्षण मिळतंय ना? केस काय, घरी राह्यला आली की वाढतील; मग आई गप्प राही.

अशी माझी सात वर्षे बनस्थलीत गेली. एस.एस.सी., इंटरमीडिएट आणि बी.ए. मी बी.ए.ला युनिव्हर्सिटीत दुसरी आले. राजस्थान विद्यापीठातर्फे पुढील शिक्षणासाठी स्कॉलरशिप देत असल्याचे पत्र आले. निकाल लागल्यावर बनस्थलीचे शिक्षणमंत्री प्रो. पी. एन. माथुर यांची तार आली-आपली विद्यार्थिनी विद्यापीठात दुसरी आली. हा बनस्थलीसाठी अभिमानाचा विषय होता.

पण मी घरी परतले, ती पुन्हा शिकायले गेलेच नाही. हा आई-वडिलांचा निर्णय होता.

मी १९६१ मध्ये मार्चमध्ये बी.ए.ची परीक्षा दिली. तेव्हा बनस्थलीला युनिव्हर्सिटी नव्हती. विद्यापीठ म्हणजे युनिव्हर्सिटी हे मराठीपुरते बरोबर आहे, पण हिंदी भाषेत युनिव्हर्सिटीसाठी विश्वविद्यालय हा शब्द वापरला जातो. आम्ही एस.एस.सी., इंटरमीडिएट आणि बी.ए. या तीन परीक्षा जयपूरला जाऊन दिल्या. राजस्थान विश्वविद्यालयाचे परीक्षा केंद्र जयपूरला होते. आमच्याबरोबर पुरेसा स्टाफ असे आणि बनस्थली विद्यापीठाच्या मालकीच्या ठिकाणी बनी पार्कमध्ये आमची राहण्याची व्यवस्था असे. परीक्षा देऊन बनस्थलीला परत आलो सर्व जणी, नंतर मी घरी परतले. लग्नानंतर ७-८ वर्षांनी परत गेले होते. माझे दीर श्री. नारायणराव पटवर्धन तेव्हा बनस्थली विद्यापीठाच्या संगीत विभागात प्राध्यापक म्हणून कार्यरत होते. आठ वर्षे उलटून गेल्यावरदेखील सर्व जुना प्राध्यापकवर्ग मला नावाने ओळखत होता आणि मी तेव्हा विद्यार्थिनी नसल्याने आपाजींच्या घरी जाऊन पोटभर गप्पा मारून आले होते. जुन्या आठवणींना उजाळा दिला होता. या वेळेपावेतो पू. आपाजींचे चिरंजीव प्राध्यापक म्हणून रुजू झाले होते. पद्मभूषण रतनजी शास्त्री ऊर्फ भाभूजी वयस्कर झाल्या होत्या, पण कार्यरत होत्या.

या माझ्या बनस्थली विद्यापीठाविषयी राष्ट्रपिता महात्मा गांधी म्हणाले होते- बनस्थली मेरे दिल में बसी है।

खरंच, अशी शिक्षण संस्था कुणाच्याही मनात घर करून राहील!!!

***

२.
४९५ शनिवार, जमखिंडीकर वाडा, पुणे -३०

ती. मामांच्या (पं. विनायकबुवांचा उल्लेख याच संबोधनाने बहुतांशी झालेला आहे.) जयंत मल्हारची लिंक एका परिचिताने पाठवली, ती ऐकली आणि मन भूतकाळात गेले. असं नेहमीच होतं... 'गिरिधर आगे'ची ७८ आरपीएमची रेकॉर्ड जरी ऐकली, तरी तो सगळा मी पाह्यलेला काळ आठवतो. ती. मामांचं शिकवणं कसं होत; असं कुणी विचारलं, तर बहुतांशी एकच उत्तर येईल-त्यांनी शिकवलेलं कधी विसरत नसे. ते पुस्तक, वह्या काही म्हणता काही पाहू देत नसत; पण आजही भैरवचा झूमऱ्यातला ख्याल झोपेतून उठवून म्हणायला लावला तरी मी चुकणं शक्यच नाही.

आमच्या शनिवार पेठेतील घराला दोन दरवाजे. दर्शनी दारावर पं. वि. ना. पटवर्धन अशी पाटी- खाली कृपया दु. १२ ते ३ कोणीही भेटण्यास येऊ नये, ही सूचना. शेजारी भिंतीवर टपालपेटी व त्यावर 'संगीत गौरव ग्रंथमाले'ची पाटी. ती. मामांवरील डॉक्युमेंटरीत कॅमेरा या संपूर्ण भागावरून फिरतो.

हे दर्शनी दार उघडले की, आत प्रशस्त १।। फुटाहून अधिक रुंदीचा लांबट कॉरिडॉर आहे. त्याच्या डाव्या बाजूला दोन दारे- एक गाण्याच्या तिकोनी खोलीकडे जाणारे व दुसरे चौकोनी हॉलमध्ये नेणारे. उजव्या बाजूला तीन दारे. पैकी स्नानगृह व शौचकूपाकडे जाणारी दारे बंद असतात आणि स्वयंपाकघराकडे जाणारे दार सतत उघडे असते. स्वयंपाकघरातून माजघरात दरवाजा जातो. मुख्य खोल्या म्हणजे गाण्याची खोली, स्वयंपाकघर, हॉल, माजघर. बाजीराव रोडकडील अर्धगोलाकार गॅलरीला दोन दरवाजे केल्याने तीन छोट्या खोल्या बनल्या आहेत. पुढील खोली म्हणजे कार्यालय (ऑफिस) हे मागचे दार, मधली खोली म्हणजे ती. मामांची संध्येची खोली आणि तिसरी छोटी कोठीची खोली-माजघरातील

दारातून प्रवेश असलेली. बाहेरच्या दर्शनी दारासमोर या तिसऱ्या मजल्यावर असाच दुसरा ब्लॉक आहे आणि आमच्या घरानंतर वर जायच्या गच्चीचा जिना आहे.

दर्शनी दाराबाहेर घंटा वाजली की, सूनबाईंनी (म्हणजेच मी) दार उघडायचे. अभ्यागत असेल तर ती. मामांना विचारून बसवून घ्यायचे-हॉलमध्ये आणि पुस्तकासाठी गिऱ्हाईक असेल तर मागील दाराने ऑफिसमध्ये घ्यायचे, पुस्तकं द्यायची, बिल बनवायचे, वगैरे. ती व्यक्ती गेल्यावर दार लावून घ्यायचे. पण भेटायला आलेली पाहुणेमंडळी असतील तर आधी बसवून घ्यायचे, मग ती. मामांना विचारायचे. ते म्हणाले की, स्नानसंध्या व्हायला तास-दीड तास लागेल आणि पाहुणे म्हणाले थांबतो; तर वर्तमानपत्र, पाण्याचा तांब्या आणून ठेवायचा. पण त्यांना तेवढा वेळ नसेल तर ती. मामा उभ्या-उभ्याच बोलून घ्यायचे. मग त्या पाहुण्यांचे बाहेर जाणे व पुन्हा मी दार लावून घेणे.

या कार्यक्रमात मे महिन्याच्या सुटीत थोडा व्यतिक्रम येऊ शकतो. म्हणजे माहेरवाशीण (थोरल्या वन्सं) आलेली असेल तर ती म्हणते, ''सुधा, घंटा वाजली. तुझे तू बघ.'' बरोबरच आहे. वरील सव्यापसव्याची-म्हणजे दार उघडणे, ती. मामांना विचारून पाहुण्यांची व्यवस्था वगैरे याची-आता नणंदबाईंना सवय राहिलेली नाही. त्यातून कलाकार लहरी! अंघोळ व्हायची आहे म्हणून सांगूनही अंघोळीला जाताना पाहुण्याशी उभ्या-उभ्या अर्धा तास बोलतील- तो भारावलेल्या अवस्थेत कृतकृत्य होऊन जिना उतरू लागेल आणि वन्सं म्हणतील- बघा, आता मामांना अंघोळीला वेळ नाही वाटतं झाला? पण इच्छित पाहुणा असेल, तर असेही घडते.

कधी तरी पं. जयराम व सौ. जयमालाबाई (शिलेदार) आले होते, वेळ घेऊन आले होते. मग ती. मामांची निवांत अंघोळ, संध्या होऊन गप्पा, चहापाणी वगैरे मस्त जमले होते. इथे आलेले पाहुणे वेगळे असू शकतात आणि त्यांनाही थांबायला सवड असेल तर चित्र साधारण असेच. काही वेळा गप्पांमध्ये ती. सौ. अक्कांचाही (सौ. राधाबाई- माझ्या सासूबाई) सहभाग. मग काही वेळा पाहुण्यांचे जेवण-खाणही होते. असे साधारण चित्र.

एरवी ती. मामांचा रियाज तिकोनी खोलीत, मग स्नान-संध्या वगैरे. आणि हो, सकाळी उठल्यावर ती. सौ. अक्कांचा दुधाळ चहा-डायबिटिजच्या गोळ्या घालून केलेला, कपातून बशीत सांडत असलेला. माझ्या यजमानांची कॉफी,

माझा साधा नेहमीचा चहा. मग आम्ही दोघे बाहेर पडणार. यजमान नोकरीवर (शाळेत), मी फिरून एकटी परत येते. सकाळी ८।।-९ च्या सुमारास ती. मामांसाठी ३।। कपाच्या किटलीत ती भरून कॉफी. (लाकडाचा ट्रे, किटली व कपबशी ओरिसाच्या कार्यक्रमात मिळालेली.) मग ९।। च्या सुमारास ती. सौ. अक्कांचे थालिपीठ/खिचडी/पोहे किंवा तत्सम काही तरी. त्यांना मधुमेहामुळे भूक लागते, त्या वेळी सकाळसारखाच चहा, रेस्टिनॉनच्या (मधुमेहाच्या) गोळ्या. मग पोळ्यावाल्या मधूच्या आई येणार. या बारा महिन्यांच्या पोळ्यावाल्या बाई. यांचे चहा, खाणे. मी एक चतकोर थालिपीठ वा तत्सम काही तरी खाणार. काय हे हल्लीच्या मुलींचे (एवढेसे) खाणे-असा एखादा शेरा. (जेवताना ती. मामांचा माझ्या मिताहारावर असाच काही तरी, कधी तरी एखादा शेरा. श्रीखंड-पुरी इ. जेवण असेल, तर 'झू'मधल्या प्राण्याकडे पाहावे तसे पाहून 'काय हे हिचे जेवण' असा कटाक्ष स्मरतो!)

ती. मामा परगावी मैफलीला गेले असले तर माझा तब्येतीत रियाज तिकोनी खोलीत. बाकी सगळे वेळापत्रक नेहमीचेच. या गोष्टी १९६२ ते ७१ दरम्यानच्या. १९७१ मध्ये सौ. अक्का गेल्या, १९७५ च्या ऑगस्टमध्ये ती. मामा गेले. (तत्पूर्वी, १९७२ मध्ये पं. विष्णू दिगंबर जन्मशताब्दी सोहळा, ती. मामांना पद्मभूषण वगैरे गोष्टी साजऱ्या झाल्या होत्या.)

ती. मामा कॉफीपानानंतर काही घेत नसत. एकदम दुपारचे जेवण. ते व्यवस्थित असे. भात-आमटी, भाजी-पोळी, कोशिंबीर, चटणी, ताक वगैरे. पहिल्या भातावर तूप एवढे वाढायचे की, भात कालवताना हाताला चिकटला नाही पाहिजे. कोणी पाहुणी बाई आली व तिने तूप वाढले तर मान वर करून (नाटकातल्यासारखे) तिरके पाहणारे मामा आठवतात.

दुपारची दीड-दोन कप कॉफी, नंतर रात्रीचे जेवण, मधे काही खाणे नाही-असा ती. मामांचा दिनक्रम. संध्याकाळी विद्यालयात यायचे. शिकवणे भरपूर. त्यांच्या वर्गास वेळेचे बंधन नसे. सदाशिव पेठेतून घरी येताना, वर्गाला फार उशीर झाला असेल तर मुलींना सोडत-सोडत ते घरी आल्याचे आठवते. सर्वप्रथम पं. गणपतराव बोडसांची नात वीणा गोळे (आजचे प्रसिद्ध पेटीवादक श्री. राहुल गोळेंची आत्या), मग प्रतिभा कर्वे, नलिनी व रजनी गांगल (पं. शरद गोखल्यांची पत्नी नलिनी व तिची मोठी भगिनी रजनी), मग मालिनी रामचंद्र साठे (हल्लीचा नाट्य संगीतगायक संजीव मेहेंदळेची आई) अशा मुलींची नावे आठवतात; त्यांना

सोडून ती. मामा घरी येत. असा दिवस संपत असे. ते दौऱ्यावर गेले असले तर शरद गोखले वर्ग घेई. मुलींनी उशिरा घरी एकट्याने जाऊ नये, हा तेव्हाचा दंडकच होता.

घरी आल्यावर जेवणे, थोड्या गप्पा वगैरे असा सर्वसाधारण दिनक्रम. गवईपेशा असून सकाळी वर्तमानपत्र वाचणे, रियाज, स्नान-संध्या, लोकांच्या भेटी-गाठी. यात पहाटेचे फिरणेही असे. कुठलेही व्यसन नाही, फक्त दुपारच्या जेवणानंतर एक 'रसिक सुपारी' हा प्रकार आवडीचा. ही सुपारी मी राजमाचीकरांच्या गिरणीतून दळून आणत असे आणि त्या दिवशी गिरणीत सुपारीचा घमघमाट असे. चिमूट-चिमूट गिरणीत देतच घरी यायचे. लवंग, वेलदोडे, ज्येष्ठमध, बडीशेप यांची सुपारीत रेलचेल आणि जोडीला भरडा सुपारी. अशी ही सुपारी सगळ्यांच्या हातावर ठेवून मामा म्हणत-"कोण म्हणतो, आम्ही रसिक नाही!"

अशी रसिकतेची सोपी, सभ्य परिभाषा मानणारे माझे थोर सासरे!

मी रियाज करत होते. स्थायीची विलंबित आलापी संपवून लयकारी, ताना हा आवडता प्रांत-तिकडे निघाले होते. राग होता बिहाग. मध्यलयीतल्या ख्यालाच्या अंतऱ्यावर ताना मारत होते-गमपनी सांगंमंपंनींसां निधपम् गमगरेसा- असे अतितार सप्तकात जाऊन आलं की, समाधान वाटण्याचे ते दिवस... आणि मागून ती. मामांचा आवाज... त्या 'अमुक' गायिकेसारखी ताना मारू नकोस.

त्या काळात म्हणजे १९६३-६४ मध्ये एका तरुण गायिकेने अतिशय लहान वयात म्हणजे १६ व्या वर्षी 'सवाई'च्या मंचावर पदार्पण करून फड जिंकला होता. ती तयारीचं गाणं गायची, ८-८ तास रियाज करायची; पण अतितार सप्तकात फार गायची आणि तो आवाज मानवी कंठातून येतोय असं न वाटता, एखाद्या पक्ष्याचा आवाज वाटतो, असं मामा म्हणायचे. आणि २३-२४ व्या वर्षी मला एखादी तरी अतितार सप्तकातली तान घ्यावीशी वाटायची. या गायिकेचे नाव परवीन सुलताना.

अर्थात पुढे हे वेड वाढत जातं आणि संथ आलापीकडे लक्ष राहत नाही, असा ती. मामांचा विचार होता आणि तो बरोबरच होता. लहान वयात वेडं वारं कानात शिरावं तसं तानेचं वेड मनाला लागतं आणि त्यातून तत्कालीन एखादी किन्नरी तसे गाऊन टाळ्या मिळवत असली की, माझ्यासारख्या त्या काळच्या तरुण मुलीचा संयम सुटतो. पण मामांचं लक्ष असायचं. एक मात्र होतं-तोंडावर स्तुती कधीही करायचे नाहीत. एखादे वेळी माझं गाणं चांगलं झाल्याचं कोणी

सांगितलं (बुवा, आज सूनबाई छान गायल्या), तरी ते त्यावर प्रतिक्रिया देत नसत. बोलणारा एकाऐवजी २-३ वाक्ये स्तुतीची बोलला, तर 'हूं' असा हुंकार देऊन त्याच्याकडे पाहत. (अध्याहृत अर्थ- ''मग त्यात काय मोठंस!'')

स्वत:ची स्तुती ऐकणेही टाळत असत. याचा मी फार मजेदार अनुभव घेतला. ते १९६५ वर्ष असावे. मला विद्यालयात शिकवायला लागून २-३ वर्षं झाली होती. मी वर्ग घ्यायला घरून निघाले. मामांचा वर्ग उशिरा असे, त्यामुळे ते नंतर निघत. मला निघाल्यावर जिने उतरता-उतरता काही तरी विसरल्याची जाणीव झाली, म्हणून मी पुन्हा वर आले. अर्थात या दरम्यान ५-१० मिनिटं गेली होती. तसेच पुढे जावे का मागे परतावे, अशा विचारात आधी मी जिन्यातच घुटमळले होते आणि मग परत वर गेले. दार लोटलेलेच होते. आवाज न करता आत जाऊ लागले, तर मामा पेटी वाजवत होते आणि एक सुंदर 'हरकत' ऐकून माझ्या नकळत मी 'वा:' अशी दाद दिली होती. संपलं... मामा थांबले, ''वाजवा ना मामा, किती छान वाजवता तुम्ही पेटी! मला माहीतच नव्हतं. काय सफाई आहे तुमच्या हातात-वाजवा ना मामा!'' पण नाही; ते थांबले ते थांबलेच.

पण हे जरा अतीच नाही का झाले? मी 'वा:' म्हटले तेव्हा मामा पासष्टी पार केलेले गृहस्थ होते. एखाद्या 'वाहवा'ने त्यांचं लक्ष गाण्यावरून ढळणार नव्हतं काही! पण विष्णुबुवांनी (गायनाचार्य पं. विष्णू दिगंबर पलुस्कर) सांगितले ते प्रमाण मानणे, हा स्वभावधर्म आणि सरधोपट मार्गाने क्रमणा करायची, हा स्वभाव. पं. वि. रा. आठवल्यांनी एक आठवण सांगितली होती मास्तर कृष्णांच्या गाण्यासंदर्भात (पुढे ती येईलच). त्यात पुढील भाग असा की, मास्तरांचे सर्व बारकावे ती. मामांनी गाऊन दाखवल्यावर आठवल्यांनी विचारले, ''बुवा, तुम्ही इतकी सुंदर नक्कल केलीत; मग या सर्व जागा तुम्ही का घेत नाही आपल्या गाण्यात?'' त्याचे जे मार्मिक उत्तर मामांनी दिले, त्याचे सार असे होते की-मी गुरुजींची ध्वजा हाती घेतली आहे; मी त्याप्रमाणेच गाणार, वागणार, बोलणार. (इतरांची गुण-वैशिष्ट्ये मला उमजली आहेत, ती शिष्यांनी आत्मसात केली तरी माझी ना नाही.)

याच्यावर एक वेगळंच स्पष्टीकरण नंतरच्या काळात समजलं, ते असं की- गुरुजींनी म्हणजे विष्णुबुवांनी आपल्या गुरुकुलातल्या मुलांना गायन-वादन-नर्तन सर्व शिकू दिले; मात्र बजावले ते असे की, एक क्षेत्र निवडून अंतिमत: त्यावर मेहनत करायची. त्यामुळे सलग ४-४ तास नृत्य करण्याइतकी क्षमता असूनही

एका ठरावीक मर्यादेनंतर बुवांनी फक्त गाण्यावर लक्ष केंद्रित केलं. आणि त्याचा परिपाक इतका प्रबळ की, इतर कोणत्याही कलेकरता दाद मिळवायची नाही...

हाही एक मामांचा स्वभावविशेषच. सभा-संमेलनात उत्तम वक्तृत्व करीत असत. फक्त मराठी चौथी पास असूनही गुरूंच्या उत्तम चौफेर मार्गदर्शनामुळे आणि स्वत:ची हुशारी व निरीक्षणशक्तीमुळे बुवा भाषण छान देत. यातली एक गमतीदार आठवण म्हणजे, आकाशवाणीत इंग्रजीत भाषण द्याल का, असे एकदा विचारले असता बुवा तत्काळ 'हो' म्हणाले. घरी येऊन मुलाकडून प्रसंगानुरूप इंग्रजी भाषण देवनागरीत लिहवून घेतले आणि नाटकातली भूमिका पाठ करावी तसे त्याचे वाचन बऱ्याच वेळा करून आकाशवाणीवरून ते भाषण दिले. नंतर मुलांनी भले त्याची चर्चा केली असेल, पण मामा त्याबद्दल कधी काही बोलले नाहीत. मी नागपूरला कार्यक्रम द्यायला गेले असताना तिथे मला एक बाई भेटल्या. त्यांनी "बुवांनी मला दिलरुबा वाजवायला शिकवला." असे सांगेपर्यंत ही गोष्ट मला माहीत नव्हती. पेटीवादनातील कौशल्याबद्दल आधी उल्लेख आलाच आहे. बहुधा 'कोलंबिया ग्रामोफोन कंपनी'ने त्यांच्या संगीतशिक्षणाच्या रेकॉर्ड काढल्या होत्या. त्यात मामा 'अब मैं आपको राग काफी गाकर सुनाता हूँ' असे म्हणतात आणि स्वत: पेटी वाजवून तो राग गातात. या ध्वनिमुद्रिका सध्या दुर्मिळ आहेत, पण माझ्यासारख्या काही निवडक मंडळींकडे आणि माझ्या ज्येष्ठ गुरुबंधूंकडे त्या आजही संग्रहात आहेत. सर्व प्रमुख रागांची माहिती सांगून, स्वत: पेटी वाजवून मामा त्यात गायले आहेत.

ती. मामा निग्रही होते, हे सर्वांना माहीत आहे; किंबहुना, अशी मोठी माणसे साधारणपणे कणखर, निग्रही असतातच. दु:ख वा आनंद या दोन्ही गोष्टी ती. मामा फारशा व्यक्त करत नसत. गांधर्व महाविद्यालयात काही मतभेद होऊन ते तडकाफडकी बाहेर पडले. साध्या गृहिणी असलेल्या माझ्या सासूबाई म्हणत असत-आपली मुले सज्ञान झाली की, गांधर्व महाविद्यालयात काम करतील, अशा सारखे काही तरी तिथे लेखी स्वरूपात द्यायला हवे होते. त्यांचे म्हणणे बरोबरच होते. पण अंत:प्रेरणेने कार्य करणारी माणसे अशा प्रकारे आखणी वगैरे करून निर्णय घेत नाहीत. अर्थात ती. मामांचे गांधर्व महाविद्यालय या संस्थेवर अलोट प्रेम होते. आपल्या कमाईतील पैशाने त्यांनी विद्यालयात कैक गोष्टी खरेदी केल्या होत्या. पण संस्था रजिस्टर करताना त्यातील कोणतीही वस्तू (सतरंज्या, घड्याळे, तंबोरे इ. तपशील मला नीट माहीत नाहीत.) घरी आणल्या नाहीत. जे

काय या बाबतीत कळले ते सासूबाईंकडूनच. ती. मामांनी यातील कशाचा तोंडाने कधीच उच्चारसुद्धा केला नाही. मी लग्न होऊन घरात आले, तेव्हा या घटनेला दहा वर्षे लोटली होती. पण मी एक गोष्ट मात्र वारंवार पाहिली होती की, जेवणानंतर हात धुवायला ती. मामा न्हाणीघरात जात (तेव्हा वॉशबेसिन हा प्रकार नव्हता), तेव्हा खिडकीतून एका विशिष्ट कोनात बघत असत. त्यांना कल्पना नसेल की, ही गोष्ट माझ्या ध्यानी आली असेल! पण ज्या दिशेला ते पाहत, तिथून गांधर्व महाविद्यालय दिसत असे!!

ती. मामांच्या निग्रहीपणाची काही वेळा भीती वाटे. एकदा महाशिवरात्रीच्या आदल्या दिवशी ती. मामांना ताप आला. सौ. अक्कांच्या निधनानंतर बहुधा १९७२-७३ ची गोष्ट असावी ही. दुसऱ्या दिवशी ताप उतरला वा नाही उतरला तरी शिवरात्र म्हणून ते स्नान करतील, अशी मला भीती वाटली. त्यांना मी काहीच दर्शवले नाही. पण घरातली कामे आवरल्यावर मी फॅमिली डॉक्टर व्ही. पी. बापटांचा दवाखाना गाठला. जेवायच्या वेळेला मला दवाखान्यात पाहून डॉक्टर म्हणाले- काय गं सूनबाई, काय होतंय? मी म्हटल- थोडा वेळ थांबते, गर्दी कमी झाल्यावर सांगते. त्यांच्या लक्षात आले, हिला काही झालेले नाही. मग काही पेशंट्स तपासल्यावर गर्दी ओसरली आणि मी त्यांना म्हटले- डॉक्टर, आज ती. मामांना ताप आलाय. आज स्नान करणार नाहीत, पण उद्या महाशिवरात्र असल्याने ताप असला तरी स्नान चुकवणार नाहीत. मला थांबवत डॉक्टर म्हणाले- जा तू घरी, काळजी करू नकोस. दवाखाना संपला की मी येतो घरी. आमचे डॉ. वामन पांडुरंग बापट हे नट आणि गायकांचे डॉक्टर, म्हणजे त्यांच्या पेशंट्समध्ये ही मंडळी प्रामुख्याने होती. त्यामुळे कलाकारमंडळींच्या स्वभावाची तंत्रे त्यांना पाठ होती.

मी घरी परतले. थोडा वेळ मधे गेला आणि दाराची घंटा वाजली. मी दार उघडले- समोर डॉक्टर! मी विचारले- तुम्ही आत्ता कसे काय आलात डॉक्टर? माझ्याकडे मुळीच न पाहता डॉक्टर मामांना म्हणाले- दवाखाना आटोपून छोटा गंधर्वांकडे निघालो होतो, पण जाता-जाता आधी तुम्हाला भेटायला आलो. बुवा, चेहरा नेहमीसारखा दिसत नाहीये? (अंगाला हात लावून) ताप आलेला दिसतोय? मग घाईघाईने म्हणाले- बुवा, उद्या महाशिवरात्र. स्नान करू नका बरं का? सूनबाई लहान आहे. शिवरात्र आहे, अंघोळ करा म्हणेल, म्हणून मुद्दाम सांगतो. मग इकडचे-तिकडचे थोडे बोलणे होऊन अर्धा कप चहा झाला आणि माझ्याकडे

कळेल-न-कळेलशा बेताने पाहत डॉक्टर आले तसे निघून गेले. माझे काम झाले होते.

ती. मामा १ ऑगस्टला टिळक पुण्यतिथीच्या दिवशी टिळक स्मारक मंदिरात (जुनी इमारत होती तेव्हाचा काळ) संपूर्ण वंदे मातरम् म्हणायला जात असत. हा दर वर्षीचा नियम होता-नव्हे, ती प्रथाच होती. ते टिळकभक्त होते, हे सर्वांना माहीत आहे. त्या काळी टिळकभक्तीमुळे त्यांनी चहा सोडला होता आणि जन्मात कधीच पुढे चहा प्यायले नाहीत. थोडे विषयांतर झाले. तर, एकदा १ ऑगस्टच्या कार्यक्रमासाठी ते मिरजेहून आले होते. वंदे मातरम् म्हणायला निघाले, तेव्हा मी म्हटले-''मामा, प्रवास झालाय. आजचा दिवस रिक्षेने जा.'' माझ्या मनातले विचार असे की, वय झालंय, प्रवासाची दमणूक आहे आणि शिवाय संपूर्ण वंदे मातरम् म्हणताना दम लागतो. (आमची चाल काफी रागातली असून ती. मामा तडफेने गात असत.) पण कसले काय? मामा लगेच म्हणाले-''मुळीच नाही, मी पायी जाणार! टिळक पुण्यतिथीचा कार्यक्रम आहे.'' संपले! पुढे काही नाही, तो सुप्रीम कोर्टाचा निकालच जणू!! ते पायीच गेले. एका हातात सूरपेटी धरून संपूर्ण वंदे मातरम् म्हटले. येताना पायीच आले. पुन्हा काही या बाबतीत बोलणे झालेच नाही. त्यांच्याबाबत ते शक्यच नसायचे.

आमच्या सदाशिव पेठेतील विद्यालयात (जुन्या वास्तूत) एक शिक्षक वरच्या खोलीत राहत असत. ब्रह्मचारी होते. एकदा ते शिक्षक आजारी पडले. त्यांचे डोके दुखत होते. एक विद्यार्थिनीने डोके चेपून दिले. शिक्षक तरुण नव्हते, पण ही गोष्ट ती. मामांपर्यंत गेली. विद्यालयात पोचण्यापूर्वी ती. मामांनी निरोप धाडला- खालच्या खोलीत येऊन बसा. तो शिक्षक पळून गेला, तो आठवड्यानंतर परतला. कारण त्याला कळले होते की, ती. मामा कडाडले होते- तिसऱ्या मजल्यावरून फेकून देईन-विद्यार्थिनीकडून सेवा करून घेतो म्हणजे काय!

संगीतशिक्षकाने चारित्र्यसंपन्न असले पाहिजे, ही गायनाचार्य पं. विष्णू दिगंबर पलुस्करांची शिकवण ती. मामांच्या अंगी भिनलेली. त्यामुळे रागाच्या भरात ते बोलले. त्यांनी फेकले वगैरे नसते, पण चार खडे बोल निश्चितच सुनावले असते. पण त्यांचा दरारा इतका की, तो शिक्षक आठवडाभर भूमिगतच झाला जणू! मी पुण्यात येण्याअगोदरची ही घटना, पण नंतर शिक्षकांकडून मी ती खूपदा ऐकली.

माझ्या सासूबाईंचे शेवटचे आजारपण. त्यांना घराजवळच्या डॉ. पद्माकर

वर्तकांच्या नर्सिंग होममध्ये ठेवले होते. त्याच सुमारास ती. मामांना कलकत्याला एका कार्यक्रमासाठी निमंत्रित केले होते. गायनाचा कार्यक्रम होता, मोठा कार्यक्रम होता. ती. सौ. अक्कांच्या आजारपणातले गांभीर्य बहुधा त्यांना जाणवले नसावे. त्यांनी सासूबाईंना विचारले– जाऊन येऊ का? त्या 'हो' म्हणाल्या. ते गेले आणि सौ. अक्का म्हणाल्या– त्यांना जायला परवानगी दिली, आता आनंदाने मरायला मोकळी झाले! मला काहीच कळेना. एवढं जर स्वत:चं मरण जाणवलं होतं, तर का जाऊ दिले त्यांना? 'थांबा' म्हणायचं. पण त्यांना ज्ञानवायू झाला होता– असे तिथे भेटायला आलेल्या स्त्रिया म्हणाल्या. कोण जाणे काय झाले आणि का जाऊ दिले त्यांनी मामांना. मरणसमयी आपला पती जवळ असावा, असे त्यांना वाटले नसेल का? नक्कीच वाटले असेल. पण जे घडले, ते असे.

ती. मामा परत आले. स्टेशनवर येईपर्यंत त्यांना माहीत नव्हते, पण आल्यावर त्यांना कल्पना आली. कोणी तरी आणायला गेले होते. शांतपणे आले, अतिशय स्थिर भावाने जमखिंडीकर वाड्याचा जिना चढले; माझ्या वडिलांनी हात द्यायचा प्रयत्न केला (माझे वडील त्यांच्याहून बारा वर्षांनी लहान होते.) तर म्हणाले–"नको, जाईन मी." वडील निमूटपणे मागोमाग जिना चढले. कोणत्याही प्रसंगात व्यक्त व्हायचे नाही, स्वत:ला मिटून घ्यायचे. असे का असेल? कदाचित त्यांच्या पूर्वायुष्यात घडलेल्या काही गोष्टी याला कारणीभूत असतील. एखादी गोष्ट मलाही ठाऊक आहे आणि अशा स्मृती माणसाच्या मनात खचितच जाऊन बसतात. ती. मामांच्या पहिल्या पत्नी लग्नानंतर फार जगल्या नाहीत. तुरीची शेंग खाल्ल्याचे निमित्त झाले आणि पित्त वाढून वारल्या, असे काही कळले होते. पण नंतर और्ध्वदेहिक विधीच्या वेळी कोणी वडिलधारे मार्गदर्शनाला आपण होऊन पुढे आले नाही आणि जमलेल्या मंडळींनी मार्गदर्शन केले व त्यानुसार ती. मामांनी ते सर्व पार पाडले. गोष्ट साधी नक्कीच नव्हे. त्यांचे बारा वर्षांनी थोरले असलेले बंधू, वहिनी तिथे होत्या; पण निश्चितपणे काय घडले, हे कळायला मार्ग नाही आणि ती. मामा असले कुठलेच तपशील कधी सांगत नसत.

त्यांचे आई–वडिलांचे छत्र फार लहान वयात हरपले. नंतर ते पं. विष्णू दिगंबर पलुस्करांच्या गुरुकुलात गेले. मिरज संस्थानची शिष्यवृत्ती (१६ रु. महिना) मिळून ते गेल्याने तिथे त्यांना मिळणारी वर्तणूक चांगलीच असेल, शिवाय महाराज (पं. विष्णुबुवा) मुलांच्या बाबतीत दक्ष असत. तरी पण आई–

वडिलांच्या प्रेमाच्या कोषात राहणे आणि गुरुकुलात राहणे यात फरक आहेच. काही गोष्टींत तो फरक दिसे. एक उदाहरण जे मला फार जाचक वाटले होते, ते असे–ती. मामा गावाला निघाले की, स्टेशनवर पोचवायला आम्ही जायचो काही वेळा. जाताना रिक्षाचे पैसे मामाच द्यायचे, पण येतानाचे पैसे हातावर ठेवायचे. पहिल्या वेळी मी थक्कच झाले. यजमानांना म्हटले–"अहो, हे काय?" त्यांनी मला गप्प राहण्याची खूण केली. नंतर म्हणाले– ते तसे वाढले ना, म्हणून आपण समजून घ्यायचे. मला आतल्या आत खूप वाईट वाटले. चक्क बंड करावेसे वाटले. तुम्ही तसे वाढलात; पण आम्ही सर्वसामान्यांसारखे घरात वाढलोय, आम्हाला असे का वागवता?... पण छे, असं म्हणायचं नसतं; आपण त्यांचं मन समजून घ्यायचं. तर, असे काही प्रसंग अनुभवून मला मामा समजायला लागले.

शेवटचे आजारपण! खरं तर आजारपण म्हणावं असे ते अंथरुणात पडून वगैरे राह्यलेच नाहीत. एक-दोन दिवस उठेनात, जेवेनात म्हणून त्यांना इस्पितळात जाऊ या म्हटले; पण ऐकेनात. परावलंबन आवडत नाही. आपली गात्रे शिथिल झालेली, अशी अवस्था. मग आमच्या खालच्या मजल्यावर चित्रकार डॉ. भय्यासाहेब ओंकार यांच्याकडे गेलो. त्यांनी आणखी दोन शेजाऱ्यांना बोलावले आणि मग हे शिष्टमंडळ ती. मामांना भेटले. मामा खुर्चीत पडून होते. सर्वांनी त्यांना पटवले की, अशा वेळी घरी शुश्रूषा करण्यापेक्षा इस्पितळातल्या उपचारांमुळे आपण लवकर बरे होऊन घरी परताल. नाइलाजाने ते तयार झाले. मग डॉ. प्रयागांकडून माणसे आली. ती. मामांची अवस्था तोपर्यंत अशी झाली होती की, स्ट्रेचरवरून तीन जिने उतरवून त्यांना न्यावे लागले. गुरुवार, दि. २१ ऑगस्ट रोजी त्यांना प्रयाग डॉक्टरांच्या नर्सिंग होममध्ये दाखल केले. तिथे ते अर्धवट शुद्धीत असताना म्हणत होते– मला गार पाणी देऊ नका, मला नारायणरावांबरोबर गायचे आहे. २-३ दिवसानंतर त्यांचा व पं. नारायणरावांचा (व्यास) जुगलबंदीचा कार्यक्रम मुंबईत व्हायचा होता. शुक्रवारी ते गुंगीत पडून होते. सलाइन वगैरेच्या नळ्या होत्याच लावलेल्या. पण त्यांचे ओठ हालत होते. डॉ. प्रयाग (सध्याचे डॉ. शिरीष प्रयाग यांचे वडील) आमचे फॅमिली डॉक्टर व्ही. पी. बापट यांना म्हणाले– अर्धांगाचा झटका येतोय का पाहायचे (अशा अर्थाचे वाक्य). आमचे बापट लगेच म्हणाले– तू श्रीराम जय राम जय जय राम म्हणून पाहा. त्यांच्या ओठांची हालचाल तशीच होते आहे, हे तुला कळेल. ती. मामा रोज कमीत कमी चार तास जप, एक तास संध्या असे सर्व करीत असत. शेवटी कंठातून आवाज

फुटत नव्हता, पण ओठ हलत होते आणि ओठांच्या हालचालीवरून (लिप मूव्हमेंट्स) समजत होते की, त्यांचा जप चाललाय. व्रती माणसे अशी असतात!

शनिवारी २३ ऑगस्टला ती. मामा गेले आणि आकाशवाणी पुणे केंद्राने तासाभरात त्यांच्या निधनाचे वृत्त प्रसारित केले. साऱ्या भारतभर ही दुःखद वार्ता पोचली. पुण्यात शिष्यगण, परिचित, नातलग- घरात माणसेच माणसे. देह मोठ्या ट्रेलरवजा गाडीत. पुढे श्री. मनोहर सबनीसांची दिंडी, मागे माणसांची रीघ-अशी 'शेवटची यात्रा' मी आयुष्यात प्रथमच पाहिली.

मागे श्री. भय्यासाहेब ओंकार मला म्हणाले होते- वहिनी, मोठ्या माणसांचे तेज, प्रकाश इतरांना मिळतो; घरच्यांना फार जवळचे असल्याचे त्या तेजाबरोबर चटकेही बसतात. भय्यासाहेबांचे वडील निष्णात वैद्य होते आणि त्यांचा कोप, दरारा, तेजही तसेच होते, असे मी ऐकले. त्यांना मी पाह्यले नाही. पण माझ्या सासऱ्यांचे तेजही मी खूप-खूप पाह्यले, त्याचा मला फार अभिमान आहे. त्यापुढे चटके जाणवलेच नाहीत आणि वयाबरोबर समजूत वाढत गेली, तसे तेजच शिल्लक उरले!!...

अनुत्तरित प्रश्न

आजकाल पालक मुलांशी खूप मित्रत्वाने वागतात. मुलांचे शिक्षण, त्यांचे करिअर, त्यांनी निवडलेले व्यवसाय या सर्व बाबतींत पालक सल्ला देतात; पण आपल्या मताचा आग्रह धरत नाहीत. सामाजिक स्थित्यंतरे होत गेली, काळ बदलत गेला. काळाबरोबर वडिलधाऱ्या माणसांच्या वागण्यात बदल होऊ लागले. लहान पाल्यांशी, तरुण होऊ लागलेल्या मुलांशी वागताना पालकांना मुलांची मते पटली नाहीत तरी रागावून टोकाची भूमिका न घेता, आपली मते समजावून सांगण्याकडे हल्ली पालकांचा कल असतो.

सुमारे ७०-७५ वर्षांपूर्वी असे चित्र नव्हते. 'बाबा वाक्यं प्रमाणम्' म्हणण्याचा तो काळ होता. आमच्याकडे, म्हणजे माझ्या सासरी माझ्या यजमानांना दोन मोठे भाऊ होते. थोरले श्री. नारायणराव अभ्यासात, गाण्यात अत्यंत हुशार होते. पण आवाज गवईपेशाला अनुकूल नव्हता. शिक्षण संपल्यानंतर प्रथम नाशिकला केलेली प्राध्यापकाची नोकरी वगळता त्यांनी उरलेला सर्व कार्यकाळ संगीताशी संबंधित नोकऱ्याच केल्या. काही वर्षे आकाशवाणीत निरनिराळ्या केंद्रांवर होते. नंतर शिक्षणव्यवसायात गेले. बनस्थली विद्यापीठ, कुरुक्षेत्र विद्यापीठ आणि बडोद्याची एम. एस. युनिव्हर्सिटी येथे प्राध्यापक, विभागप्रमुख वगैरे पदांवर

काम करून ते निवृत्त झाले. आकाशवाणी केंद्रात गात असत. मधले बंधू श्री. रामचंद्र तथा रामभाऊ यांना वडिलांसारखी भरदार देहयष्टी, गौरवर्ण आणि चांगले देखणे व्यक्तिमत्त्व लाभले होते; शिवाय वडिलांसारखा गवईपेशाला उपयुक्त गळा होता. ते तबलाही चांगला वाजवत. पूर्वीच्या गायनसंस्कृतीत गायकाच्या मुलाने गायक होणे स्वाभाविक मानले जाई; खरे तर तशी स्पष्ट अपेक्षाच असे. माझे सासरे याच धारणेचे होते. त्यामुळे चांगली आवाजी असलेल्या मुलाने गायक व्हावे, असे त्यांना वाटणे स्वाभाविकच होते. पण रामभाऊंना मात्र गाण्यापेक्षा तबला पुढे वाढवावा, त्यात नाव मिळवावे, असे वाटे. ती. मामा यावरून त्यांना रागावले. बालपणी रामभाऊ गाण्याचे नोटेशन पट्‌कन म्हणून दाखवत. त्यांना 'बाल नारद' असे म्हणत, असे माझ्या सासूबाईंनी मला सांगितले होते. सासरे गंधर्व कंपनीतून बाहेर पडल्यानंतरची ही घटना असावी. ७-८ वर्षांचा मुलगा नोटेशन करू शकतो, ही गोष्ट त्याच्याबद्दल अपेक्षा वाढविणारी नक्कीच आहे.

पण मधल्या काळात गांधर्व महाविद्यालयातील काम पाहणे, शिकवणे, तयार होऊ शकणाऱ्या शिष्यांना घरी बोलावून त्यांना विशेष काळजीपूर्वक शिकवणे. शिवाय गाण्याच्या मैफली-दौरे, रागविज्ञान मालिकेची ७ पुस्तके, बालसंगीताचे ३ भाग यांचे लेखन-प्रकाशन या दरम्यान रामभाऊंना केव्हा तरी तबल्याची गोडी लागली असावी. हल्लीच्या काळात ही गोष्ट घडती, तर वडिलांनी नाखुषीने, नाइलाजाने मान्य केली असती आणि तबला-वादन शिक्षणासाठी प्रोत्साहन दिले असते. पण त्या काळी तसे घडले नाही. बहुधा वडिलांच्या नाराजीने रामभाऊंवर दडपण आले. त्यामुळे ते इतर दोघां भावांप्रमाणे आकाशवाणीवर गात राहिले, पण तबल्यात प्रगती करण्याचे त्यांचे स्वप्न पूर्ण झाले नाही आणि ते मैफली गवईदेखील झाले नाहीत.

आज या गोष्टीवर विचार केला तर वाटते- ती. मामांची चूक नव्हती. चांगली आवाजी असलेल्या आपल्या मुलाकडून त्यांनी गवई होण्याची अपेक्षा केली, यात गैर काहीच नव्हते. श्री. रामभाऊंचा कल गाण्यापेक्षा तबलावादनाकडे होता, हीदेखील त्यांची चूक नव्हती. आवड काही आपल्या हातातली गोष्ट नव्हे. पण जर ती. मामांनी त्यांना तबला शिकायला प्रोत्साहन दिले असते, तर कदाचित हुरूप वाटून रामभाऊंनी गवई होण्यासाठी कंबर कसली असती का? काही प्रश्न अनुत्तरितच राहतात, हेच खरे!

एक कवडसा- सौ. राधाबाई पटवर्धन यांच्यावर...

आमच्या घरातले वातावरण तसे जुनेच म्हणावे लागेल. स्वयंपाकघरात पूर्वीसारखा बैठा, कमी उंचीचा ओटा होता; हल्लीसारखा उंच ओटा नव्हता. जेवण खाली- पाटावर बसून जेवण्याची पद्धत होती. मी विद्यालयात सायकलवर जात असे. मला ती. मामांनी याविषयी कधीच अडवले वगैरे नाही. पण जुन्या- माझ्यापूर्वी विद्यालयात शिकलेल्या विद्यार्थिनींपैकी एक-दोघींनी मला विचारले होते- तुम्हाला सायकल चालवायला बुवांनी परवानगी दिली? त्यावरून मला कळले की, ही आपल्या घरात काही तरी वेगळी गोष्ट आपण सुरू केली आहे!

लग्न ठरल्यावर गांधर्व महाविद्यालयाचे प्रिन्सिपॉल श्री. धुंडिराज मराठे माझ्या आई-वडिलांना भेटायला सदाशिव पेठेतील माझ्या आजोबांच्या (व्ही. जी. गोखले अँड सन्स, आर्ट मटेरियलच्या बुधवारातल्या दुकानाचे मालक) घरी आले होते. ते म्हणाले-''लग्न ठरले आहे. पण तुमची मुलगी ऑफिसर वडिलांच्या घरातील वातावरणातून पटवर्धनांच्या घरात येणार. तिथे थोडे जुने, बाळबोध वातावरण आहे. डायनिंग टेबलवर जेवणे होत नाहीत, पाटावर बसून जेवायचे असते. मुलीला कल्पना द्यावी, म्हणून मुद्दाम मी आलो.'' मला गम्मतच वाटली. मला एकविसावे वर्ष लागले होते, म्हणजे तशी फार मोठी नव्हते. पण नंतर मराठ्यांना माझ्या सासूबाईंनी पाठविले असणार, हे जाणवले आणि खूप बरे वाटले. भावी वधूला आधी घरातल्या वातावरणाची कल्पना द्यावी, हा विचार त्या साध्या, जुन्या धाटणीच्या बाईंना सुचला! नंतर माझ्या आई-वडिलांनी मराठ्यांना-या बाबींना मुलीची काही हरकत असणार नाही-वगैरे गोष्टी सांगितल्या. गप्पागोष्टी झाल्या. नंतर माझे मामे सासरे घरी गेले. (श्री. धुंडिराजपंत मराठे माझ्या सासूबाईंचे सख्खे बंधू होत.)

***

३.
गुरुमाहात्म्य–गुरुनिष्ठा–गुरुसेवा

विश्वकवी रवींद्रनाथ ठाकुरांची एक बोधकथा आहे. एका मुलाला खूप प्रयत्न केल्यानंतर गुरूंची प्राप्ती होते, म्हणून तो फार–फार आनंदात असतो. रवी ठाकूर त्याला म्हणतात– गुरू भेटल्याने असा काय फरक पडणार आहे. गुरू नसले तरी सूर्यकिरणांची तकाकी तुझ्या वदनावर पसरणारच की. मुलगा म्हणाला–सूर्य आहे तसाच राहील. पण गुरूंच्या उपस्थितीमुळे माझा चेहरा बारा सूर्यांचा प्रकाश पसरल्याप्रमाणे प्रकाशमान होईल!

गुरूंची महती सांगणारी किती मनोज्ञ बोधकथा आहे ही! खरंच गुरू ब्रह्मा, विष्णू, महेश या तिन्ही देवांचे एकत्रित रूप असल्याचे सांगितले जाते, ते उगीच नव्हे. म्हणून तर कबीराने म्हटले की गुरु आणि परमेश्वर दोघे माझ्यासमोर असले, तर प्रथम मी गुरूंना वंदन करेन आणि नंतर परमेश्वराला; कारण गुरुकृपेमुळे मला परमेश्वर भेटला.

संगीतविश्वात गुरू या व्यक्तिमत्त्वाला अनन्यसाधारण महत्त्व आहे, त्याचे कारण पूर्वीच्या काळच्या गायन–गुरूंच्या व त्यांच्या शिष्यांच्या संबंधात शोधावे लागते. एक काळ असा होता, जेव्हा गाणे बजावणे हे प्रतिष्ठित मानले जात नसे. अशा कालखंडात बरीच मुले घरून पळून जाऊन किंवा घरच्यांचा विरोध पत्करून गाणे शिकण्यास जात. एक तऱ्हेने पाह्यल्यास घराशी संबंध नसल्यातच जमा असे. त्यामुळे 'गुरू तू एकचि त्राता' अशी अवस्था असे. अर्थात आई–वडिलांऐवजी गुरुमाऊली सर्वस्व होई. ही गुरुमंडळी शिष्याच्या गाण्याबरोबर त्याचं शील, सामाजिक व्यवहार वगैरे सर्वच गोष्टींचे शिक्षण त्याला देत असत. म्हणून त्या शिष्यांच्या तोंडी वारंवार येणारे वाक्य म्हणजे 'गुरूंनी आम्हाला घडविले.'

संगीतशिक्षण हे मुख्यत्वे श्रद्धेवर आधारित असते. अर्थ असा की,

शिकणाऱ्या शिष्य/शिष्येची गुरूंप्रति असलेली भक्ती, प्रेम हे मुद्दे शिक्षण घेत असताना बलवत्तर असतात. संगीतशिक्षणाचा तो एक अत्यावश्यक असा भाग मानला जातो. या श्रद्धेचा एक भाग म्हणून गुरूंच्या गाण्याचे अनुकरण करणे ओघाने येते. हे अनुकरण स्वरोच्चार, मींड, खटक्यांसह होत असते. यात अनुचित असे काहीच नाही.

पण श्रद्धा आणि अंधश्रद्धा यांतील अंतर काही वेळा अतिशय धूसर बनते आणि श्रद्धेपोटी गुरूंचे शंभर टक्के अनुकरण शिष्यांकरवी होऊ लागते. यात वृद्धत्वामुळे गुरूंच्या गळ्यावर जो परिणाम होतो; त्यामुळे काही नको ती वळणे, आकार-उकार, कफाच्या आधिक्यामुळे जोराने आवाज लावण्याची सवय, वातविकाराने मान वा शरीराचे इतर अवयव हलू लागणे-या गोष्टींचा अंतर्भाव होतो. याखेरीजही दोष म्हणता येतील अशा काही गोष्टी असतात. या सर्व दोषांपासून स्वतःला अलिप्त ठेवून शिष्याने गुरूंचे अनुकरण करायचे असते.

संगीतविश्वात गुरुनिष्ठा हा जसा एक उज्ज्वल अशा वर्णनाचा मुद्दा आहे, तशी गुरूंच्या घरी शिष्याने राबून केलेल्या गुरुसेवेची कृष्णच्छटादेखील आहे. या दोन्ही गोष्टी शिष्याने इतक्या मनापासून स्वीकारल्या की त्यांची फारशी चर्चा संगीताबाहेरच्या दुनियेत झाली नाही; अन्यथा महाभारतातल्या गुरूंनी गुरुदक्षिणा म्हणून शिष्याच्या उजव्या हाताचा अंगठा मागितला, यासारख्या सांगीतिक कथा जगाला माहीत झाल्याच असत्या!

हा विषय इथे मला थोड्या वेगळ्या अंगाने मांडायचाय. गुरुकृपा व गुरूंनी लावलेली शिस्त यातील कधी कधी झालेला अतिरेक यासंबंधी मला काही म्हणायचे आहे.

पूर्वीच्या काळी गुरुमंडळींकडे शिकायला येणारी मुले आधी परवानगी वगैरे मागून येत नसत. काही वेळा त्या गुरूंचे नाव ऐकून, काही वेळा गाणे ऐकून, तर काही वेळा ते गुरू घराजवळ अथवा गावाजवळ राहतात म्हणून-म्हणजे पुष्कळदा नाइलाजाने. इथे गुरूने हा चेला बोलावून घेतलेला नसे वा आधी पालकांशी बोलणे झालेले नसे. पुष्कळदा घरून मूल पळून आलेले असे आणि अशा परिस्थितीत पडेल ते काम करण्याची त्याची मनःस्थिती असे. इकडे गुरूची स्वतःची पत्नी, मुलेबाळे, वडिलधारी मंडळी हे सर्व खटले असे. शिवाय त्या गुरूला एका ठरावीक रकमेची महिन्याकाठी प्राप्ती होईल, अशी शाश्वती नसे. अशा परिस्थितीत अशी निरुपायाने आलेली मुले ठेवून घेतली जात. पण मग त्यांना

पडेल ते काम करीत शिकावे लागे, शिवाय ती मुले फी देणे वगैरे गोष्टी करू शकत नसत. शिकून झाल्यावर बैठकी, मैफली करून अथवा शिकवण्या करून गुरुऋण फेडायचा प्रयत्न करत असत. पण जेव्हा गुरूंकडे शिक्षण चालू असे, त्या काळात गुरूंच्या प्रपंचावर त्यांचा भार पडत असे. अशा वेळी गुरुपत्नी आपल्या मुलांऐवजी त्यांना कामाला लावीत असे. शिष्याची आवाजी, ग्रहणशक्ती सर्व काही उत्तम असेल; तरी कामातून मोकळीक मिळाल्यावरच तालीम मिळणे शक्य असे. यात घरी लाकडे फोडणे, धुणी-भांडी करणे, धाकटी मुले सांभाळणे (कुटुंबनियोजन अस्तित्वात नसल्याने घरात बरीच मुले असण्याची शक्यता असे) यातले काहीही अथवा बरेच काही करणे शिष्याच्या नशिबी येई. यात गुरूंची चिलीम तयार करणे, भांगेची गोळी तयार करणे, त्यांचे पाय चेपणे ही कामेही काही वेळा असत. यांतील बहुतेक सगळे थोड्याफार फरकाने सर्व गुरूंकडे करावे लागे. म्हणजेच, ही शागिर्दी एक प्रकारे अनिवार्य होती.

आज आधुनिक काळात या गोष्टींची कल्पना करणेसुद्धा कठीण आहे. पण त्या काळी पाट्या लावून विद्यालये चालत नसत. संगीत शिकण्यासाठी घरच्या मंडळींचा पाठिंबा नसे. तो एवढ्यासाठीच की-जाईल तिथे आपले पोर बेवारशासारखे राबेल, त्यापेक्षा शाळा शिकणे चांगले. गवयांच्या घरी त्यांच्या जातीच्या शिष्याला जेवणखाण मिळे अथवा माधुकरीसुद्धा मागावी लागे. ती न मिळाल्यास त्या दिवशी उपास घडे. इतर जातीचा विद्यार्थी असल्यास आपले जेवणखाण त्याला स्वतःच बनवावे लागे. हाच जर गुरू मुसलमान असेल, तर शिष्याला जेवणाची सोय स्वतः करावी लागे. गुरूंची पिकदाणी स्वच्छ करणे, बूटी (भांगेची गोळी) तयार करणे हे झाल्यावर तंबोरा लावणे, मग षड्ज भरणे-मंद्र सप्तकातले पंचम-षड्ज स्वतःच्या गळ्याने लावणे म्हणजे 'खर्ज भरणे', यानंतर गुरुजी गाऊ लागले की श्रवणभक्ती करणे. नव्या शिष्याने फक्त खर्ज भरायचा, त्यातल्या त्यात जुन्या शिष्याने गुरूंची साथ करायची. स्थाई अंतरा म्हणायची परवानगी दिल्यास, तो म्हणायचा.

मात्र त्या काळी ही छळवणूक, जाच असे म्हणत नसत; ही शिष्यांना वागवायची सार्वत्रिक पद्धत होती. कधी पालक आले व कळवळा येऊन काही बोलले, तर शिष्याची गच्छंती ठरलेली असे. अंगात ताप असताना पं. भीमसेन घागरीने पाणी आणत असताना त्यांचे वडील गुरुराव कुन्दगोळला पोचले. पोराचे हाल पाहून न राहवून सवाई गंधर्वांना काही तरी म्हणाले. सवाई गंधर्वांनी काय

म्हणावं? ''जे योग्य आहे तेच करतोय, तुम्हाला पसंत नसेल तर मुलाला घेऊन जाऊ शकता.'' भीमसेन काय म्हणाले? ''मी सुखात आहे, काळजी करू नका. असले प्रश्न विचारू नका.'' बाबा काय म्हणाले होते-''त्याला ताप आलाय, तरी पाणी आणायला सांगता?'' एवढेच. डोळे लाल झालेल्या, पाणी भरण्याच्या श्रमाने धापा टाकणाऱ्या मुलाने 'मी सुखात आहे' म्हणावं-ही घटना सर्वार्थाने बोलकी आहे.

पुढे संगीतातले भीष्माचार्य म्हणून प्रसिद्धी पावलेले पं. बाळकृष्णबुवा इचलकरंजीकर याचे दैव पाहा- देवजीबुवा परांजपे स्वभावाने सरळ, पण पत्नी खाष्ट. कामे तर करायचीच, पण तालमीच्या वेळी लांबची कामे सांगायची गुरुमाउली. मग संध्याकाळी देवदर्शनाला बाळकृष्णाला घेऊन जाऊन देवजीबुवा त्यांना गावाबाहेर नेऊन तालीम देत. घरी या बाई तंबोऱ्याची तार हाताने धरायच्या किंवा गुरुजींचे तोंडदेखील वेळ प्रसंगी धरायच्या-अशा गुरुपत्नी कमी; पण त्या नेमक्या बाळकृष्णबुवांच्या वाट्याला आल्या! मला कधी कधी वाटते की, बाळकृष्णबुवांच्या संगीतशिक्षणाची कथा ही एखाद्या नाटकासाठी चांगले कथानक म्हणून घेता येईल. अजूनपर्यंत एखाद्या नाटककाराचे याकडे लक्ष गेलेले नाही, एवढेच!

वझेबुवा उ. निसार हुसेन खाँकडे शिकायचे. खाँसाहेबांचे अंग व पाय दाबून द्यायचे काम असे. अखंड दाब देऊन हात थकायचे. मग वझेबुवांनी एक लाकडी थापटणं तयार केलं. खाँसाहेब भांगेच्या तारेत गेले की, थापटण्यानं पाय दाबायचे; खाँसाहेब खूश! शेवटपर्यंत ही युक्ती त्यांना कळली नाही, पण अशा गोष्टी अगदी विरळा.

गुरूंना खूश करणे व विद्या मिळवणे, हा त्या काळचा सनदशीर असा राजमार्ग होता. विद्या कशी मिळे, त्याचे पण किस्से आहेत. बाळकृष्णबुवांचीच ही गोष्ट आहे.

पहाटे गुरू उठण्यापूर्वी त्यांच्या घरी तंबोरा काढून गायला बसायचं, नंतर गुरुजी (वासुदेवबुवा जोशी) प्रातर्विधी आटोपून येऊन बसत. सकाळी ११ पर्यंत ही तालीम चाले. संध्या. ६ ते रात्री ११ पुन्हा तालीम. बुवांच्या परवानगीने हद्दूखाँचे चिरंजीव महंमद खाँ यांच्याबरोबर बाळकृष्णबुवा १ वर्ष फिरतीवर गेले. बडोद्याला मुक्काम पडला. तिथेही तालीम चाले. रात्री ११ नंतर बुवा घरी जाऊन जेवायचे. असे वर्षभर सुरू होते.

पुढे जर शिष्य मनात भरला, तर त्याची घरातली कामं दुसऱ्या नव्या शिष्याकडं जात आणि गायला मोकळीक मिळे. त्यातही आधीच्या (नव्या) शिष्यांना तासभर शिकवावे लागे.

ग्वाल्हेर घराण्याची तालीम म्हणजे खर्ज भरल्यानंतर यमनातली एखादी सरगम, मग अस्ताई-अंतरा, तो अगदी परंपरेनुसार. तालाच्या जागा, उठाव सर्व ठरलेले. तिलवाडे, आडा चौताले, झूमरे, अध्धा, एकताल, झपताल, तेवरा, रूपक यातील काहीही. मात्र ज्याला रूपकालाप म्हणतात, त्या धर्तीवर चीजांच्या स्वरयुक्त बोलांची जोडणी करायची. यात स्वतःचे काहीही घालायचे नाही. अशी शुद्ध नायकी हवी. लिखित रूपात काही नसे. विचारणे वगैरे काही नाही. यात खालच्या विद्यार्थ्याला शिकवताना आपले पाठ पक्के होत. यमनची तालीम हा हुकमी एक्का. बहुधा किराणा, जयपूर, ग्वाल्हेर सर्व घराण्यांत सारखा. पहाटे आणि रात्री पलटे घोटायचे. ख्यालाचे साचे-खाचे बैजवार आल्यावर मगच पुढे जायचे, असा नियम. एवढे घोटल्यावर उपजसुद्धा तदनुसारच व्हायची. यानंतर गुरुमाउली शिष्याला मागे बसवून गायला सांगणार. अशा प्रकारे गुरुबरहुकूम शिष्य-ही या काळची परंपरा! मैफलींना बरोबर नेऊन व्यवहाराचे व मैफलींचे शिक्षण द्यायचे असे.

आता या प्रकारे तयार झालेला शिष्य गुरुगृही झेललेले कष्ट बाहेर कसा बोलणार? तो गुरूंची गायकी अगदी तंतोतंत गाणारा झालेला असे. नंतर-नंतर त्याची व्यक्तिगत रूपाने विकसित झालेली गायकी फुलत असे-गुरूपासून वेगळा झाल्यावर! तो वेळेपावेतो एक गायकी गळ्यावर चढलेली असे. मग आपल्या व दुसऱ्याही घराण्यातले सुसंगत ते आपल्या गायकीत समाविष्ट केले जाई. या सुमारास स्वतंत्र मैफली करून 'गुरुदक्षिणा' पोचती केली जाई. ती नंतरपर्यंत कधी कधी देत राहण्याचा प्रघात असे. मग गुरूंनी अडकित्ता फेकून मारला व खोक पडल्यावर हळद भरायला स्वतःच धावले, या गोष्टींची दंतकथा बनून गुरूंच्या थोरवीत भर पडे. ब्राह्मण शिष्याने अभक्ष्य बनवणे हे दिव्य होते, हे मनावरून पुसून टाकले जाई. घागरीच्या घागरी पाणी भरून खांदा आजन्म दुखला, हे भूषण रूपाने मिरवले जाई. गुरुपत्नीने तंबोऱ्याच्या तारा धरून ठेवल्या, गुरूंच्या तोंडावर हात ठेवला, जीव द्यायचा प्रयत्न (स्वतःचा) केला-हे औदार्यपूर्वक सोडून दिले जाई. बखलेबुवांनी तस्त हाताशी नसल्याने गुरूंचा कफ हातात झेलला होता. काही काही गोष्टी त्या-त्या काळाच्या परिप्रेक्ष्यातून (Perspective) बाहेर काढून

पाहायच्या नसतात, हेच खरे. त्यातही ज्या मुलांसाठी संस्थानिकांकडून स्कॉलरशिप मिळे (उदा. विष्णुबुवा पलुस्कर), त्यांना थोडी वेगळी वर्तणूक मिळे. त्यांच्या बरोबरच्या शिष्यांना गोठ्यातही झोपावे लागे; पण ही अपरिहार्यता होती. घरात जागा असेल त्याप्रमाणे हे घडत असावे. त्यामुळे त्या-त्या काळच्या गोष्टी त्या काळाशी सुसंगत असतात.

आज काळ बदललाय. शिष्य फी देऊन शिकतात, शाळा-महाविद्यालयात गायन शिकवले जाते; पण ते कलेपेक्षा विद्येचे रूप घेते. त्यामुळे आजदेखील गुरुमुखी विद्येसाठी पॅटर्न थोडा निराळाच असतो. गुरुगृही जाऊन गुरूंचे, गुरूपत्नीचे चरणवंदन करून तंबोरा गवसणीतून काढून सरावास आरंभ करायचा असतो. जाताना काही कामे असल्यास विचारून करून टाकायची असतात.

तर-हे असे आहे, असेच राहणार आहे. प्रयोगशरण कलांच्या शिक्षणासाठी गुरूंना सर्वार्थाने शरण जाणेच श्रेयस्कर! दरबारी, तोडी, मुलतानीतील गांधार, मल्हारातील गांधार, निषाद याची स्थाने, ललत-मारव्यातील नरम व कडक स्वरांचे लगाव-हे येण्यासाठी शिष्यात मार्दवच असावे लागते!

सवाई गंधर्व महोत्सवात एके दिवशी कार्यक्रम संपल्यावर पं. फिरोज दस्तूर मांडवात चालता-चालता मधेच वाकून काही तरी उचलत होते. काय करताय, असं विचारलं तर म्हणाले- गुरुजींचं चित्र तिकिटावर छापलंय आणि लोक तिकिटं जमिनीवर टाकून जातात-ते चित्र पायदळी नको हो जायला! अशी ही अनन्यभावे केलेली गुरुभक्ती.

मुंबईला दस्तूरांचे घरी त्यांना शिकवायला सवाई गंधर्व येत. एक दिवस भरपूर पाऊस पडला. आता काही गुरुजी येऊ शकणार नाहीत, असे खिडकीतून रस्ता न्याहळत असलेल्या दस्तूरांना वाटले. तोच छत्री हातात धरून धोतर नेसलेली आकृती समोरून येताना दिसली. गुरुजी आले, भिजलेलं अंग कोरडं करून शिकवायला बसले. शिकवणं संपल्यावर जाण्यासाठी चप्पल घालू लागले, तोच चप्पल ऊबदार लागली. दस्तूरांच्या मातोश्रींनी गुरुजींच्या वहाणा तव्यावर तापवून घालण्याजोग्या कोरड्या करून ठेवल्या होत्या. सवाई गंधर्व संकोचून गेले. एकटे फिरोज दस्तूर नव्हे, तर सारं घरदारच गुरुजींवर श्रद्धा ठेवून होतं.

संगीतक्षेत्र हे एक अजब असं जग आहे. गुरूंनी, गुरुपत्नींनी शिष्यांचा नाना तऱ्हेने छळ केल्याची खूप उदाहरणं या संगीताच्या दुनियेत आहेत आणि तरीही गुरूंच्या आठवणीने आपल्या सत्तरी-पंचाहत्तरीत सद्गदित होणारे पुत्रवत्

शिष्यही इथेच सापडतात. माझ्या सासऱ्यांच्या तेराव्याला पुण्यातील आणि पुण्याबाहेरील बरेच शिष्य आले होते. पण जेवताना साठीच्या पुढचे शिष्यदेखील गहिवरून बोलत होते. जेवण कुणालाच गेले नाही; जणू काही ही सर्व विनायकबुवांची मुलेच होती-गुरूंना स्मरून रडणारी! तसे तर माझे सासरे स्वभावाने मवाळ नव्हते, पण विद्यादानाची त्यांची तळमळ बावनकशी होती. उभ्या भारतात विनायकबुवांइतकी शिष्यपरंपरा कुठल्याही गुरूंची नाही. आणि हे सर्व पैशासाठी नव्हे, तर गायनाचा प्रसार व्हावा म्हणून. पं. विनयचंद्र मौद्गल्य, पं. स. भ. देशपांडे हे दिल्ली व हैदराबादचे शिष्य; डॉ. शकुंतला पळसोकर अकोल्याच्या, भीमशंकर राव हैदराबादचे-ही सर्व मंडळी मी स्वत: पाहिली आहेत. बुवांबद्दल बोलताना त्यांना किती भरून येत असे, ते पाहून गुरूंनी त्यांना किती तळमळीने शिकवले असेल ते लक्षात येत असे. जवळजवळ सर्व शिष्यांच्या विद्यालयांच्या वाढीसाठी विनायकबुवा त्या-त्या शहरात गेले असताना गायले आहेत.

मी बुवांच्या घरातली, म्हणून मला हे सर्व वातावरण जवळून पाहिला मिळालं. पण इतर गुरूंच्या बाबतीतही गायनक्षेत्रात असंच वातावरण असतं. त्याचं प्रमुख कारण मला वाटतं हेच आहे की-विद्या जशा अभ्यास करून शिकता येतात, तसं कलांच्या बाबतीत होत नाही. कलाशिक्षणात गुरूचे असणे अनिवार्य असते-मग ते गायन असो, वादन असो वा नर्तन असो. प्रायोगिक कलांविषयी हे सर्वत्र आढळणारं सत्य आहे.

पं. दस्तूरांप्रमाणे गंगूबाई, भीमसेनजींना आपल्या गुरूविषयी-सवाई गंधर्वांविषयी अशाच भावना असत. उ. अल्लादियाखाँसाहेबांची शिष्यमंडळी त्यांच्याविषयी अशीच श्रद्धायुक्त अंत:करणाने बोलत असत.

पं. रविशंकर, विदुषी अन्नपूर्णादेवी, उ. अली अकबर खाँ, पं. निखिल बॅनर्जी हे सर्व लोक उ. अल्लाउद्दीनखाँ यांनी अक्षरश: घडविले. मग शिष्यांमध्ये का श्रद्धाभाव नसावा? तो असणारच. आपल्याला जगात ओळख मिळाली ती आपल्या गुरूंमुळे, ही भावना शिष्यांच्या मनात सदैव वसत असते. रागदारीतील किती तरी बंदिशींमध्ये 'गुरुबिन ज्ञान कहाँ से पाऊँ' हीच मध्यवर्ती कल्पना असते, ती यामुळेच.

कलाकारांच्या प्रांजळपणाच्या गोष्टींनी मी नेहमीच भारावून जाते. मातीचे पाय असलेली माणसे सर्वत्र भेटतात; तरीही माणूस पूर्णपणे वाईट अथवा पूर्णत: चांगला नसतो, हे मानूनच चालायला हवं.

श्रीमती गंगूबाईंना मुलाखतीदरम्यान एकदा विचारले गेले- तुम्ही नव्या बंदिशींची रचना करत नाही; असं का? त्या ताबडतोब म्हणाल्या-

अहो, तेवढं डोकंच नाही मला!

काय उत्तर आहे! आणि ते खरंही नाही. त्यांनी रचना केल्या; फक्त त्या फारशा गायल्या गेल्या नाहीत. पण असं उत्तर देताना गंगूबाई अजिबात कचरल्या नाहीत.

गुरुपौर्णिमेला माझे सासरे दर वर्षी एक नवा राग बसवून तो गुरूंना अर्पण करायचे (यातूनच पुढे त्यांच्या रागविज्ञान ५-६-७ व्या भागांची निर्मिती झाली). त्या वेळी त्यांचं एक वाक्य मी ऐकलंय-''या राजकल्याणात पंचम वर्ज्य आहे. मी तो वर्ज्यच ठेवण्याचा प्रयत्न करणार आहे. पण असं पाहा-शेवट ती हवा आहे, श्वास आहे; एखादे वेळी पंचम लागूनही जाईल.'' मोठी माणसे आणखी मोठी वाटू लागतात, ती अशा गोष्टींमुळे!

पं. भीमसेनजींची गुरुभक्ती प्रसिद्धच आहे. भक्तीनं सेवा करून ते सवाई गंधर्वांकडे शिकले. त्यांनी गुरुजींना वाहिलेल्या दोन ओळींच्या श्रद्धांजलीतून त्यांचं उत्कट गुरुप्रेम दिसून येतं. ''इच्छा एकच आहे-पुन्हा मला गायकाचा जन्म मिळावा. रामभाऊ कुंदगोळकर गुरू म्हणून लाभावेत. पुण्यतिथी न होता ते साकार असावेत, एवढीच श्रद्धांजली.'' धन्य ते गुरू आणि धन्य शिष्याची गुरुनिष्ठा!

मानसशास्त्रीय दृष्टिकोनातून शिष्याच्या नानाविध छळांचे एक कारण सापडते. ते म्हणजे, त्याच्यातील अहंपणाचा लोप होणे आणि त्याने निर्विवादपणे, सर्वस्वाने गुरूंचे ठायी समर्पित होणे. पं. भीमसेनांनी गुरुगृही पाणक्यासारखे पाणी भरले, विदुषी गंगूबाईंची शिकवणी ऐकली; पण गुरूंनी साक्षात समोर बसवून शिकवण्यापूर्वी त्यांची शिकण्याची, शिष्यभावाची बैठक भक्कमपणे तयार झाली होती. बाळकृष्णबुवांपासून अशी प्रथा होती की, नव्या आलेल्या शिष्याने प्रथम सीनिअर शिष्यांकडेच शिक्षण घ्यायचे, नंतर म्हणजे गुरूच्या मते तो शिकण्यास योग्य झाल्यावर त्याला गुरूंकडे शिकण्याचे भाग्य प्राप्त होई. आपल्या आजच्या शिक्षणपद्धतीत पैसे देऊन शिक्षण मिळण्याची व्यवस्था निर्माण केली गेलेली आहे. पण जुन्या काळी

''गुरुशुश्रूषया विद्या, पुष्कलेन धनेन वा,
अथवा
विद्यया विद्या, चतुर्थं नैव कारणम्।''

असे म्हटले गेले. गुरुसेवेने, अपार अशा धनसंपत्तीने अथवा विद्येने (म्हणजे येत असलेल्या विद्येच्या साह्याने विद्या वाढवीत जाऊन) अशीच विद्याप्राप्ती होत असे. किंबहुना, अधिक साक्षेपाने म्हणायचे झाल्यास-

आचार्यात् पादमादद्यात्, पादं शिष्यः स्वमेधया।
पादं कालेन लभते, पादं सब्रह्मचारिभिः।।

असे वर्णन केले गेले आहे.

हे सर्व गुरुकुलात राहून संस्कृत शिक्षणाच्या (वगैरे) संदर्भात असले, तरी विद्याप्राप्तीच्या वाटेवर गुरूचे फक्त साह्य कुठेच अभिप्रेत नाही. तिथे गुरूची सेवा-शुश्रूषा आहे. राजकुलातली मुले धन घेऊन येत, तरीही गुरुसेवा करणे अध्याहृत होते. गुरूने शिकवलेला एक चरण, शिष्याने आपल्या प्रतिभेने प्राप्त केलेला दुसरा चरण, काळाच्या ओघात अनुभवाने मिळणारा तिसरा आणि सहाध्यायांकडून मिळणारा चौथा चरण-असे तपोवनांमधील शिक्षण असे. आपल्या संगीतविश्वातसुद्धा गरीब-श्रीमंत भेद नसे. अपवाद संस्थानिक मंडळींचा असे. मैहरच्या उ. अल्लाउद्दीनखाँकडे तेथील राजे शिकत, तेव्हा वातावरण कदाचित वेगळे असेल; आणि तरीही राजे-महाराजे संगीतगुरूंचा यथोचित मान राखत.

थोडे विषयांतर झाले. संगीतगुरूंकडील सेवाव्रताचे एकच उद्दिष्ट दिसते. ते म्हणजे, शिष्यातील अहंभावाचा लोप होऊन तो गुरुपदी लीन होणे. बहुधा म्हणूनच शिष्यांनी पुढे जाऊन गुरुगृही उपसलेल्या कष्टांची विशेष वाच्यता केलेली नाही; उलट गुरूंनी मला चांगला माणूस बनविले, मला घडविले, विद्येची आवड निर्माण केली, कलाप्रस्तुतीची नजर दिली, त्याचबरोबर सभ्य-संभ्रांत लोकांच्या समाजात कसे वावरायचे याचे धडे दिले-असाच एकूण शिष्यमंडळींचा अभिप्राय दिसतो. शिष्य जेव्हा गुरूकडे तालीम घेत असे; त्याच काळात गुरूंचा, गुरुबंधूंचा रियाज ऐकत असे. गुरूंनी परवानगी दिल्यावर (शिष्यास कमीत कमी किती येते, दुसऱ्याचे ऐकून याचे गाणे बिघडणार नाही ना, हा त्या दुसऱ्या गाण्यात वाहवत जाणार नाही ना वगैरे गोष्टींचा अंदाज घेऊन ही परवानगी दिली जात असे) इतर गवयांचे गाणे ऐकत असे, स्वतः विचार करत असे.

पं. बाळकृष्णबुवांविषयी असं सांगतात की, ते जेव्हा एखाद्या ठिकाणी प्रवेश करायचे; तेव्हा त्या खोलीतील वा सभागृहातील मंडळी उठून उभी राहत. हे आदर देण्यासाठीचे उत्थापन त्यांच्या ठायी असलेल्या खऱ्याखुऱ्या 'गुरुत्वा'साठी असे.

राजवाडे मंगल कार्यालयात विद्यालयाचा गुरुपौर्णिमा कार्यक्रम ठरलेला असे आणि ती. मामा तिथे एक नवा राग गुरुचरणी अर्पण करणार, हेही ठरलेले होते. राजवाडे कार्यालयातली गुरुपौर्णिमा म्हणजे आधी शिष्यमंडळी (त्यात मीही आलेच) गात, नंतर शेवटी ती. मामा गायला बसत. मागे चार शिष्य तंबोऱ्याला बसत. आरंभी ती. मामा 'आज मी हा अमुक अमुक राग गाणार आहे, त्यात असे-असे स्वर आहेत, आरोह-अवरोहातील वर्ज्यावर्ज्य' वगैरे सांगत, ते श्रोत्यांना उद्देशून असे. मात्र शिष्यांना त्या रागाची आधी तालीम दिलेली नसल्याने त्या वेळची श्रोत्यांना उद्देशून असलेली माहिती शिष्य कानात प्राण आणून ऐकत आणि नंतर मागे गातांना त्याप्रमाणे गात. एकेका स्वराची बढत करताना मैफलीची अशी रीत असते की, मुख्य गायकाने वरचा स्वर लावल्यानंतरच मागच्या साथीदाराने तो स्वर लावायचा, पण चुकून गाण्याच्या भरात शिष्याने गुरूहून चढ स्वर लावला तरी ती. बुवा संतापत नसत. आश्चर्यचकित झाल्याचा भाव त्यांच्या चेहऱ्यावर दिसे आणि पुढील आलापात तो स्वर घेऊन क्वचितप्रसंगी त्यापुढील स्वरही लावत. मात्र नंतर पुन्हा आलापीत पूर्वलक्ष्यी स्वरांचा विलास सुरू होई. छोट्या ख्यालांच्या बंदिशीत ग्वाल्हेरी वळणाची लयकारी, बोल बनाव-बोलताना-दुपटीच्या ताना, नंतर ताना, थोडी सरगम-असे सर्व रंग असत. मागे तंबोऱ्यावर असलेले शिष्य आपल्या मनाने उपज करत. हल्ली गायकाचे अनुकरण मागे बसलेल्याने करायचे, असा प्रकार सर्रास असतो. मामांची मात्र शिष्यांना मोकळीक देण्याची तऱ्हा होती. गुरुपौर्णिमेचे अनवट राग ही खासियत असे; पण एरवी मैफलीत लोकप्रिय रागच गात. केदार, कामोद, हमीर, जयजयवंती, पूर्वाकल्याण (पूरिया कल्याण नव्हे), बहार, बागेश्री, मालगुंजी वगैरे राग त्यांना प्रिय होते. पैकी मालगुंजी खास घराण्याचा.

पं. विनायकबुवांनी कारकिर्दीतली पहिली दहा वर्षे-१९२२-३२ हा काळ गंधर्व नाटक मंडळीत घालविला. नाटकातले गाणे हे मध्य व तार सप्तकातच अधिक गायलं जाणारं गाणं असतं. ('मृगनयना रसिकमोहिनी'सारखी दरबारी कानड्यातली मंद्र सप्तकातही रंगवली जाणारी पदं ही अपवादात्मकच) त्या दहा वर्षांचा परिणाम असेल, पं. विष्णू दिगंबरांची गायनशैली स्वत:च्या प्रकृतिस्वभावाप्रमाणे गळ्यावर चढवताना झालेले संस्कार असतील किंवा स्वभावगत जोश-जोरकसपणा असेल; कारणे काहीही असोत-मामांचे गाणे मंद्र सप्तकात कमी रेंगाळत असे. एक ज्येष्ठ शिष्य पं. विनायकराव आठवले म्हणाले त्यानुसार,

त्या काळचे 'दंगली गवई' म्हणजे कॉन्फरन्सेसमध्ये सतत चमकणारे गायकलोक अशाच प्रकारे गात असत. त्यात आणखी एक कारण म्हणजे, माइक सिस्टीमशिवाय गाण्याच्या काळात उंच पट्टी ठेवून गाण्याकडे कल असे. कॉन्फरन्समध्ये आपल्या आधी गाऊन गेलेला गायक पांढरी दोन पट्टीत गायला असेल; तर नंतरच्या गायकाने आपली पट्टी पांढरी तीन ठेवायची, अशी प्रथा असे. उंच स्वरात आक्रमक गाऊन मैफल काबीज करणे, या संकल्पनेत संथ गायकीला विशेष वाव नसे. एका कलाकाराची स्वतंत्र मैफल असेल, तेव्हा गायनाची धाटणी वेगळी ठेवत असत. कॉन्फरन्समध्ये दोन-दोन तबलजी घेऊनही गात असत. तीन तबलजी घेऊन कलाकार गायल्याचीही उदाहरणे आहेत. मी असे कार्यक्रम ऐकलेले नाहीत, पण किस्से मात्र जरूर ऐकले आहेत. मागे दोनपेक्षा जास्त (गाणारे) साथीदार, दोन-दोन तबलावादक, सारंगीवादक असा ताफा असे आणि या सर्वांत आपला आवाज प्रभावी वाटावा म्हणून मध्य व तार सप्तकाकडे झुकणारी गायकी असे. तानांमध्ये टीप (अतितार षडज्) लावणे, ही पद्धत होती.

आजकालच्या मैफली वेगळ्या असतात. कदाचित काही दशकांचा काळ उलटल्याने श्रोते संथ गायकी, संथ वादन ऐकणारे झाले आहेत. एक राग तासाहून जास्त वेळ रंगविण्याची प्रथा पडली आहे. कुशल व प्रसिद्ध सतारवादक, व्हायोलिनवादक व बासरीवादक झिंझोटीसारखे रागसुद्धा बैठकीत दीड-दीड तास रंगवतात आणि श्रोतेही दाद देतात.

पुण्या-मुंबईची गानसंस्कृती-'श्रवणसंस्कृती' म्हणू या, या बाबतीत विशिष्ट आहे. कलाकाराला शांतपणे ऐकणे, पाहिजे तेथे दाद देऊन त्याचा उत्साह वाढवणे हे मोठ्या शहरांतून खूप पाहायला मिळते. मिरज, सांगली, इचलकरंजीसारख्या तुलनेने लहान शहरांत मैफली कमी होतात. पण तेथेही दर्दी श्रोते आहेत. शेती, बागायत वगैरेंत व्यग्र असलेली मंडळीदेखील नियमितपणे या कमी प्रमाणात होणाऱ्या मैफलींना हजर असतात. त्यांचे कान खूप तयार असतात.

याचे एकच उदाहरण पाहा-एका गावात एका प्रख्यात गायिकेचे गाणे होते. नेहमीचा तबलजी अपरिहार्य कारणाने येऊ न शकल्याने गावातील स्थानिक तबलजी घेऊन बाई गायल्या. गाणे अगदी नेहमीसारखे रंगले नाही. एका सधन बागायतदाराची प्रतिक्रिया अशी होती- "बाई मागच्या वर्षीसारख्या जमून गायल्या नाहीत. तबलजीनं लय दिलीन् नाही हो मनासारखी!" त्या गृहस्थांना राग-ताल-मात्रा हे व्याकरण कळत नव्हते; पण वरील प्रतिक्रिया सांगते की, गृहस्थ

गाण्याचा दर्दी होता. आदल्या वर्षीही कार्यक्रमांना हजर होता, म्हणजे नियमित मैफली ऐकणारा श्रोता होता.

***

४.
गुरुमुखी विद्या

ती. मामा गायला बसलेत-एक अमूल्य क्षण! असे क्षण शांतपणे मनोमन टिपून घ्यायचे असतात. काय गातायत मामा!

रे नि॒ सा रे ग सा रे ग, रे॒ सा -

सा प म ध प, नि ध म ग रे, रे ग प रे ग रे॒ सा

रे सा नि॒ सा रे ग रे ग (बहादुरी ना मामा?)

पुढे शब्द उमटतायत- जाको ध्याऽन धरत जोगीजन...

मी कानात साठवते आहे. ते १९६३ हे वर्ष असावे. पाचव्या भागातील रागांच्या आवृत्त्या चालल्या आहेत-

कसं मस्त कळतं ना मामांचं गाणं ऐकता-ऐकता! स्पष्टता आहे. रागशुद्धता? आहे. स्वरांचे नेमकेपण? आहे. डग्गा धरून गात नाहीयेत, तरी मला रूपकचं वजन नितळपणे लक्षात येतंय! आता कोणी तडमडू नका, बेल नका वाजवू... काही काही व्यत्यय नको. एकदा ऐकलं की हृदयात, डोक्यात पक्कं जाऊन बसतं. असेच सर्व राग पाचव्या भागातले मी ऐकत-ऐकत पाठ केलेत. घर नवं, वातावरण नवं; पुणं नवं, पण गाणं ग्रहण करताना कुठेच, काहीच अडचण होत नाहीये या नवेपणाची! मामांनी जगाच्या अंतापर्यंत असं गात राहावं... रोज कानांत प्राण आणून ऐकेन मी! ग्रहणशक्ती असतेच ना आपली आपल्याजवळ? फक्त व्यवधान नको दुसरे काही...

आता २०१२ मध्ये ती. मामांचा तो बहादुरी आठवतोय-जसाच्या तसा. आणि शिकताना मुलींचा स्वर हलला की, मी अस्वस्थ होतेय. असं नव्हे गं मुलींनो- ऐका जरा- मग मी गाऊ लागते, तेच १९६३ मध्ये ऐकलेले मामांचे बहादुरीचे स्वर. तेच लयीत गुंफलेले गाणे आणि नवल म्हणजे मुलींना पटकन्

कळतंय ते सर्व... आणि मग...

बाई, तुमच्या डोळ्यांत पाणी... का हो...? अगं, तुम्हाला काय सांगू? एक अनिर्वचनीय अशी जात असते आनंदाची... सर्वच्या सर्व लख्ख आठवतंय. ते मला शिकवण्यासाठीच गात होते का? असेल बहुधा. कारण ते सर्व कठीण राग मला श्रवणभक्ती करून आकळले होते (नंतर शिकलेदेखील मी, पण ऐकून आधीच कळले होते.) तेव्हा जाणवले नाही; पण आता तुम्ही चुकलात ना मुलींनो की, मी तंबोरा हातात घेऊन ते मामांचे आठवत असलेले स्वर त्याच शुद्धतेने, नेटकेपणे, अचूकपणे, समरसतेने गाऊ लागते आणि तुम्ही...

'शिष्यः छिन्नसंशयः'...

अशा होऊन जाता...

गुरुमुखी विद्या ही अशी असते. खूप घोटून घेतले मामांनी, त्याशिवाय का पाठ झालं सगळं! शिकवायला बसले की ते फक्त गुरू असायचे; वडील, सासरे काही काही नाही–फक्त गुरू. शिष्यांच्या गळ्यातून आपल्याला पाहिजे ते, पाहिजे तसे निघेपर्यंत पुनः पुन्हा म्हणायला लावायचे.

स्पॉन्सरशिप शब्दांचा उदय झालेला नव्हता; त्या काळात संस्थानिकांनी कलावंत, मल्ल यांसाठी खूप काही केले. पं. विष्णू दिगंबर पलुस्करांच्या मृत्यूनंतर मिरजेचे संस्थानिक श्रीमंत बाळासाहेब पटवर्धन यांनी आणि १९३९ मध्ये त्यांचे निधन झाल्यावर त्यांचे चिरंजीव तात्यासाहेब पटवर्धन यांनी वर्षासन म्हणून ती. आईसाहेब व बापूरावांसाठी (पं. डी. व्ही. पलुस्कर) रु. १२०/- देणे सुरू ठेवले. ही देणगी १९४३-४४ पर्यंत येत असे. त्या काळात हे पैसे मोलाचे होते. काही गुरुबंधूही पं. विनायकबुवांकडे बापूरावांसाठी काही रक्कम पाठवत. एक आठवण अशी की–संस्थानिक श्रीमंत बाळासाहेब पटवर्धन यांनी पं. विष्णू दिगंबरांकडे गाणे शिकलेले आणि बापूरावांचे ज्येष्ठ गुरुबंधू म्हणून देणगीच्या पावतीवर प्रथम विनायकबुवांची सही घेतली होती. विनायकबुवांनी मोठ्या अभिमानाने सही केली होती. आईसाहेब व बापूराव १९३१ ते १९३५ पर्यंत नाशिकला 'रामनाथ आधार आश्रमा'तच राहत असत. तिथून १९३५ मध्ये पं. नारायणराव व्यासांनी मे महिन्यात दोघांना मुंबईला नेले. पण त्यांचे दौरे वगैरे तेव्हा खूप असायचे आणि गुरुमाता रमाबाई आईसाहेब यांचं देवाला जाणे वगैरे मुंबईत सुलभतेने होणार नाही, अशा विचाराने त्यांनी या दोघांना पुण्याला पं. विनायकबुवांकडे पाठवून दिले, असा सर्व इतिहास आहे. यातले ती. मामा सहसा काही बोलत नसत.

भारतातले तत्कालीन १६-१७ प्रांत, पाकिस्तानातील ७-८ शहरे; नेपाळ, रशिया, पोलंड, झेकोस्लोव्हाकिया अशा ठिकाणी विनायकबुवांनी शेकडो मैफली केल्या. १८ पुस्तके प्रकाशित केली, त्यांत रागविज्ञानमालिकेची ७ पुस्तके मेरुमणी ठरली. सन १९२२ ते ३२ या काळात गंधर्व नाटक मंडळीत असताना 'शाकुंतल', 'मृच्छकटिक', 'स्वयंवर', 'मानापमान', 'द्रौपदी'पासून 'विधिलिखित' (वसंत शांताराम देसाई लिखित) नाटकापर्यंत किती तरी भूमिका केल्या. पण नाटकांच्या कालखंडातही त्यांची संध्या, जप सुटला नाही. नाटक कंपनीतही त्यांचा दरारा असे, आदरभाव असे. मी स्वत: त्यांच्या व जयमालाबाईंच्या भूमिका असलेल्या नाटकात नाटकापूर्वी जयमालाबाईंना त्यांना वाकून नमस्कार करताना पाह्यले आहे. नाटक झाल्यावर घरी आल्यावर मी म्हटले, "मामा, अहो-त्या तुमच्या नायिका होत्या-आणि तरी त्यांनी तुम्हाला साष्टांग नमस्कार कसा केला? तिथे तर प्रेमाचे सीन रंगवायचे होते!" निर्व्याजपणे हसून मामा म्हणाले, "खुळी आहेस, झालं!"

खरंच मी खुळी होते. त्या काळच्या नाटकांमध्ये प्रेमाचे फक्त सूचन असे, शृंगाराचे उघड-उघड प्रदर्शन करणे प्रशस्त मानत नसत. त्यातून ती. मामा म्हणजे शुचिर्भूत ब्राह्मण, संध्यावंदन करणारे नट; त्यामुळे जसे गानविश्वात त्यांना लोक वंदन करत, तसेच नाट्यविश्वातही घडत असे.

मला नक्की निमित्त आठवत नाही. गांधर्व महाविद्यालयात पं. वसंतराव घोरपडकर या त्या काळात नवोदित असलेल्या पखवाजवादकाचा कार्यक्रम ठेवला होता. पखवाज मनासारखा लागत नव्हता. त्याच्या एका बाजूला भिजवलेली कणीक लावतात, ते काही नीट जमत नव्हते. अचानक पं. विनायकबुवांनी वसंतरावांना मार्गदर्शन केले आणि त्या वेळी मला प्रथम कळले की, आपल्या मामांना पखवाजवादनही येते. ते १९६४-६५ वर्ष असावे. मी पटवर्धनांच्या घरात नव्याने आलेली सून होते. अशाच हळूहळू एकेक गोष्टी कळत गेल्या, ती. मामांचे मोठेपण आकळू लागले.

गु. पं. विनायकबुवांचे सख्खे काका पं. गुरुदेवजी पटवर्धन हे पखवाज व तबल्यावर प्रभुत्व मिळविलेले अधिकारी पुरुष होते. लाहोरला पं. विष्णू दिगंबरांनी स्थापित केलेल्या गांधर्व महाविद्यालयात ते व्हाइस प्रिन्सिपॉल होते. पं. विनायकबुवांना लाहोरला त्यांचा सहवास व मार्गदर्शन लाभले. विनायकबुवांचे आणखी एक नातलग-चुलत भाऊ श्री. रघुनाथराव पटवर्धन हे त्यांच्याआधी दोन वर्षे (१९०५ मध्ये) लाहोरला शिकायला गेले व प्रख्यात व्हायोलिनवादक झाले.

विनायकबुवांचे व त्यांचे नाते भावाचे, पण दोघांत फार स्नेहभाव होता. (पं. रविशंकरांचे गुरुकन्येशी लग्न झाले होते; थोडासा तसाच प्रकार रघुनाथरावांच्या बाबतीत घडला. पं. विष्णू दिगंबरांच्या बहिणीच्या मुलीशी म्हणजे तबला-पखवाजवादक पं. बाबूराव गोखले यांच्या बहिणीशी त्यांचा विवाह झाला.)

पं. विनायकबुवांना अशा प्रकारे लाहोरच्या गुरुकुलात सर्व विद्यार्थ्यांबरोबर पं. विष्णू दिगंबरांचे मार्गदर्शन लाभलेच, शिवाय पं. गुरुदेवजी व रघुनाथरावांच्या सहवासाने विद्येचा विकास होण्यास हातभार लागला असेलसे वाटते.

मी एकदा घरी आल्यावर त्यांना विचारलं (असं विचारण्याचं वगैरे धाडस मीच करू जाणे!)... मामा, तुम्हीच लिहिलेली पुस्तकं तुम्ही मुलींना का उघडू देत नाही?... पण आताची मी असते, तर हा प्रश्न विचारलाच नसता. आता मलासुद्धा मी शिकवताना मुलींनी पुस्तक उघडलेलं चालत नाही... पुस्तकात लिहिलेलं गाणं ही एक प्रकारे तडजोड असते. गायलं जात असलेलं सर्वच्या सर्व-म्हणजे हरकती, पॉज, मॉड्यूलेशन, त्यातून उपजणारं नाट्य म्हणजे आवाजाद्वारे होणारा अभिनय हे सर्व-नोटेशनच्या ठोकळ्यांतून उमटणं शक्य नसतं. या अर्थानं तडजोड हा शब्द मी वापरते आहे. वाचणाऱ्याला क्लिष्ट न वाटेल इतपतच चिन्हांचा वापर करता येतो आणि या मर्यादेसकट बंदिश स्वरलिपीत बद्ध होते. म्हणून ''आधी पुस्तकं बंद करा,'' हा त्यांचा आदेश असे. पुढे शिकून झाल्यावर म्हणून दाखवताना ''बशिवल्यागत म्हणू नका.'' ही आज्ञा असे.

मागे वळून पाहताना लक्षात येतं की, त्या काळातल्या संगीतशिक्षणातलं तंत्र आणि मंत्र तेव्हा जरी कळला नाही, तरी आता तो लक्षात येतोय. तो असा की... पुस्तकं न पाहता घोकता-घोकता ते आकार-उकार, बहलावे, दीर्घ-लघु स्वर, लगाव इतके पाठ होत की; त्यातून उपज सुचू लागे. आणि ती न सुचल्यास मात्र 'बशिवल्यागत' म्हणजे फक्त तंत्र पाठ करून झालेली घोकंपट्टी पाठ म्हणून दाखवली जाई आणि त्यावर उतारा म्हणजे पुन्हा घासणे! यातून एक फार मोठा फायदा होत असे. गाणं गळ्यावर चढत जाई. ती-ती वळणं, वेलांट्या, दीर्घत्व-जोरकस व हळुवार जागा घेऊन-घेऊन गळ्याला वजन व फिरत प्राप्त होई आणि स्वत:ची उपज करता येऊ लागे.

आता विद्यार्थी रोज येत नाहीत, आठवड्यातून एक-दोन दिवस येतात; त्यामुळं गाणं शिकवण्याचं तंत्र बदललंय. विद्यार्थ्यांचा आय.क्यू. चांगला. पुन्हा ते सुशिक्षित. त्यामुळे डोक्यानं, बुद्धीनं शिकतात. पूर्वी गाणं गळ्यानं शिकायचं

असे. आता समोर पुस्तक, वही आणि रेकॉर्डिंगसाठी आयपॉड, मोबाईल असेच काही तरी. त्यामुळे; आपल्याला ख्यालाचं, मध्य लयीतल्या बंदिशीचं नोटेशन आलंय आणि रेकॉर्डिंग जवळ आहेच-असा निवांतपणा येतो... आणि तोच संगीतशिक्षणाला घातक आहे. शिकताना जी आच हवी, जो सल हवा; तो या पद्धतीत राहत नाही. नोटेशन ही गुरुकिल्ली बनते आहे. खरं तर त्यामुळं फक्त ख्यालाचं स्केलेटन, ढाचा कळतो पण डोक्यानं शिकण्यानं लवकर शिकून होते, हा भ्रम तयार झालाय. नोटेशनचे फायदे जरूर आहेत-पण गुरुमुखी शिक्षणात 'मी म्हणतो तसं म्हण'-ही अट असे, ती नोटेशनचा आधार घेऊन शिकण्यात नष्ट होते आहे. सर्वांसाठी संगीत आणि सर्व जण संगीतासाठी-Music for everybody & everybody is for Music या संगीताच्या लोकशाहीकरणानं या ढोबळ मानानं शिकण्या-शिकवण्याच्या पद्धतीनं कानसेन खूप तयार होत आहेत, पण कलाकार तयार होणं दुरापास्त झालं आहे.

मी १९६२ पासून ती. मामांचं शिकवणं अनुभवलं. तत्पूर्वीही ते खूप पोटतिडकीने शिकवत असत, असं माझ्या ज्येष्ठ गुरुबंधू-भगिनींचं सांगणं असे. त्यामुळंच त्यांच्याविषयीची गुरुभक्तीची भावना जुन्या शिष्यमंडळींमध्येही तितकीच तीव्र होती. सौ. पद्माताई (मौद्गल्य)- माधवीला घेऊन पुण्याला सौ. अक्कांना भेटायला १९७१ च्या मध्यावर आल्या होत्या. गाणारे घरी आले की, त्याला गायला लावायची अक्कांना हौस. तशा माधवीला म्हणाल्या, नाचून दाखव. पं. विनयचंद्र मौद्गल्यांची ही मुलगी ओडिशी नृत्यांगना झाली पुढे, तिला पद्मश्रीही मिळाली नंतर... तर, ती छोटी मुलगी आपल्या आईला म्हणाली-तबलासाथ वगैरे नाही; नाचू कशी? यावर पद्माताई मौद्गल्यांचे उत्तर-"नहीं बेटे, यह घर ऐसा है जहाँ मना नहीं कर सकते. जैसा हो सके थोड़ी देर नाच के दिखाओ।"

खरंच... ती. मामांचं घर असं होतं की, शिष्यमंडळी तिथं नतमस्तक होत. अक्कांच्या आजारपणात भेटायला आलेल्या पं. मौद्गल्यांना अक्का म्हणाल्या, "विनयचंद्रा, तू आज मला भेटायला आलायस; पण तुझी भक्ती 'स्वत:'वरच आहे." (यजमानांचा उल्लेख त्या 'स्वत:' असा करीत असत.) तर भाईजी गहिवरून म्हणाले,

"पंडितजी तो साक्षात् सूरज हैं।"

ही सर्वच शिष्यमंडळींची भावना होती, तिचं प्रातिनिधिक असं प्रकटीकरण भाईजींनी केलं होतं. (पुढे अक्का वारल्याच! ही १९७१ मधील गोष्ट.)

थोडं विषयांतर झालं. मुद्दा होता की, ती. मामा मला जसं शिकवत तसंच पूर्वीपासून शिकवत होते का, हा. तर जुनी शिष्यमंडळी उदा.-ती. नारायणराव (माझे थोरले दीर) वगैरे जे सांगत, त्यावरून वाटते की त्यांची शिकवण्याची पद्धत तेव्हाही तशीच होती. मात्र श्री. जंगम, श्री. भाईजी (मौद्‌गल्य), पं. स. भ. देशपांडे, पं. मुकुंदबुवा गोखले, प्रा. वि. दा. घाटे, श्री. बलवंतराय जसवाल वगैरे मंडळी भाग्यवान. त्यांना तरुणपणातले मामा पाहायला, अनुभवायला मिळाले; त्यांच्या गाजलेल्या मैफलीत मागे साथ करायला मिळाली. शिकवणे मात्र सदैव सारखेच होते; असावे.

बंदिश घोटवून घेतल्याशिवाय ती. मामा पुढे जाऊ देत नसत. गाण्याची बढत बंदिशीच्या अंगाने करणे, यासाठी बंदिश-तिचे सर्व आकार-उकार-उच्चारांसह-घोकली जाणं आवश्यक आहे. मला पहिला ख्याल शिकवला, तेव्हा त्यांनी १४-१५ वेळा ठिकठिकाणी थांबवून तो दुरुस्त करून घेऊन घोकायला लावला होता. 'बंदिश देख के गाओ' हे जे सूत्र आहे, त्यासाठी हे घोकणे आवश्यक होते. रूपकालाप या संज्ञेने रागाची जी आलापी केली जाते, तिच्या मुळाशी हे बंदिश घोकण्याचे तंत्र आहे.

पं. विष्णू दिगंबरांच्या शिष्यमंडळींत प्रख्यात गाणारे म्हणजे पं. ओंकारनाथ, पं. विनायकबुवा, पं. नारायणराव व्यास, पं. वामनराव पाध्ये, पं. लक्ष्मणराव बोडस वगैरे. या सर्व कलाकारांपैकी शिष्यांना विद्यादान करणाऱ्यांत विनायकबुवा अग्रस्थानी होते. भारतातल्या जवळजवळ सर्व प्रमुख शहरांत त्यांचे शिष्य आहेत व होते. आणि तरी बुवांचा गाणे शिकवण्यात दर्जा कमी नव्हता. याचं एक बोलकं उदाहरण म्हणजे, पं. विनायकबुवांनी आपल्या चिरंजीवांना (श्री. नारायणरावांना) खट रागातील एक बंदिश शिकवली. उ. अल्लादियांनी ती ऐकून बुवांना विचारले की, कुठून मिळाली? म्हणजे खटाचे हे रूप तुम्हाला कोणी दिले? बुवा म्हणाले की, माझे गुरुजी पं. विष्णू दिगंबर यांनी. पण उ. अल्लादियांचे समाधान झाले नाही. मग त्यांना कुणाकडून मिळाली, असे त्यांनी विचारले असता विनायकबुवा म्हणाले की, पं. बाळकृष्णबुवांकडून. मग मात्र अल्लादिया खाँसाहेबांचे समाधान झाले. इतक्या पिढ्यांनंतरही मूळ स्वरूपात बंदिश शिकवली जाते आहे म्हणजे तालीम देणारे मूळ गुरू चांगले असले पाहिजेत, हा अल्लादियांचा होरा खरा ठरला. तात्पर्य असे की, शिष्यांची संख्या वाढली तरी विद्येचा स्तर, पोत कमी होता कामा नये. (खटाचे दोन प्रकार आहेत आणि खट हा जास्त करून

जयपूर घराण्याचे लोक गातात, हे इथे नमूद करायला हवं!) बंदिशीला शास्त्रीय संगीतात किती महत्त्वाचं स्थान आहे, हे वरील हकीगतीवरून कळतं. बंदिशीच्या प्रस्तुतीकरणावरून गायकाची गाण्यातली खोली अजमावली जात असे.

म्हणूनच रागातली सोपी बंदिश प्राथमिक गाणे शिकणाऱ्या विद्यार्थ्यांकडून घोटून घेतली जाते आणि गाण्यात विद्यार्थी मुरला की, मगच त्याला कठीण बंदिशी शिकवल्या जातात. (वरील उदाहरण तशा कठीण बंदिश शिक्षणासंदर्भातले आहे.)

मात्र 'बाबा वाक्यं प्रमाणम्' हे सर्वत्र आचरले जात नसे. रागांविषयीचे सर्व मतभेद ते सांगत असत. तसंच त्यांना तान लखलखीत निघालेली हवी असे. पुढच्या काळात आणखी एक गोष्ट लक्षात येत गेली–मामा रागात मंद्र सप्तकात गायला लावत; पण अमुक एका स्वरापर्यंत जायला हवं, असा आग्रह नसे. खर्ज साधना खूप करायला हवी, असं त्यांचं सांगणं कधी नसे; उलट जास्त खर्ज साधनेनं आवाजाचा नैसर्गिक पोत बदलून तो किंचित जाडसर होण्याची भीती असते. म्हणून खर्जाचा रियाज तितका करू नये, असंच त्यांचं मत होतं. मात्र या गोष्टी ओघानं आल्या, म्हणजेच ते सांगत.

इथे आणखी एका विषयाचा सूत्रपात होऊ घातलाय, त्यामुळे त्याबद्दल थोडेसे. अशा प्रकारे वेगवेगळ्या स्वरांनी आरंभ होणाऱ्या बंदिशींसाठी आलापी वेगवेगळी करताना रागाचा एक शाश्वत असा रसभाव राहत नाही. मंद्र निषादावर सम असलेल्या ख्यालासाठी आलाप संपवताना घ्यायच्या हरकती आणि मध्य पंचम वा मध्य षड्जावर सम असलेल्या ख्यालासाठीच्या आलापाची समाप्ती वेगवेगळी व भिन्न रसभावाची वाटणार. म्हणजे एका रागाचा एकच एक असा स्थायी रसभाव नसणार, हे ओघाने आले. म्हणूनच रागदारी संगीतात साहित्यशास्त्रातले नवरस आणण्याचा वा तो असल्याचा अट्टहास करू नये. अभिजात शास्त्रीय संगीतात आनंददायी भाव असतो, याहून वेगळी लेबले त्याला लावू नयेत. ख्यालाची धाटणी मंद्र-मध्य सप्तकातली असली आणि छोट्या ख्यालाची मध्य-तार सप्तकातली असली, तर मध्य लयीतल्या बंदिशीवर होणारी तानबाजी ही सर्व रागांत कमी-अधिक प्रमाणात असणारच. मग ख्यालाचा रस शांत व बंदिशीतून वेगळ्या रसाची निर्मिती, असे म्हणायचे का? शिवाय एखादी बंदिशदेखील संथ असते; मग त्या वेळी काय विशेषण द्यायचे? कारण बंदिश संथ असली, तुलनेने सावकाश लयीत म्हटली, तर कलाकार दुपटीच्या ताना घेतात–

मग रसाचे काय करायचे? तात्पर्य-संगीतातून मिळणारा आनंद हाच त्याचा रस!

मगाशी जुन्या शिष्यमंडळींमध्ये पं. मुकुंदराव गोखल्यांचा उल्लेख मी केला. त्यांच्याबद्दल असं ऐकलं होतं की-मामांचे हे असे शिष्य होते, ज्यांनी प्रत्येक बंदिश १०० वेळा घोटली होती. त्यांना मी कधी विचारून खात्री करून घेतली नाही. पण विनायकबुवांच्या पश्चात एखाद्या शिष्याला बंदिशीच्या शब्दांविषयी काही समस्या, अडचण वाटली, संभ्रम निर्माण झाला; तर तो पं. मुकुंदबुवांकडे जाऊन शंका-निरासन करून घेई, हे मी पाह्यले होते.

पं. मुकुंदराव गोखले डिट्टो विनायकबुवांसारखे गात. फक्त जोरकसपणात कमी पडत. आवाज बारीक होता. रेडिओवर गायले की, सामान्य श्रोत्यांचा गोंधळ उडे-जर अनाउन्समेंट ऐकली नसेल तर. आता आणि तेव्हाही मनाला पडणारा प्रश्न म्हणजे, इतकी तंतोतंत नक्कल कशी जमते? आणि इतकं गुरूसारखं होणं बरोबर आहे का? यात गुरूचं शिकविण्याचं कौशल्य, शिष्याचं अनुकरणाचं कौशल्य हे सर्व मुद्दे जरी जमेला धरले; तरी गाणाऱ्याचं व्यक्तिमत्त्व, त्याची स्वत:ची अशी शैली असावी का नाही? तर, असावीच. पण जर ती नसेल तर? मग मात्र पूर्णत:, शंभर टक्के अनुकरण एवढेच उरते; मग अस्सल जर सरस असेल (आणि ते होतेच) तर नक्कल किती लोकप्रिय होणार? बहुधा म्हणूनच डिट्टो गाणारे मुकुंदबुवा फार प्रसिद्धी पावले नसावेत! अर्थात माझ्या चिंतनात, समजुतीत त्रुटी असू शकेल. मात्र मुकुंदबुवांच्या गाण्यात काही म्हणता काही वेगळेपणा जाणवत नसे. गुरुभक्ती अफाट! ती. मामांनी त्यांच्यावर खूप प्रेम केले. ते पुण्यात गात, तेव्हा ४ तंबोऱ्यांपैकी एकावर मुकुंदबुवा असणार म्हणजे असणारच! हेही ठरलेलेच होते. इतर तिघांमध्ये विजयराव पटवर्धन, श्री. रा. पेंडसे, म. वि. पटवर्धन, शरद गोखले, मुकुंद उपासनी, प्रभाकर अनंत गोखले यांपैकी कोणी कोणी असत.

आठवणींचा गुंता म्हणजे आदि-अंत नसलेले भेंडोळे! मुकुंदबुवांवरून मन पोचले पं. अभिषेकींच्या गाण्याकडे. ती १९६४-६५ ची गोष्ट असावी. जुन्या टिळक स्मारक मंदिरात पं. अभिषेकींची मैफल होती. आग्रा घराण्याचे गाणे गाणारे अभिषेकी खूप चांगल्या लोकांकडे शिकले आणि त्यातून स्वत:ची अशी स्वतंत्र वळणाची गायकी त्यांनी निर्माण केली. बहुधा ते बिलासखानी तोडी गायले होते त्या वेळी, असे आठवत आहे-पण नक्की लक्षात नाही. खमाज किंवा काफीचा टप्पा म्हटला होता त्यांनी आणि त्यात पाठभेद असल्याचे ती. मामा म्हणाले होते,

हे नक्की स्मरतंय. (एकाच बंदिशीची एकाहून अधिक रूपे अस्तित्वात असणे, म्हणजे पाठभेद)

त्या काळातील सांगीतिक अर्थ व्यवहार कसा नितळ असे-निदान काही लोकांचा, त्याची आठवण लखलखीत आहे; आणि त्याचे प्रमाण विष्णू दिगंबर संगीत महाविद्यालयाच्या जमाखर्चात नमूद केलेले आहे. फक्त १५०/- रुपयांच्या पावतीवर अभिषेकीबुवांची सही आहे. त्या वेळी ते मुंबईत राहत असत आणि जाणे-येणे (प्रवासखर्च) व साथीदारांचा खर्च हे सर्व त्या दीडशे रुपयांत अध्याहृत होते. पं. विनायकबुवांनी गायला बोलावले होते, हा गौरवाचा भाग होता. या कार्यक्रमात प्रारंभी ती. मामा किती तरी वेळ टिळक स्मारक मंदिरात येरझारा घालत होते. नंतर कार्यक्रमात रंग भरू लागला आणि ते निवांत झाले. बोलावलेल्या कलाकाराच्या गाण्यात रंग भरायला हवा आणि त्याबाबतीत जणू आपलीही जबाबदारी आहे, असे यजमानाने-आमंत्रकाने मानण्याचा तो काळ! तिकिटविक्री वगैरे काही प्रकार नव्हताच.

***

५.
पं. विनायकबुवांचे गुरु बंधू आणि पं. गोविंदराव पलुस्कर

पं. ओंकारनाथ ठाकूर.

पं. विष्णू दिगंबर पलुस्करांचे शिष्य पं. ओंकारनाथजी हे एक थोडे 'हटके' म्हणतात तसे विष्णुबुवांच्या इतर शिष्यांहून किंचित वेगळे शिष्य होते. त्यांचे राजस व्यक्तिमत्त्व, गुजराती समाजातील तत्कालीन एकमेव असे गायक, आवाजाची ईश्वरदत्त विलक्षण देणगी, काकुप्रयोगांसह गाणे प्रभावी करण्याचे कौशल्य-असे होते ओंकारनाथजी.

सन १८९७ मध्ये जन्मलेले ओंकारनाथजी प्रणवाचे उपासक असलेल्या पित्याच्या पोटी आलेले असामान्य अपत्य होते. वडील संसाराला विटून नर्मदाकाठी झोपडी बांधून राहत होते. बाल्य काळातच एक प्रकारे निवृत्त, संन्यस्त जीवनाचे पाथेय त्यांना नियतीने देऊ केले. पुढे कालौघात आई-बाप व भावंडांच्या उदरनिर्वाहासाठी त्यांनी पडेल ते काम केले, मजुरी केली. वडिलांनी त्यांना त्यांच्या वयाच्या फक्त १४ व्या वर्षापर्यंत सोबत केली आणि योगसमाधी घेऊन त्यांनी देहत्याग केला. पुढे मोठ्या भावाने त्यांना पं. विष्णू दिगंबरांच्या मुंबईस्थित गांधर्व महाविद्यालयात दाखल केले.

पं. पलुस्करांनी ९ वर्षांचा बाँड लिहून घेतला होता. त्यामुळे संगीताचे सर्वांगीण शिक्षण निर्विघ्नपणे पूर्ण करता आले. पुढे जाऊन गायनाचार्य पलुस्करांच्या शिकवणुकीनुसार समाजातील संगीताविषयीचे पूर्वग्रह दूर करून संगीताला प्रतिष्ठा मिळवून देण्यासाठी ओंकारनाथ झटले. भारतभूषण पं. मदनमोहन मालवीय यांनी त्यांच्या सुश्राव्य गायनाने प्रभावित होऊन 'संगीत प्रभाकर' पदवी त्यांना समर्पित केली होती. गुजराती, हिंदी व मराठीवर त्यांचे प्रभुत्व असल्याने ते या भाषांमध्ये उत्तम प्रकारे भाषणे देत असत.

पं. ओंकारनाथांच्या गायनात उ. हद्दू खाँचे चिरंजीव उ. रहमत खाँ यांच्या आलापीचा ढंग होता. रहमत खाँसाहेबांची अनेकदा साथ केल्याने त्यांना हा लाभ झाला होता. पं. विष्णुबुवांकडे रहमत खाँ महिनोन् महिने राहत असत; तेव्हा ही शिष्यमंडळी त्यांची सेवा करत, गायनाची साथ करत. मुळात ओंकारनाथांचा आवाज मधुर, मोकळा, गाज असलेला. त्यात आलापचारीची विशिष्ट शैली. त्यांचे व्यक्तिमत्त्व त्यांच्या प्रभावात भर टाकत असे. कुरळे, लांब सोडलेले केस, गौरवर्ण, सुंदर चेहरा, रुबाबदार वाटेल अशी राहणी आणि आपला कार्यक्रम असेल तिथे शिष्यांकरवी स्वतःचे वेगळे गालिचे कार्यक्रमाच्या ठिकाणी घालून घेणे, शिष्यांसह तिथे जाऊन विशिष्ट अदब दाखवत गायनाची सुरुवात करणे, गुजराती समाजाचा मिळत असलेला विशेष सहयोग-या सर्व गोष्टींमुळे उत्तर हिंदुस्थानात पं. ओंकारनाथांचे खूप नाव झाले.

त्यांचे व्यक्तिमत्त्व बहुढंगी, बहुआयामी होते. ते गायक तर होतेच; पण बनारस हिंदू विद्यापीठातील संगीत विभागाची स्थापना करणे, भारतीय वाद्यांमध्ये सुधारणा करणे, आपल्या रागरागिण्यांचा पशुपक्ष्यांवर होणारा परिणाम पारखून पाहणे. याबरोबरच 'संगीताञ्जलि'चे तीन भाग आणि 'प्रणव भारती' सारख्या ग्रंथांची निर्मिती हे ओंकारनाथांच्या जीवनकार्यातले महत्त्वाचे टप्पे. त्यांना १९५५ मध्ये 'पद्मश्री'ने सन्मानित केले गेले.

गुजराती भाषेत 'राग अने रस' हे पुस्तक लिहून त्यांनी या विषयांवर पुष्कळ विचारमंथन केले.

ओंकारनाथांची आठवण निघाली की एक तेजःपुंज, राजस व्यक्तिमत्त्व डोळ्यांपुढे उभे राहते. शास्त्रीय संगीताप्रमाणेच भक्तिपूर्ण भजने गावीत ती ओंकारनाथांनीच, असा त्यांचा लौकिक होता. ते बनारस विद्यापीठाचे भूषण होते. पं. पलुस्कर यांच्या पहिल्या तुकडीतल्या शिष्यांपैकी सर्वाधिक प्रभावी व्यक्तिमत्त्व असलेले ओंकारनाथजी गायक वक्ते, लेखक, मूलगामी विचारक होते.

पं. नारायणराव व्यास

पं. ओंकारनाथ ठाकूरांहून अगदी निराळे असे व्यक्तिमत्त्व. त्यांच्याहून २-३ वर्षांनी लहान असलेले नारायणराव-आमचे ती. नाना स्वभावाने फार प्रेमळ, मनमिळाऊ आणि विनोदी. पं. ठाकूरांमध्ये थोडा सार्थ असा स्वतःविषयीचा अभिमान, तर ती. नानांमध्ये साधा-सरळपणा. स्वतःविषयीचे कुठलेच ग्रह वगैरे नाहीत.

आवाज अतिशय मधाळ. इतका गोड की साखर, मध आणि यच्चयावत्
गोड पदार्थांना एकत्रित करून बहुधा देवाने बनवलेला आवाज होता! त्या काळी
ती. नानांच्या ३ मिनिटांच्या तबकड्या इतक्या निघाल्या की, त्या उत्पन्नावर एक
बँक उभी करता येईल, असे थट्टेने म्हटले जाई. संपूर्ण भारतभर नानांचे दौरे
असत. आबाल-वृद्ध, स्त्री-पुरुष, शिकलेले-अडाणी, गाणे समजणारे-न जाणणारे-
सर्वांमध्ये त्यांच्या आवाजाला अगदी 'मास अपील' होते, असे म्हणायला पाहिजे.

ख्यालाची त्यांची लय इतर गुरुबंधूंहून थोडी जलद असे. आवाज पातळ
असल्याने ती लय शोभून दिसे त्यांच्या ख्यालगायकीला. त्यांची भजने 'राधे
कृष्ण बोल मुखसे', त्यांची भैरवी 'रचा प्रभू तूने यह संसार सारा', तुलसीदासाची
भजने- उदा. 'कहाँ के पथिक कहाँ कीन्हो है गमनवा'- म्हणजे त्या काळातील
माइल स्टोन्स-मैलाचा दगड ठरले. शास्त्रीयइतकीच ही भजने ऐकली जात.

त्यांनी थोरल्या भावासह मिळून 'व्यास संगीत विद्यालय' दादर, मुंबई येथे
स्थापित केले. त्यांच्या प्रसिद्धीच्या वलयाचा त्या विद्यालयाच्या भरभराटीला
उपयोग झाला, हे निश्चित. पण नानांपेक्षा तिथे त्यांचे मेव्हणे डॉ. वसंतराव
राजोपाध्ये यांनी जास्त काम केले.

हे मेव्हणे गायक (परफॉर्मर) नसल्याने सर्व काळ मुंबईमध्येच राहत आणि
शास्त्र-लेखनाची पुस्तके लिहीत. त्यात त्यांना गती होती. अभ्यासाची आवडही
होतीच. अखिल भारतीय गांधर्व महाविद्यालय मंडळाचे मुखपत्र 'संगीत कला
विहार'ची बरीच जबाबदारी संपादक म्हणून त्यांनी पुष्कळ वर्षे सांभाळली.

तात्पर्य-ती. नानांचे दौरे चालू असत. मधल्या काळात मुंबईत असले
आणि तिथे कार्यक्रम नसेल, तर ते विद्यालयात शिकवत. त्यांचे शिकवणे सहज-
सुंदर असे. आरडाओरडा, अतिशिस्त असा काही प्रकार तिथे नसे. त्यांना अपत्य
खूप उशिराने व तेही एकुलते (चि. विद्याधर) झाले, पण त्यांनी शिकणाऱ्यांना
मायेने शिकवले. त्यांच्या शिष्यांपैकी घरी राहून शिकलेले पं. शंकर अभ्यंकर
चांगले गातात व सतारही उत्तम वाजवतात. त्यांचे बंदिशींचे पुस्तक 'आराधना'-
ते उत्तम रचनाकार असल्याचे सिद्ध करणारे ठरले आहे. इतर शिष्यांत मास्टर नवरंग
आणि अतुल अर्थात विद्याधर व्यास प्रमुख आहेत. नानांच्या व माझ्या संभाषणाची
ही एक झलक...

"सूनबाई, तुझा सासरा जुगलबंदीसाठी सगळीकडे कमी बिदागीत जायचे
कबूल करून बसतो आणि मग नाइलाजाने मला त्यांच्याबरोबर गावे लागते."-

ती. नाना.

"पण नाना- तुम्ही बोला ना त्यांच्याशी. ते पलीकडच्या खोलीत संध्येला बसले आहेत."-मी.

"गप्प बस! तो रागीट आहे, सात्त्विक आहे. जिथे कबूल केले आहे, ते लोक जास्त पैसे देऊ शकणार नाहीत, हे त्याला माहीत आहे."-ती. नाना.

"चला, मग प्रश्नच मिटला. हो ना नाना?"-मी.

"अगं पण सूनबाई, थोडं ताणून धरलं असतंन् तर थोडी जास्त बिदागी मिळवता आली असती." -ती. नाना.

"जाऊ द्या हो नाना-कधी असे, कधी तसे. एरवी तुम्ही लोक किती तरी पैसे मिळवता; हो ना?" -मी.

"ते आहेच म्हणा. पण हा विनायकराव जरा जास्तच साधा आहे-"

'एव्हरग्रीन' नावाच्या सिनेमाचे संगीत-दिग्दर्शक म्हणून त्यांनी १० गाण्यांना चाली दिल्याची नोंद आहे. (वर्ष बहुधा १९६८-७०)

पं. शंकरराव व्यास

ती. नानांचे थोरले बंधू. शंकरराव खरं तर मधले, सर्वांत मोठे रामभाऊ व्यास. यांनी घरीच पार्ल्याला राहून संगीतशिक्षणाचे थोडे-फार कार्य केले. खालचे दोघे मात्र संगीतविद्येत पारंगत झाले. शंकरराव गायक म्हणून लोकांसमोर फारसे आले नाहीत, पण त्यांच्या व्यक्तिमत्त्वाचे स्वरूप अनेकपदरी होते. मनमिळाऊ स्वभावाचे शंकरराव सर्वांचे काका होते, ते अजातशत्रू होते. सिनेक्षेत्रातील कैक नामवंत गायक त्यांचे शिष्य होते. सिनेमाव्यवसायात एक यशस्वी संगीत-दिग्दर्शक म्हणून त्यांना मानाचे स्थान मिळालेले होते.

म्युझिकल प्रॉडिजी म्हणता येईल, असं त्यांचं कर्तृत्व म्हणजे विद्यार्थिदशेतच त्यांनी 'सितार लहरी' नावाचं पुस्तक लिहिलं. पं. विष्णू दिगंबर यामुळे प्रभावित झाले आणि आपल्या प्रेसतर्फे त्यांनी ते पुस्तक प्रकाशित केलं.

पं. विष्णुबुवांप्रमाणे त्यांनीही भवानी, भवानी केदार, रसदीप असे नवे राग निर्माण केले. जवळपास २०० च्या आसपास बंदिशी रचल्या. पं. पलुस्कर निर्मित राग गुंजी कानडामधील त्यांची बंदिश लक्षणीय आहे. कठीण रागात प्रासादिक रचना करणे ह्यात त्यांचा हातखंडा होता.

सरस्वती राणे या गायिकेने 'रामराज्य' सिनेमात गायलेले 'वीणा मधुर मधुर कछु बोल'सारखे गाणे चित्रपट संगीताचा मानबिंदू ठरले. 'देखो री न माने

श्याम' हे देस रागातील गाणे जणू शास्त्रीय संगीताच्या प्रसार-प्रचाराचा नमुना म्हणावा, असे गाजले. सिने संगीतातील नंतरचे महाराष्ट्रीय संगीत-दिग्दर्शक पं. वसंत देसाई यांनी 'प्रकाश' पिक्चर्समध्ये संगीत दिग्दर्शनासाठी प्रवेश केल्यावर प्रथम पं. शंकरराव व्यासांच्या प्रतिमेस पुष्पहार अर्पण केला होता! 'बैजू बावरा' सिनेमासाठी पं. द. वि. पलुस्करांना पाचारण करणारे पं. शंकरराव व्यासच होते. उ. अमीरखाँ व पं. द. वि. पलुस्करांच्या तत्कालीन फिल्मी जुगलबंदीची-'आज गावत मन मेरो झूमके'-लोकप्रियता वादातीत आहे.

असे हे जगन्मित्र काका, पं. विष्णू दिगंबरांच्या निर्वाणानंतर १९३१ मध्ये खिन्न झालेल्या पंडितजींच्या शिष्यांना एकत्र आणण्यासाठी भिरभिर फिरले. सर्व शिष्यांना अहमदाबाद येथे गोळा करून 'गांधर्व महाविद्यालय मंडळा'ची स्थापना करण्यात पुढाकार घेतला. ज्येष्ठ गुरुबंधू पं. ना. मो. खरे यांना मंडळाचे प्रथम अध्यक्ष करण्याचे कार्य करून या निरभिमानी सात्त्विक संगीतज्ञाने सर्व भारतातील शिष्यांमध्ये एकी घडवून मंडळाचे कार्य सुरू करून देण्यात सिंहाचा वाटा उचलला. त्यांच्या सर्वसमावेशक स्वभावामुळे विविध स्वभावांचे शिष्यगण एकत्र आले.

असे हे काका घरगुती वातावरणात अत्यंत विनोदी होते. त्यांचे विनोद कोणाला दुखवत नसत, कारण त्यातला स्नेहभाव स्पष्ट असे. एका काळ्या मित्राला एकदा जवळ बोलावून म्हणाले, ''तुझी जीभ दाखव रे!'' का, तर म्हणे, ''तू अस्वलासारखा अंगावर केस असलेला माणूस-तर तुझ्या जिभेवर पण केस आहेत का, ते मला पाहायचे आहे!'' आणि सर्व मित्रांमध्ये हशा उसळला.

आणखी एक मित्र असाच जरा जास्तच सावळा होता. तर काका म्हणाले, ''अंधाऱ्या रात्री असं वाटतं की, फक्त पांढरे कपडेच इकडून तिकडे चालले आहेत!'' मौजेची गोष्ट अशी की, ज्या व्यक्तीविषयी हा विनोद चालला होता, ती व्यक्ती व्यासांच्या जवळच्या मित्रांपैकी असल्याने त्याच्यासह सर्व मित्र अशा विनोदांमध्ये रमत असत.

पं. शंकररावांचा मोठा मुलगा रत्नाकर हा सरोद सुंदर वाजवत असे. वडिलांकडून संगीतविद्येचे बाळकडू त्याला मिळाले होते. तसेच त्यांची मुलगी प्रेमा- डॉ. सौ. रोहिणी चांदेकर-चांगली गायिका होती. सिनेमातील मोठमोठे गायक आपल्या वडिलांकडे शास्त्रीय संगीत शिकायला येतात, याचा तिला फार अभिमान वाटे.

या संगीतकार, नवरागरचयिता, संगीत-दिग्दर्शक, लेखक, संघटक अशा

हरहुन्नरी कलावंताला दुर्दैवाने आयुष्य फार मिळाले नाही. आपल्या गुरूंप्रमाणेच ५९ व्या वर्षी ते अनंतात विलीन झाले. दि. २३ जाने. १८९८ ला जन्मलेले पं. शंकरराव व्यास १७ डिसें. १९५६ रोजी वयाच्या साठीपूर्वीच निवर्तले.

बोडस बंधू

पुण्यातल्या श्री. बोडसांच्या घरी फोन लावला की, फोनवर आवाज येतो- रामराऽऽम! हे घर पं. लक्ष्मणराव बोडसांचे ज्येष्ठ चिरंजीव पं. नारायणराव बोडस यांचे.

दिवसा घरी गेल्यास पीळदार-कसदार गायकी मनापासून शिकविणारे पं. नारायणराव ऊर्फ नाना दृष्टीस पडतात. सहसा दृष्टीस न पडणारे पुरुषी सौंदर्य, गोरा वर्ण, भव्य उंची, स्मितहास्ययुक्त वदन- छान! फार चांगले व्यक्तिमत्त्व.

पं. विष्णू दिगंबरांच्या खंद्या गायक शिष्यांपैकी पं. लक्ष्मणराव एक. पं. ओंकारनाथ, पं. विनायकराव पटवर्धन व पं. नारायणराव व्यास हे गायक भारतात राहल्याने विशेष गाजले. पण पं. लक्ष्मणराव कराचीला राहले; त्यामुळे पंजाब, अखंड भारतातील लाहोर, सक्खर, जालंधर (हरवल्लभ मेळा) इ. शहरे त्यांनी खूप गाजवली. मात्र त्यांचे विद्यालय कराचीला होते. पं. विष्णू दिगंबरांचे अनेक गायक शिष्य मैफली गाजवायला तिकडे गेले. नारायण बोडसांना लहानपणी त्या सर्वांचा भरपूर सहवास मिळाला. तंबोरा साथी करून गानविद्येचा परिघ विस्तृत व विकसित झाला. पण ज्या मानाने इकडचे गायक तिकडे गेले-त्यांत पं. पलुस्करांचे शिष्य व परिचितांखेरीज इतर कलाकारमंडळीही पुष्कळ असत-त्या मानाने पं. लक्ष्मणराव आपल्याकडील भागात कमी आले असावेत. एक कारण हे की, ते मुख्यत्वेकरून त्यांचे विद्यालय चालवण्याच्या गडबडीत असत. शुक्ल नावाचे एक सहकारी सगळे आर्थिक व्यवहार सांभाळत आणि शिक्षण, विद्यादान हे सर्व विभाग- तबला, व्हायोलिन, गायन सर्व काही-पं. लक्ष्मणराव बघत असत. विद्यार्थ्याला एका विशिष्ट पातळीपर्यंतचे तबला, व्हायोलिन इ. वाद्यांचे ज्ञान देऊन झाल्यावर ते मोकळेपणाने त्या-त्या विषयांच्या तज्ज्ञांकडे त्या विद्यार्थ्यांच्या शिक्षणाची व्यवस्था करत असत.

माझे एक मत बनले आहे. यावर अर्थातच अन्य व्यक्तींचे वेगळे मत असू शकते. तरी पण मी नम्रपणे माझे मत व्यक्त करू इच्छिते. पं. भास्करबुवा बखले यांचे ज्येष्ठ शिष्य पं. बापूराव केतकर, पं. विष्णू दिगंबर पलुस्करांचे पं. लक्ष्मणराव बोडसांसारखे काही शिष्य-यांत पं. विनायकबुवांचादेखील मी समावेश

करू इच्छिते-पं. रातंजनकरांचे शिष्योत्तम पं. के. जी. तथा छोटू गिंडे ही मंडळी विद्यालयातील विद्यादानाच्या व्यवहारात नको इतकी अडकल्यामुळे त्यांच्यातील कलावंतावर अन्याय झाला. याऐवजी वरील गुरुजनांचे जे गायकी अंग कमी असलेले, पण उत्तम शिक्षक होऊ शकणारे शिष्य त्या काळात होते; त्यांना विद्यालयीन शिक्षणात गुंतवले गेले असते, तर किमान ५-६ गायक गानविश्वाला आणखी मिळाले असते.

पण त्या-त्या शिष्यांच्या प्रसिद्धीचा, वलयाचा फायदा नव्या विद्यालयाला व्हावा आणि ते उत्तमरीत्या चालावे, म्हणून काही उदयोन्मुख गायकांना आपल्या करिअरचे बलिदान करावे लागले. माझ्या सासऱ्यांचा ते गंधर्व मंडळीत असतानाचा आवाज (१९२२ ते १९३२ या काळातला), त्या हरकती, ताना, मुरक्या हे सर्व खरोखर अतुलनीय होते. आजही 'अशी नटे ही चारुता'सारखी नाट्यपदे ऐकली, तर माझ्या विधानाची सत्यता पटेल. हीच गोष्ट पं. बापूराव केतकर व पं. गिंड्यांची. त्या दोघांची अगदी सुरुवातीची ध्वनिमुद्रणे ऐकली, तर तो आवाज फार-फार वेगळ्या गुणवत्तेचा वाटतो.

असो. विषयांतर झाले. या गोष्टी काही गरज म्हणून घडल्या; गुरुजनांनी आपल्या शिष्यांचे करिअर धोक्यात आणण्यासाठी मुद्दाम केल्या नाहीत, हे इथे नमूद करणे योग्य ठरेल.

विषय चालला होता पं. लक्ष्मणराव बोडसांचा. सन १९४८ नंतर (स्वातंत्र्याची प्राप्ती व हिंदुस्थान-पाकिस्तानची निर्मिती झाल्यानंतर) पं. लक्ष्मणराव भारतात आले. ते मुंबईतच आले. तेव्हा ते ऐन पन्नाशीत होते. त्या काळी पं. ओंकारनाथ, पं. विनायकबुवा, पं. नारायणराव व्यास आणि पं. पाध्येबुवासुद्धा मैफली गाजवत होते. पण नव्याने संगीतविश्वात आलेल्या पं. लक्ष्मणरावांना त्या साखळीत प्रवेश मिळाला नसावा. संगीताचा व्यवहार वेगळा असतो. चलनी नाणी म्हणून प्रसिद्ध असलेल्या कलाकारांना वारंवार बोलावणी येतात. त्यात कार्यक्रमाच्या संयोजकांना धोका दिसत नाही. कराची सोडून नव्याने आलेले लक्ष्मणराव खरे तर जातिवंत गायक होते. पण त्यांचे वळण इथे नव्हते. सक्खर, सिंध-हैदराबाद, लाहोरकडे ते दंगली गवई म्हणून नाव कमवून होते. मुंबईत देवधरांच्या विद्यालयात, ट्रिनिटी क्लबमध्ये त्यांची गाणी नियमित होत. श्रोतृवर्ग त्यांचा चाहता होता. एरवी पं. विनायकबुवा आणि इतर गुरुबंधू पं. लक्ष्मणरावांच्या गाण्याची स्तुती करीत. पं. नारायणराव बोडसांशी संभाषणात असे उल्लेख मिळतात

की, वरील सर्व गुरुबंधू त्यांच्याजवळ असे उद्गार काढत की, 'तुझा बाप चांगला कसलेला गवैया होता रे!'

पण कसेही असो; त्यांचे नाव पं. पलुस्करांच्या ४ गायक शिष्यांहून कमी झाले.

त्यांचे थोरले बंधू शंकरराव बोडस-आवाजी गोड; पण भजने, भक्तिसंगीत गाण्याविषयी त्यांची विशेष प्रसिद्धी होती. कानपूरमध्ये त्यांचे विद्यालय छान चाले. त्यांच्याहीकडे संपूर्ण भारतातले गवई येत. पं. काशीनाथ बोडस व डॉ. वीणाताई ही शंकररावांची मुले त्या गवयांच्या शिक्षणाचा मन:पूत लाभ घेत. शंकरराव स्वत: निगर्वी, मनमिळाऊ, संघटक वृत्तीचे संस्थाचालक होते. पण त्यांच्याकडूनही आपल्या धाकट्या बंधूंच्या खंडित करिअरला हातभार लागू शकला नाही. एखाद्याच्या नशिबाचा हा भाग असावा, असे मानून सोडून द्यावे लागते. कारण थोरला भाऊ गाण्याच्या प्रांतातला, कानपूरसारख्या उत्तर प्रदेशातल्या महत्त्वाच्या शहरात स्थिरावलेला; पण पं. लक्ष्मणराव त्यांचाही फायदा घेऊ शकले नाहीत.

माझी अंत:प्रेरणा काही वेगळेच सुचविते. पं. लक्ष्मणराव बोडस वृत्तीने थोडे साधुप्रवृत्तीचे गृहस्थ होते. त्यामुळे विशेष प्रयास, उचापती, अकटो-विकटो प्रयत्न असे काही त्यांनी स्वत:हून केले नाही. मुंबईत जिथे जिथे मानाने बोलावले गेले तिथे तिथे ते कसून गायले आणि आपली नाममुद्रा अंकित केली. माझे सासरे पं. नारायणराव बोडसांना म्हणाले होते- चांगले गायचे रे तुझे वडील!

पं. विष्णू दिगंबर पलुस्करांचे पौत्र- पं. गोविंदराव ऊर्फ अण्णा पलुस्कर

"अण्णा, मी सुधा-विनायकबुवांची सून."

फोनवर पलीकडून प्रत्युत्तर-"बोला-"

मी-"अण्णा नमस्कार!"

ती. अण्णा-"नमस्कार, नमस्कार! काय काम काढलंत?"

मी-"अण्णा, आम्हाला तुमच्या मदतीची गरज आहे. नव्यानं निवडून आलेल्या कार्यकारिणीला तुमचं सहकार्य हवे आहे." (पलीकडून शांतता.)

मी-"अण्णा, मला कळालं आहे; मागील काही मंडळींनी तुमच्या सल्ल्याची कदर केली नाही. पण मी तुम्हाला मन:पूर्वक आश्वासन देते की, यापुढे असं होणार नाही. अण्णा, उद्या कऱ्हाडे तुम्हाला फोन करतील, नाही म्हणू नका. 'संगीताचार्य' परीक्षेचा अभ्यासक्रम, परीक्षा, इतरही काही गोष्टींत तुमचं मार्गदर्शन हवं

आहे.''

यानंतर मला पुन्हा पं. गोविंदराव पलुस्करांची आर्जवं करावी लागली नाहीत. त्यांना माझ्या म्हणण्यातली सत्यता पटली होती बहुधा. जेव्हा जेव्हा मंडळाच्या कामासाठी त्यांची मदत लागली, तेव्हा त्यांनी ती आवर्जून केली.

नंतर-नंतर माझे त्यांच्याशी अतिशय जिव्हाळ्याचे संबंध स्थापित झाले. वास्तविक, त्यांच्या मातोश्री ती. गंगाबाई पलुस्कर यांच्या पंचाहत्तरीच्या वेळेस मी नाशिकला गायले होते. माझ्या वन्सं सौ. मंगला आपटे यांनी पुढाकार घेऊन त्या कार्यक्रमात मला आमंत्रित केले होते, पण ती. अण्णांशी तितकी ओळख झाली नव्हती. ती नंतर आमची कार्यकारिणी झाल्यानंतर वाढली आणि गेली १०-१२ वर्षे आमचा स्नेह वृद्धिंगत होत राहिला.

ती. अण्णाचे व्यक्तिमत्त्व थोडेसे प्रसिद्धिपराङ्मुख असलेले असे आहे. कारकिर्दीची बरीच वर्षे उत्तर हिंदुस्थानात व्यतीत झाली आहेत. निवृत्तीनंतर ते नाशिकला आपल्या पैतृक गावी परतलेत. निगर्वी, मनमिळाऊ स्वभाव, क्रियावान पंडित असूनही ज्ञानाचा अहंभाव नाही. गोरे, उंचेपुरे, प्रसन्न, रुबाबदार व्यक्तिमत्त्व, समाधानी निवृत्त आयुष्य घालवणारे असूनही माझ्यासारख्यांच्या सर्व सांगीतिक प्रश्नांची मनमोकळी उत्तरे देणारे असे पं. गोविंदराव पलुस्कर.

मला माझ्या 'संगीत रागविज्ञान-भाग ३ व ४' साठी अतोनात साह्य केलेले अण्णा... मी त्यांचे ऋण कधीच विसरू शकणार नाही. त्यांचे स्वरलिपीवरील प्रभुत्व असाधारण आहे. त्यामुळे मी चौथ्या भागासाठी बव्हंशी भातखंडे स्वरलिपीचा वापर करण्याचे ठरविल्यानंतर त्यांच्याशी चर्चा केली. पुस्तकाची पृष्ठसंख्या मर्यादित राहण्याच्या दृष्टीने कोणत्या तरी एका लिपीचा वापर योग्य ठरणार होता. संपूर्ण संगीतविश्वाला उत्तर हिंदुस्थानी संगीतासाठी भातखंडे लिपीच अधिक उपयुक्त आहे, हे नाकारून चालण्यासारखे नाही. म्हणून बहुतेक सर्व बंदिशी मी भातखंडे स्वरलिपीत परिवर्तित केल्या. त्यांतल्या प्रातिनिधिक बंदिशी ती. अण्णांकडून तपासून घेतल्या. ते काम ८०च्या घरातल्या या बुजुर्ग कलाकाराने आनंदाने केले. आजच्या घडीला ती. अण्णांसारखे विद्वान संगीतज्ञ मिळणे कठीण आहे. त्यांची विद्या वापरात आहे, ज्ञान अद्ययावत आहे आणि मदत करण्याचा त्यांचा उत्साह निश्चितपणे स्तुत्य आहे.

✳✳✳

६.
कलाकारांनी घडविलेला चमत्कार

जिवंतपणीच दंतकथा होऊन बसलेले कलाकार!

माणसाचं मोठेपण कशानं ठरतं-असा विचार केला, तर काही वेळा मोठी विलक्षण उत्तरं समोर येतात.

आपल्या ऐन बहराच्या काळात संगीत चूडामणी पं. विनायकबुवा पटवर्धनांना आपल्या दक्षिणमुखी मारुती शेजारच्या जमखिंडीकर वाड्यातील घरातून सुमारे दोन मिनिटांच्या (पायी) अंतरावर असलेल्या प्रभात टॉकीजपर्यंत पोचायला सुमारे वीस मिनिटे लागत, अशी त्यांच्या थोरल्या सूनबाईंची (पं. नारायणराव पटवर्धन यांच्या सौभाग्यवती सौ. सईताई) साक्ष आहे- मी अर्थातच तो काळ पाह्यलेला नाही. हा एवढा वेळ का लागत असावा त्यांना प्रभात टॉकीजपर्यंत पोचायला? त्या काळात ते सारखे कार्यक्रमांसाठी दौऱ्यावर असत. त्यामुळे पुण्यात आले की घरी भेटणाऱ्यांची गर्दी असे, तसेच रस्त्यावर उभ्या-उभ्या भेटणारेही खूप असत. काय असतो हा चमत्कार? कसा असतो हा करिष्मा आणि कशामुळे तो निर्माण होतो? नट-नट्यांचे एक वेळ ठीक आहे, त्यांना सिनेमा-नाटकात पाहणारे प्रेक्षक त्यांचे दर्शन घ्यायला उत्सुक असतात, असे म्हणता येईल. पण माझे सासरे गायक होते, नटाची वस्त्रे त्यांनी गांधर्व महाविद्यालय स्थापन करण्यापूर्वीच उतरवली होती आणि वरील वृतांताच्या काळात धोतर, कोट, शेरवानी किंवा शर्ट व टोपी असा त्यांचा साधासा वेष असे. मग काय म्हणून लोक त्यांच्याशी बोलायला-भेटायला गर्दी करत असत? याचे उत्तर एका वाक्यात देणे कठीण आहे. ते सच्चरित्र होते, उत्तम शिक्षक होते, गरीब विद्यार्थ्यांना कनवाळूपणे आश्रय देऊन शिकवणारे होते. बिदागी किती मिळणार आहे याचा विचार न करता प्रामाणिकपणे आपले गायन प्रस्तुत करणारे गवई होते, प्रामाणिकपणे

वागणारे सज्जन गृहस्थ होते- आणि बहुधा हे सर्व काही असूनही सामान्य नागरिकासारखे राहणारे गृहस्थ होते आणि लोकांना त्यांच्यातला हा सामान्य राहणारा, पण असामान्य असलेला माणूस माहीत होता, त्याचा लोकांना अभिमान वाटत होता; म्हणून बहुधा त्यांची लोकप्रियता असावी. पं. विनायकबुवा वारल्यावर एका तासात त्यांच्या मृत्यूची बातमी आकाशवाणीवरून प्रसारित झाली होती, असे मी पूर्वी म्हटलेच आहे. काय असते अशा विलक्षण चमत्काराचे रहस्य!

या चमत्कारामागे त्या कलाकारांचे अतीव कष्ट, साधना दडलेली असते. अनेक गुरूंकडून त्यांनी विद्या मिळवलेली असते. श्रोत्यांशी त्यांचा उत्तम संवाद होत असतो. बैठकीचे तंत्र, मैफलीचा मंत्र त्यांनी खूप मेहनत करून मिळवलेला असतो. मुख्य म्हणजे, सहकलाकारांचे उत्तम ते घेण्याचा, त्याचबरोबर सहृदयपणे त्या-त्या कलाकाराचे कौतुक-अभिनंदन करण्याचा मोठेपणा त्यांचे अंगी असतो.

काही गायक-गायिकांना अंगात गुण असून, जवळ विद्या असूनही भाग्ययोग नसतो आणि ते कलाकार म्हणून प्रसिद्ध होत नाहीत. आमच्या महाविद्यालयाच्या पलीकडच्या गल्लीत सदाशिव पेठ पोस्ट ऑफीसजवळ पं. प्रल्हादबुवा जोशी रहात. भारतरत्न पं. भीमसेनजींचे समवयस्क होते. विद्वान संगीतज्ञ होते. जानकी अय्यरांसारखी सुरेख गाणारी शिष्या त्यांनी घडवली, स्वतः-त्यांचं गाणं चांगलं होतं; पण एक चांगले गुरू यापलीकडे त्यांची प्रसिद्धी झाली नाही.

अशी किती तरी उदाहरणे आपल्याला आपल्याभोवती दिसतात.

प्रयोगजीवी कलांमधला (परफॉर्मिंग आर्ट्स) हा सर्वांत वेदनादायक, धक्कादायक असा भाग आहे; आणि ते दाहक वास्तव आहे. ज्या कलाकारांची कला-प्रस्तुती श्रोत्यांना, प्रेक्षकांना आवडत नाही; ते गायक, वादक, नर्तक आणि अभिनेतेदेखील प्रकाशात येत नाहीत. कीर्तीच्या झगमगाटात असलेल्या कलावंतांइतकीच-किंबहुना, थोडी जास्त विद्या, अभिनय त्यांच्याकडे असतो; पण श्रोते, प्रेक्षकमंडळींना त्यांचे प्रस्तुतीकरण भावत नाही. कारणे काहीही आणि कितीही असतील; पण वास्तव हेच आहे की, श्रोत्यांनी डोक्यावर घेतलेला माणूस कलाकार म्हणून मिरवतो. त्याच्याभोवती प्रसिद्धीचं वलय असतं, प्रशंसक असतात. वर्तमानपत्रे, मासिके, टी.व्ही., रेडिओवर त्यांच्या मुलाखती, छायाचित्रे वगैरे वगैरे-सर्व काही अनुकूल असतं.

अर्थात प्रसिद्धी न पावलेल्या गायक-वादकांमध्ये काही उणिवा असतातही. उदा.-गाणं उठावदार नसणं, पहिल्या षड्जापासून कलाकाराला श्रोत्यांची नस

पकडता न येणं, आवाजात माधुर्य-प्रभावोत्पादकता कमी असणं, सभाधीटपणात उणेपणा असणं आणि हे सर्व थोड्या-फार प्रमाणात असूनही 'दैवं चैवात्र पञ्चमम्' (चार पुरुषार्थ आणि पाचवे दैव) हाही भाग असतोच. गायन-वादनानं पहिल्या षड्जापासून श्रोत्यांची पकड घेणं, हा भाग फार फार महत्त्वाचा. तसंच दोन-चार मैफली फारशा जमल्या नाहीत, तरी चिकाटी न सोडता बैठक पुन: पुन्हा काबीज करायचा प्रयत्न करणाऱ्या व्यक्तीला एखादे वेळी यश मिळते, नाही असं नाही; पण मैफलीचा मंत्र सर्व कलावंतांना साधत नाही, हेही तितकंच जळजळीत सत्य आहे.

एका गुरूने शिकवलेली सर्व मुले एकसारखी तालीम मिळालेली; पण स्वत:च्या प्रज्ञेने, आपल्या सतत सरावाने त्या गुरूंच्या विद्येवर वेगळी झळाळी आणण्याचा प्रयत्न करणारी मुले वेगळी चमकतात आणि गुरूंनी दिलेली विद्याच तेवढी घोटणारी शिष्यमंडळी मागे पडतात. काही वेळा असं होतं की, गुरूंकडून गाणं शिकून मुलं प्रस्तुती देऊ लागतात. पण काही वेळा गुरूंची तंतोतंत नक्कल करण्यातच जन्म घालवतात. अशा वेळी लोक उत्सुकतेने पहिल्या काही मैफली ऐकतात आणि फक्त गुरूंची नक्कल ऐकून कंटाळून पुढे त्या गायकाच्या मैफलींना जायचं टाळतात. गुरूंची नक्कल हा पहिला टप्पा ओलांडून काही गायक आपली उपज त्या शिकलेल्या शिदोरीत बेमालूमपणे मिसळतात आणि ते रसायन लोकांना आवडतं, मग कलाकार यशस्वी होतो.

काही वेळा एकाहून जास्त गुरूंकडे शिकण्याच्या हव्यासापोटी शिकाऊ गवई कोणाचेच नीटपणे ग्रहण करत नाही आणि मग ते नीट एकजीव न झालेलं गाणं श्रवणीय होत नाही. काही वेळा लहान वयात, कोवळ्या आवाजातल्या मैफलींचे झालेले कौतुक नव्यानेच कलाकार झालेल्या मुलाच्या डोक्यात शिरतं. रियाज थांबतो. मर्यादित अशा गाण्याच्या पुंजीवर थोडा काळ चमकून असे कलाकार अस्तंगत होतात. एक शाप या गानविश्वाला मिळालाय-तो म्हणजे 'तीर्थ प्राशना'चा. प्रमाणाबाहेर पोटात गेलेली मदिरा कलाकाराची कारकीर्द ठप्प करते. या दुर्गुणाचा बळी ठरलेली कलाकारमंडळी गानविश्वात उदंड आहेत. कारकिर्दीच्या शेवटच्या टप्प्यात ही सवय जडली, तर आधीच्या मिळवलेल्या प्रसिद्धीवर काही काळ जगता येतं. वाईट मैफली श्रोते दोन-चारदा चालवून घेतात; पण जर का कारकिर्दीच्या सुरुवातीच्या टप्प्यावर वारुणीची संगत जडली, तर गायन-कारकीर्द बहराला येता-येता तिचा मोहोर गळून पडतो. असे अकाली

अस्त झालेले कलाकार लोकांच्या कणवेचा, करुणेचा विषय जरूर बनतात; पण त्यांचं गाणं ऐकायला कोणी जात नाही. नियमितपणे माफक प्रमाणात मदिरेचं सेवन करणारे कलाकारही असतात आणि ते यशस्वी कारकीर्द शेवटापर्यंत नेतात; मात्र असे संयमी कलाकार एकूण कमीच!

सतत पडेल मैफली झाल्यानं नैराश्य आलेले कलाकार मदिरेच्या वाटेकडे लागले, असे प्रकारही घडतात. मग परिस्थिती आणखी दारुण होते. त्यांनी मदिरापान करणे हे स्वरूप जाऊन मदिरा त्यांना गिळू लागते!

पण काही कलाकार असेही समंजस असतात की, मैफली गवई म्हणून लोक स्वीकारत नाहीयेत हे सत्य पचवून ते शिक्षकी पेशाकडे वळतात. अशा कलावंतांपैकी बरेच नंतर गुरू म्हणून चांगली कारकीर्द घडवतात.

एकूण, उडदामाजी काळे–गोरे असायचेच. प्रयोगशरण कलेच्या प्रांतात यशापयश असतं आणि त्यापासून बोध घेणारे, त्यात हरवून जाणारे, यशानं चढून जाणारे, यश पचवून चांगला माणून म्हणून जगणारे असे सर्व प्रकारचे लोक या संगीतविश्वात आहेत. खिलाडूपणे आपली हार स्वीकारणारे, त्याच वेळी यश मिळवलेल्या साथीदाराचे अभिनंदन करणारे कलाकार आहेत; तसेच मत्सरग्रस्त असणारेही आहेत. आपण मात्र यशस्वी गायकाच्या गायन-गुणांचा अभ्यास करावा आणि अपयशी कलाकारांकडे सहृदयपणे पाहावे. शेवटी प्रत्येकानं उत्तम माणूस म्हणून जगणं महत्त्वाचं!

७.

संस्थाने– सरस स्पॉन्सर्स

संगीत व संस्कृत हे दोन विषय आपण विशिष्ट मानून त्यांचे रक्षण, संवर्धन व जोपासना करावी– असे मला सदैव वाटते. स्वेच्छेने हे विषय शिकू इच्छिणाऱ्यांना लौकिकातल्या चाकोरीपासून मुक्तता मिळायला हवी. व्यवहारापुरेसे जुजबी विषय त्यांनी शिकावेत, पण अभ्यासक्रमाच्या जिकीरीच्या चक्रातून त्यांना मोकळीक द्यावी.

मी टिळक विद्यापीठात 'साहित्यशास्त्र पारंगत' करत असताना (एम.ए. समकक्ष परीक्षा) असे एक उदाहरण ऐकले होते. पारंपरिक पद्धतीने संस्कृत शिकलेल्या एका विद्वान गुरूंनी आपल्या दोन नातींना संस्कृत शिक्षणाची संधी दिली होती. त्या मुली पारंपरिक पद्धतीनुसार विद्या शिकत होत्या. आपल्या संगीतविश्वात गुरूंची शागिर्दी न करता शिष्यमंडळींना विद्यादान केले गेले पाहिजे. त्यांना अनुकूल अशा घराण्याचे गुरू लाभावेत आणि शालेय–महाविद्यालयीन शिक्षण त्यांना थोडे मुक्तपणे मिळावे, म्हणजे त्यांचे अभ्यासक्रम पूर्ण झाल्यावर त्यांच्या परीक्षा अवश्य घ्याव्यात, पण त्यांच्या दृष्टीने ते शिक्षण नेहमी दुय्यम असावे. हे घडूच शकणार नाही, असे मला वाटत नाही. परदेशांमध्ये लहान मुलांना अशी सवड दिली जाते की, काही विषयांत ती ५ व्या इयत्तेत असतात व काही विषयात ४थ्या इयत्तेत. तसे संगीताचे शिक्षण देताना त्यांना अगदी नेमके– नेटकेपणे रियाज, पलटे, घराण्याच्या प्राधान्यक्रमाने रागशिक्षण, नायकी–गायकी हे सर्व शिकायला मिळावे आणि पुढे व्यवहारात उभे राहण्याच्या दृष्टीने आवश्यक तेवढेच इतर शिक्षण त्यांना देण्याची व्यवस्था व्हावी.

हा सर्रास व्यवहार होऊ शकणार नाही, हे उघडच आहे. पण सर्वच मुलांना विशिष्ट विषयांची ओढ असतच नाही, हेही तितकेच खरे नव्हे का? मग

जर समाजातल्या एक-दोन टक्के मुलांना अशी (जगावेगळी म्हणावी हवे तर) ओढ असेल, तर त्यांच्यासाठी तसे शिक्षण का उपलब्ध असू नये? आपल्याकडे उत्तमोत्तम गायक, सतारिये, सरोदकार, बीनकार, सनई, व्हायोलिनवादक आज उपलब्ध आहेत. कैक तबलातज्ज्ञ वर्षभरातले निम्मे दिवस आपल्या भारतात व परदेशात वास्तव्य करतात. अशांना उचित मानसन्मानपूर्वक गुरुत्व बहाल करून त्यांच्याकडे शिष्यगण सोपवता येईल.

गुरूंना निवांतपणे शिकवता यायला हवे, असे वातावरण- सर्वच तऱ्हेचे- त्यांना मिळायला हवे. चरितार्थाची चिंता स्पॉन्सर्स किंवा तत्सम संस्थेने करावी. विद्यार्थ्यांना शिक्षणकाळात आपल्याला शिक्षण संपल्यावर 'ब्रेक' कुठे व कसा मिळेल याचे व्यवधान नसावे.

अमुक तऱ्हेचे जीवनमान, घर, वाहन, पैसा या वर्तुळाखेरीज आनंदाने जीवन यापन होते. उत्तम संगीत प्रस्तुती म्हणजे अमुक लाख बिदागी- ही संकल्पना चूक आहे. उत्तम प्रस्तुतीने श्रोत्यांचे तुडुंब समाधान होणे, हे वरील सर्व सोई-सुविधांसह शिकल्याचे फलित असायला हवे. पूर्वी ऋषी-मुनींकडे किती रथ, सारथी, हत्ती, घोडे आहेत; आश्रमाचे क्षेत्रफळ केवढे आहे, योगक्षेमासाठी किती धन राजांकडून पुरवले जाते- अशा तऱ्हेचे गणिती ठोकताळे नसत. विस्तीर्ण आश्रमक्षेत्रात आपल्या आवडीच्या विषयात मुले अध्ययन करीत. आपापली नित्यकर्मे स्वतःच आचरीत. थोडे-बहुत तसेच वातावरण आपल्या संगीत गुरुकुलांमध्ये हवे. ऐहिकाचे स्तोम नको, पण योगक्षेमाची साधने पुरेशी असावीत.

गुरुजन कार्यक्रमासाठी संकुलाबाहेर गेले असता ज्येष्ठ शिष्यांनी शिक्षणाची धुरा सांभाळावी. नंतर अनुभवसमृद्धीसाठी ज्येष्ठ शिष्यांचे दौरेही आयोजित व्हावेत. हे सर्व कार्य उत्तम नियोजनपूर्वक केले पाहिजे. यात उत्कृष्ट मेंदू राबले पाहिजेत, तरच अशी व्यवस्था निर्माण होऊ शकेल. पण हे असंभव मात्र मुळीच नव्हे- फूटपट्टी थोडी वेगळी हवी; अंतिम निष्कर्ष हवे तेच निघतील.

विद्यार्थ्यांमधील घुसमट, जीविकेची चिंता या गोष्टी वजा व्हायला हव्यात; मग ते प्रतिभेचे उत्तमोत्तम विलास साधून दाखवतील. आजच्या घटकेलादेखील देशात काही गुरुकुलसदृश संस्था संगीतशिक्षणाचे भरीव कार्य करीत आहेत. तेच कार्य देशभर विशिष्ट ठिकाणी उभे करावे.

आणखी एक मुद्दा गुरुजनांविषयीचा. निवांतपणे शिकवण्याची मोकळीक,

मैफली-सप्रयोग व्याख्याने वगैरेंसाठी बाहेर जाण्याची मिळणारी मुभा, उचित व पुरेसे मानधन या गोष्टी मिळणार असतील तरी गुरुजनांनी भरपूर चिंतन, मनन, अभ्यास, नव्या-जुन्या शिक्षणपद्धतींविषयी मनोमन निदिध्यासपूर्वक अध्ययन करणे, यमन रागापासून परंपरागत शिक्षण देतानाच संगीतातील नावीन्याचा शोध घेणे, परंपरेला नवता-झळाळी यावी यासाठी पूर्वग्रहविरहित विचारधारेचा अंगीकार करणे हे अपेक्षित; नव्हे, स्वागतार्ह ठरेल. ऋषी-मुनींनीदेखील जुन्या ऋचा शिकविल्या, नव्या रचल्या. जुन्या ऋचांना नव्या चाली, नवे छंद प्रदान केले, असे आपली परंपरा सांगते; तरी हे आवश्यकच मानायला हवे. प्रयोगजीवी कलांच्या संदर्भातले सर्व काही तपासत, त्यांचा धांडोळा घेत, जुने सांभाळत पुढची वाटचाल करायची आहे. त्यासाठी पुरेसे निवांत, निश्चिंत वातावरण व परिसर आपल्याला प्रदान केला जातोय; मग आणखी काय हवे?

बदलत चाललेले सांगीतिक वातावरण

एकोणिसाव्या शतकाचा उत्तरार्ध ते विसाव्या शतकाच्या पूर्वार्धाच्या काळात ग्वाल्हेर संस्थान हे शास्त्रीय संगीतासाठी भरण-पोषणासाठीचे मूळ आश्रयस्थान-गंगोत्री होते, असे मानतात. गॉडफादर, स्पॉन्सर, स्पॉन्सरशिप वगैरे कल्पना प्रचलित होण्यापूर्वीच्या- स्वातंत्र्याच्याही खूप आधीच्या काळात भारतातल्या संस्थानिकांनी कलावंतांना आश्रय दिला, गायनातले गुरू उपलब्ध करून दिले. त्या होतकरू कलाकारांचे योगक्षेम पाह्यलेच; पण त्यांचा सराव-रियाज होतोय ना, यावरही लक्ष ठेवले. पुढे त्यांना स्थैर्य येण्यासाठी त्यांचे कार्यक्रम घडवून आणणे, इतर संस्थांनांमध्ये कार्यक्रम मिळावेत यासाठी पत्रे वगैरे देणे; इतकंच काय, पुढे वृद्धापकाळी त्यांचा सांभाळ/त्यांच्या दुखण्याबाण्यात त्यांची काळजी वाहणे, एवढे सगळे त्या कलाप्रेमी सधन संस्थानिकांनी केले.

हळूहळू संस्थाने विलीन झाल्याने त्यांच्याकडून कलाकारांचे होणारे संवर्धन-संरक्षण वगैरे कमी झाले. काही धनिकांनी, काही संस्थांनी होतकरू कलावंतांसाठी शिष्यवृत्त्या देणे अशांसारख्या गोष्टी सुरू केल्या. पण संस्थानिकांचे उदंड दातृत्व वेगळे आणि इथून-तिथून होणारे असे मदतीचे क्षुल्लक प्रकार वेगळे. पूर्वीच्या संस्थानिकांच्या दातृत्वामुळे कलाकार घडणे, त्याच्या कलेचा त्याच्या इच्छेनुसार होणारा कलाविष्कार या गोष्टी सहज शक्य होत्या. तेव्हा कलाकाराला लोकांच्या आश्रयावर अवलंबून राहावं लागत नव्हतं. पण जेव्हा लोकाश्रयाचा आधार घेऊन कलाकार घडू लागले, तेव्हा साहजिकच त्यांच्या मन:पूत कलाविष्कारावर मर्यादा

आल्या.

याखेरीज इतरही काही घटक होते की, ज्यामुळे कलाकारांच्या प्रस्तुतीकरणात भेसळ निर्माण होऊ लागली. २००-३०० लोकांसमोर गाताना कलाकार आपल्या मनाप्रमाणे गायन-वादन पेश करत आणि लोकही त्याचा आनंद घेत. श्रोत्यांपैकी ज्यांना त्या कलाकाराचे गायन आवडे, तेच या संगीत सभांना येत- असेही सामान्यतः घडे. त्या-त्या कलाकाराचे प्रेमीलोक त्या विशिष्ट कलाकाराच्या कार्यक्रमाला येत. पण जेव्हा संगीत सभांमधील श्रोत्यांची संख्या वाढू लागली, त्याचा तिकीटविक्रीतील पैशांशी संबंध निगडित झाला आणि बिदागीच्या रकमाही वाढू लागल्या; तेव्हा कलाकाराला कळून चुकले की, मोठ्या जमावाला संतुष्ट करण्यासाठी गायनशैलीत- गानप्रकारात काही तडजोडी केल्या पाहिजेत. मग ठुमरी-दादरे न गाणारे कलाकार ते गायनप्रकार आळवू लागले. अमुक एका प्रांतात गझलप्रेमी आहेत किंवा नाट्यसंगीत आवडणारे लोक आहेत, हे कळल्यावर त्या प्रांतातील संगीत महोत्सवात कलाकार- मग ते कोणत्याही घराण्याचे असोत- त्या-त्या गानप्रकाराचा अंगीकार करू लागले.

एक जुना काळ असा होता की, गायकांकडे विशिष्ट रागांची फर्माईश होत असे. अजूनही जुने काही श्रोते सांगतात- रामभाऊ मराठे कानड्याचे प्रकार छान गात किंवा अमुक एका खाँसाहेबांकडे भैरवीतील बंदिशींचे भांडार होते व त्यांच्या भैरवी-पेशकारीत खासियत होती. पं. मल्लिकार्जुन खोखर हा राग चांगला मांडत. त्या-त्या कलाकारांकडे त्या विशिष्ट रागांची फर्माईश होत असे. पण नंतर नंतर कलाकारांना स्वतःच्या पोतडीत ख्याल, ठुमरी, दादरा, भजन, गझल, नाट्यगीत अशा सर्व गीतप्रकारांचा साठा करून ठेवावा लागे. आजही कलाकाराला श्रोत्यांचा कल पाहून या सर्व गोष्टी पेश कराव्या लागतात.

याला अभिजात संगीतातली किंवा घराण्यांच्या नियमावलीशी न जुळणारी भेसळ म्हणावे का? जयपूर घराण्याच्या काही कलाकारांनी पूर्वी ठुमरी वगैरे वर्ज्य मानली, तीच गोष्ट ग्वाल्हेर घराण्यातल्या कलावंतांची. बैठकीत एखाद्या श्रोत्याने अशी काही फर्माईश केली, तर कलाकार त्याला नकार देत आणि आपल्या चाकोरीतलेच गानप्रकार गात. त्या वेळी गान-घराण्यांची ही शिस्त ऐकणाऱ्यांनाही बरोबर वाटे व त्या 'आगंतुक' फर्माईश करणाऱ्याला मुरब्बी श्रोत्यांकडून काही कानमंत्रसुद्धा दिला जाई- "बाबा, असं नसतं बोलायचं. हा कलाकार ऐकायला यायचं म्हणजे ठुमरी-गझल ऐकायला मिळणार नाही, हे समजून-उमजून घेऊन

मगच यायचं. पुन्हा अशी चूक करू नका''... वगैरे.

गायनातील शिस्त कमी होण्यात इतरही काही घटक महत्त्वाचे आहेत. वैज्ञानिक प्रगतीमुळे संगीतश्रवणासाठी जी सुलभता निर्माण झाली, त्यामुळे सर्व घराण्यांचं संगीत दिवसरात्र कानावर पडू लागलं. कलाकाराची थोडी आत्मकेंद्रित म्हणता येईल अशी घराणेदार गायकी जपली जाणं अशक्य होऊ लागलं. कारण जर सतत अनेक घराण्यांची गानवैशिष्ट्ये कानांवर पडू लागली, तर त्यांतली भावलेली वैशिष्ट्ये- मग त्या मुरक्या-खटके असोत, मींड असो, सरगम असो किंवा ताना असोत- अनुकरणीय वाटू लागली किंवा कधी कधी कलाकार त्यांचे अभावितपणे अनुकरण करू लागला. हीच गोष्ट गानप्रकार किंवा गाण्याचे फॉर्म्स याबाबतही होऊ लागली. ते गीतप्रकार सतत ऐकण्याने ते आत्मसात करण्याची इच्छा होऊ लागली आणि अशा प्रकारे घराण्यांच्या बांध-बंदिस्तीला सुरुंग लागू लागले.

आणखी काही काळ मागे गेल्यास गायनरीतीतल्या स्थित्यंतराची आणखीही काही कारणं दृष्टोत्पत्तीस येतात. उदा.- बीन अंगानं जी आलापी पूर्वी होत असे, ती बीनची साथ न मिळाल्याने; सारंगी व हार्मोनिअमची साथ-संगत होऊ लागल्याने थोडी कमी मींड घेणारी झाली- पर्यायाने किंचित हलकेपणाकडे झुकली. हे सर्व चांगले किंवा वाईट नसून अपरिहार्यपणे होत गेलेले बदल, असेच याबद्दल म्हणता येईल. या संदर्भात आणखी एक गोष्ट नोंदवावीशी वाटते. धृपदापासून ख्याल संक्रांत होताना धृपदाची काही वैशिष्ट्ये ख्यालात येणं क्रमप्राप्त होतं, पण कालांतरानं ख्यालाने स्वत:चा स्वतंत्र घाट (फॉर्म किंवा आकृतिबंध) निर्माण केला आणि आपातत: धृपदापासून त्यानं फारकत घेतली. अर्थात आग्रा घराण्यानं नोमतोमच्या रूपात आलापी घेतली, जयपूरवाल्यांचे बरेच ख्याल धृपद अंगाचे राहिले. ग्वाल्हेर घराण्याची लय व इतर अंगे धृपदाच्या प्रभावाखाली राहिली. पण एकूण ख्यालाला स्वत:चे स्वतंत्र अस्तित्व, व्यक्तिमत्त्व जरूर मिळाले आणि तो धृपदापेक्षा वेगळे असे आपले अस्तित्व दाखवू लागला. आज कालौघात काही घराण्यांनी ख्यालगायनात ठुमरीचे अंग आणायला प्रारंभ केला आहे. आणखी ५० वर्षांनी ख्यालाचा आकृतिबंध आणखी निराळा होईल. काही इतर घटक त्याला कारणीभूत असू शकतील.

हल्ली भारतीय कलाकार परदेशात बऱ्याचदा जातात. तिथल्या जीवनशैलीत, संगीतसंस्कारांत निश्चितच वेगळेपणा आहे. तीन-चार तासांची मैफल- त्यात

राग चैनदारीने आळवणे, या गोष्टींना तिथे मुरड घालावी लागते. जर आपले कलाकार तिथे स्थायिक झाले, तर त्यांच्या तेथील मैफली वेगळ्या म्हणजे परदेशी लोकांना मानवतील अशा पद्धतीच्या होऊ लागतात. मग ते कलाकार भारतात येऊन आपली कलाप्रस्तुती देऊ लागले की, ही बदललेली पेशकारी भारतीय श्रोत्यांच्या लक्षात येते. सर्वच कलाकारांच्या बाबतीत असे होत नाही. काही जण इथे इथल्या संगीतसंस्कृतीप्रमाणे गातात, वाजवतात. इंग्लंड-अमेरिकेत तिथे झेपेल-मानवेल अशा पद्धतीने प्रस्तुतीकरण करतात.

असे बरेचसे घटक आज कार्यरत आहेत, ज्यामुळे गाण्या-वाजवण्यात बदल होतोय. ही एक प्रकारे भेसळही असते. कारण वादनात पाश्चात्त्यांप्रमाणे कॉर्ड्सचा वापर होऊ लागतो. नावीन्य म्हणूनही असे घडते. हे आता अपरिहार्य आहे.

८.
आधारवाद्य- तंबोरा

तंबोरा-तानपूरा-तानपुरा या नावाने ओळखले जाणारे हे अतिशय महत्त्वाचे आधार वाद्य आहे. शास्त्रीय गायन-वादन-नर्तनात प्रामुख्याने आधारस्वर प्रदान करणारा तंबोरा! गायक-वादक मंडळी याला महागुरू मानतात. तंबोरा उत्तम लावता येणे, ही परम सिद्धी मानली जाते. खऱ्या गायकाच्या- कलाकाराच्या मनात सदैव एक तंबोरा झंकारत असतो, असे म्हणतात. दोन तंबोऱ्यांत बसून आपण गातोय आणि समोर श्रोत्यांनी फुललेले सभागृह आहे, या धन्यतेसाठी कलाकार आपला जीव ओतत असतो.

तंबोरा हा आधारस्वर आहे हे खरे, पण अगदी प्राचीन काळापासून तंबोरा हा आधारस्वर म्हणून प्रचारात नाही. श्रुती मोजण्यासाठी भरताने जे दोन प्रयोग केले, त्यासाठी त्याने तंबोरे नाही वापरले; ते तेव्हा अस्तित्वातच नव्हते. भरताने बहुधा धनुर्वीणा (दोन) वापरल्या. प्रमाण श्रुती निश्चित करण्यासाठी भरताने प्रथम प्रयोग केला. त्याने मध्यम ग्रामात पंचमाची तार थोडी सैल करून एक श्रुतीने स्वर खाली आणला. या दोन पंचमांतलं अंतर त्यानं प्रमाण श्रुती मानलं. नंतर त्यानं चतुःसारणांचा प्रयोग केला. दोन वीणा- धनुर्वीणा घेऊन त्या अगदी सारख्या लावल्या. प्रत्येक श्रुतीसाठी एक तार अशा एकूण २२ तारा ठेवल्या, एक वीणा अचल ठेवली. सर्व तारा षड्ज ग्रामात लावल्या. दुसऱ्या वीणेतला पंचम १ श्रुतीने उतरवला, तो मध्यम ग्रामातल्या पंचमासारखा झाला (तो पंचम १ श्रुतीने आधीच उतरवलेला होता). नंतर सर्व तारा अशाच १ श्रुतीने खाली आणल्या. हा प्रयोग चारदा केला, म्हणून ती चतुःसारणा झाली. म्हणजे शेवटी या चल वीणेवरचे पंचम, मध्यम व षड्ज अचल वीणेच्या मध्यम, गांधार, निषादाच्या उंचीचे, बरोबरीचे झाले. प्राचीन काळी इतर कोणतेच साधन नसताना

स्वरांमधील अंतराल मोजण्याच्या प्रयत्नातला हा मोठा टप्पा मानला गेला.

नंतरचा महत्त्वाचा टप्पा होता १३ व्या शतकात शार्ङ्गदेवाने केलेल्या प्रयोगाचा. मात्र त्याने तार चढवण्याचा प्रयोग केला. त्याने भरताप्रमाणे धनुर्वीणाच वापरली. त्या वीणेची १ ली तार तिच्या सहज आवाजात बोलेल इतपत ताणून लावली. दुसरी तार किंचित चढी- तिसरी त्याहून चढी. अशा रीतीने तारा लावल्या. त्या दोन तारांमधील स्वरांतर इतके होते की, मधे तिसरा सूर काढता येऊ नये. हे नादांतर लक्षात येण्याइतपत होते. आजची वैज्ञानिक व्याख्या हीच आहे. दोन नादांमधील किमान अंतर म्हणजे श्रुती.

हे सर्व नादांतर पुराण झाले. पण यात तंबोऱ्याचा संबंध नाही. या नंतरच्या टप्प्यात स्वरासाठी तारेची लांबी हे माप आविष्कृत झाले आणि एकाच तारेवर ही लांबी मोजलेली असल्याने त्यांच्या काळात आधारस्वर स्थापित झाला होता. हा काळ अहोबल, हृदय नारायण देव, श्रीनिवास पंडितांचा-म्हणजे सोळा-सतरावं शतक.

पण भरतापासून १६ व्या शतकापर्यंत आधारस्वर आजच्यासारखा षड्ज नव्हता, याचे कारण काय? आज जसा मानवी आवाजाच्या चढ-उताराच्या पायऱ्या किंवा श्रेणीमध्ये हा स्वर साधारणपणे मधे आहे, तसा तो पूर्वी नव्हता; तर तो या श्रेणीच्या वरच्या टोकाला होता. असे का?

आदिमानवाचं संगीत ही कौशल्याची गोष्ट नव्हती, तर त्याच्या भावनांवर ताण आल्यावर तो गायचा. भावनांचा ताण शरीरभर येतो, पसरतो. त्यामुळे तोंडातून बाहेर फुटलेला आवाज म्हणजे स्वर म्हणू या- तो चढा असे. मग तो उतरत-उतरत सहज स्थितीला येई- म्हणून त्या आदिमानवाचं गाणं अवरोही स्वरांचं होतं. प्राचीन संगीत ग्रंथात स्वराचं माप मध्यमाच्या संदर्भात येतं. म ग रे सा- असं. म्हणून म हा स्वर प्राचीन संगीतात अचल होता. नारदी शिक्षेसारख्या अनेक शिक्षा ग्रंथांत हे माप असेच दिलेले आहे. अवरोही साम गायनातले स्वर आरोही वेणुवादनाशी ताडून दाखवताना-

य सामगानां प्रथमः स वेणोर्मध्यमः स्वरःअसे गणित मांडले गेले, ते यामुळेच!

(जो सामगायकांचा प्रथम स्वर आहे, तो वेणूचा मध्यम स्वर आहे.)

वेदातही सामगानाला तंबोरा आधारस्वर असल्याचा उल्लेख नाही.

कालौघात माणूस फक्त भावनेच्या भरात गाणे, तोंडातून उंच पट्टीचा आवाज काढणे- वगैरे स्थितीतून बाहेर येत गेला. साहित्य-संगीतादी कला वाढीस लागल्या. तेराव्या शतकानंतर हळूहळू परिवर्तने घडत गेली. एकतंत्री,

दंडयुक्त वीणांचा काळ आला. संगीत आरोही होऊ लागले. मध्यम (अचल) स्वराची जागा षड्जाने घेतली. मानवी आवाजाच्या चढ-उताराच्या पायऱ्यांमध्ये टोकाला असलेला आधारस्वर मधे आला, नादसौंदर्याची प्रचीती मानवाला आली, षड्ज अविकारी किंवा अचल स्वर बनला. पूर्वीचे मुखारी (काफी) सप्तक गेले. मग स्वर सप्तक बदलले. आत्ताचे बिलावलाचे शुद्ध सप्तक आले. पूर्वीच्या षड्ज-मध्यम ग्रामाचा लोप झाला, त्यांची गरज उरली नाही. आधारस्वर षड्ज व त्याचा संवादी पंचम हे दोन्ही अचल स्वर झाले. हे सर्व हळूहळू विकसित होत गेले. स्वरागणिक वेगळ्या तारेच्या दंडवीणा जाऊन एकाच तारेवर संपूर्ण सप्तक वाजणाऱ्या दंडवीणा अस्तित्वात आल्या. मग स्वरसप्तक निश्चित करण्याची गरज निर्माण होऊन तसे झाले.

आणि हे सर्व म्हणजे- प्रचलित बिलावलाचे शुद्ध सप्तक येणे वगैरे साधारण १९ व्या शतकाच्या आसपास झाले. तात्पर्य असे काढावेसे वाटते की- एकतंत्री, एकतारी वगैरे आधारस्वर (व काही वेळा ठेकाही देण्यासाठी म्हणजे स्वर-ताल एकत्रित असे जुजबी रूप असलेल्या) देणाऱ्या वाद्यानंतर अत्यंत परिष्कृत असा तंबोरा फार उशिरा आला.

पण आज तंबोरा हे अत्यंत जिवलग, आप्तस्वकीय, गुरू अशा पदवीला पोचलेले वाद्य आहे. याला नमस्कार करून मगच हातात घेतात. त्याला ओलांडून जायचे नसते. प्रचलित तंबोऱ्याच्या ४ तारांपैकी मधल्या दोन जोडीच्या तारा अगदी सारख्या लागाव्या लागतात. पहिली मध्य सप्तकतल्या पंचमाची व शेवटची मंद्र षड्ज अर्थात खर्जाची असते. तारांची जव्हारी अत्यंत सुंदर असली म्हणजेच तंबोऱ्याचा आवाज खुलतो. जोड व खर्ज उत्तम मिळालेले असले की गांधार, पंचम व तार षड्ज ऐकू येऊ लागतात. पंचमाच्या तारेतून रिषभ स्पष्ट ऐकू येतो. स्वयंभू स्वरांसह मूळ स्वर मिळून आलेला तंबोऱ्याचा एकत्रित नाद हा केवळ अप्रतिम, अनिर्वचनीय असा असतो. आणि अशा अप्रतिम जुळलेल्या दोन तंबोऱ्यांवर गाणे गाणे, हे कलावंताला ब्रह्मानंदासारखे असते. अपर पार्शियल्स किंवा अनुरणनाने प्राप्त होणारे नाद ऐकू येण्यासाठी कान तयार व्हावा लागतो, असे म्हणण्याची पद्धत आहे. हा कान तयार होणे व त्या पाठोपाठ गायक घडणे, ही क्रिया अवश्यभावी आहे. तशी ती व्हावी यासाठी तिथे गुरूचे अधिष्ठान हवे, म्हणजे पहिला गुरू तंबोरा आणि मग शिकवणारा गुरु!

***

१.
ललितकला

आज आपण ललित कला हा शब्दप्रयोग संगीतादी कलांसंदर्भात सर्रास वापरत असतो. काय आणि किती आहेत या ललित कला? काय आहे त्यांची व्याख्या? इतर कलांहून त्यांचे वेगळेपण नेमके कशात आहे, याविषयी थोडेसे पाहू या.

मुळात कला म्हणजे काय- तर अशी कृती की, जिला सौंदर्याची जोड आहे, जिच्यातून सौंदर्यनिर्मिती होते.

श्रीमद्‌भागवतावरील क्षेमराजाची 'शिवसूत्रविमर्शिनी' नामक टीका आहे. यात कलेची व्याख्या अशा प्रकारे दिली आहे-

कलयति स्वस्वरूपावेशेन (तद् तद्) वस्तु प्रथयति।

स्व स्व रूपावेशेन- अर्थात् कलावंताला सुचलेले स्वरूप, प्रथयति- प्रकट करतो. अर्थात कलावंत स्वतःला सुचलेले स्वरूप प्रकट करतो.

विश्वकवी रवींद्रनाथ ठाकूर म्हणतात- In Art we see the Artist himself and not the Art itself. कलेत आपण कलाकाराला पाहतो, कलेला नव्हे.

वात्स्यायनाच्या कामसूत्रात (सन ४०० मध्ये लिहिले गेलेले) सर्व प्रथम ६४ कलांची माहिती, उल्लेख येतो. या ६४ कलांपैकी पहिल्या सहा अर्थात नाट्य, काव्य, संगीत (गायन, वादन, नर्तन) आलेख्य, शिल्प- वास्तू आणि मूर्तिशिल्प एवढ्याच फक्त ललित कला आहेत. उरलेल्या अर्थात शैया सजविणे, पाककला इ. या उपयोगाच्या कला आहेत.

मात्र जुन्या संस्कृत वाङ्‌मयात 'ललित कला' असा शब्द आलेला नाही. कालिदासाच्या रघुवंशात अजविलाप प्रसंगी अज राजा आपली पत्नी इंदुमती

हिच्याविषयी- ''प्रिय शिष्या ललिते कलाविधौ।'' असा शब्दप्रयोग करतो. त्यावरून आपण पुढे ललित कला शब्द तयार केला.

रस हा प्रत्येक कलेचा प्राण आहे. 'रूपभेदा: प्रमाणानि भावलावण्य योजनम्' हे रससिद्धान्ताचे सार आहे. तर्कसंग्रहातली रूपाची व्याख्या 'चक्षुर्मात्रग्राह्यो गुण:रूपम्' अशी आहे, हीच इथे अभिप्रेत आहे. (डोळ्यांनी ग्रहण करण्याचा गुण म्हणजे रूप)

जिच्यापुढे नवनवीन सौंदर्य चमकते, अशी प्रज्ञा म्हणजे प्रतिभा.

'प्रज्ञा नवनवोत्मेषशालिनी प्रतिभा मता' अशी प्रतिभेची व्याख्या अभिनव गुप्त यांचे एक गुरू भट्टतौत यांनी केली आहे. हे भट्टतौत ८ व्या शतकात होऊन गेले. (अभिनव गुप्तांचा काळ सामान्यत: इ. स. ९७५ ते १०२५ असा मानतात) भट्टतौतांच्या नंतर सुमारे १००० वर्षांनी कीट्सने म्हटले-

A thing of beauty is joy forever.

कीट्सच्या आधी १०००- १२०० वर्षे होऊन गेलेल्या माघ कवीने म्हणून ठेवले आहे-

''क्षणेक्षणे वन्नवतामुपैति तदेव रूपं रमणीयताया:।'' (क्षणोक्षणी जी नवीन भासते तीच रमणीयता- (संदर्भ: शिशुपालवध, ४ था सर्ग, दृष्टोऽपि शैल: स मुहुर्मुरारे अपूर्ववद् विस्मयमाततान। पहिली ओळ)

ही प्रतिभा कवीच्या ठायी असते आणि तिच्या योगे तो कवी कलेच्या माध्यमातून सौंदर्यनिर्मिती करतो. आपल्याला सुचलेले रूप प्रकट करतो. हा त्याचा प्रतिभाविलास कलेला समृद्ध करतो.

म्हणजेच कलेत आपण कलाकाराला पाहतो. त्याची प्रतिभा नवनवीन सौंदर्य आपल्यासमोर प्रस्तुत करते, त्याचा आनंद घेतो.

हे सर्व ललित कलांच्या संदर्भात म्हणता येते. काव्याच्या संदर्भात असे म्हटले गेले आहे-

ती ती पदे नित्य फिरून येती, त्या त्याच अर्थाप्रति दाविताती।
'कौशल्य मोठे रचनेत आहे.' सत्काव्य तेणे 'नव' वाटताहे।।

माझ्या मते, हे वास्तवदेखील सर्व ललित कलांच्या विषयात म्हणता येईल. आपल्या संगीताबद्दलच पाहू या. चित्राच्या संदर्भात ६ अंगे सांगितली गेली आहेत.

रूपभेदा:, प्रमाणानि, भावलावण्य योजनम्।

सादृश्यं, वर्णिकाभङ्ग इति चित्रं षड्ङ्गकम्।।

अर्थात- १ रूपाचे विविध प्रकार, २ प्रमाणे, ३ भावाची जोड,

४ लावण्याची जोड, ५ सादृश्य आणि ६ वर्णिकेचे प्रकार.

१. **रूप-** दृश्य कलांच्या बाबतीत रूपात 'कांती'चादेखील समावेश आहे. श्राव्य कलांच्या संदर्भात कांती किंवा आभा म्हणजे गाण्यातला ताजेपणा असे म्हणता येईल.

२. **प्रमाणे-** दृश्य कलेसंदर्भात मोठे-लहान अवयव, रुंदी, उंची, जाडी ही प्रमाणे आहेत. पण संगीताच्या अनुषंगाने विचार केल्यास स्थायी अंतऱ्यांवर औचित्यपूर्ण ठहराव, ते भरून काढणे, स्थायीची आलापचारी, बोलबाट, ताना हे सर्व रागांच्या (प्रपोर्शन) संतुलनाप्रमाणे असावे. पूर्वांगवादी रागात स्थायीचा सर्वार्थाने विस्तार, तर उत्तरांगवादी रागात अंतऱ्याचा तसा विस्तार- हे 'प्रमाण' या अंगाचे उदाहरण आहे.

३. **भाव-** रागप्रस्तुतीकरणातून प्रकट होणारा सर्वसामान्य किंवा साधारणीकृत असा भाव. यात रसपरिपोषाच्या दृष्टीने आवाजाचा नाट्यपूर्ण लगाव, भक्ती-विरहादिकरून भावनांना फुलवणे व एका विशिष्ट आनंदरसाची निर्मिती करणे.

४. **लावण्य-** रागप्रस्तुतीकरणातले सौंदर्य- ज्यायोगे श्रोत्यांना त्या रागाचे आकर्षण वाटेल, अशी प्रस्तुतीकरणाची शैली.

५. **सादृश्य-** दृश्य कलांमध्ये पशू, पक्षी, प्राणी यांच्या समान (सारख्या दिसणाऱ्या) आकृती चित्रशिल्पातून प्रकट करणे म्हणजे सादृश्य. पण श्राव्य ललित कलांमध्ये या अंगाचा एका विशिष्ट मर्यादेत राहून विचार करायला हवा. माझ्या मते, पूर्वसूरींनी प्रकटीकृत केलेले रागरूप पुढीलांनी नव्या जाणिवांसह पण विशिष्ट समानतेच्या खुणा बरोबर वागवत आविष्कृत करणे म्हणजे, श्राव्य कलांमधील सादृश्य म्हणता येईल. यात मतांतरे होऊ शकतात. उदा. पूर्वसूरीहून वेगळे रूप पण काही बाबतींत साम्य दर्शविणे, पूर्वसूरींप्रमाणे स्थायी अंतरे दाखवून बहलावे इ. गोष्टींत वेगळा आकर्षकपणा आणणे इ.

६. **वर्णिका भंग-** याचे दृश्य काव्यासाठी तीन अर्थ उपलब्ध आहेत- १ रंग, २ तूलिका किंवा कुंचला आणि ३ घेतलेला वेष. हे कोशगत अर्थ आहेत. श्राव्य कलांच्या संदर्भात एका मर्यादेतच अर्थ घेता येईल. आपण आपल्या रागप्रस्तुतीकरणाला जे वळण किंवा रंग प्रदान करण्याचे ठरविले आहे, त्या अनुषंगाने रागविस्तार साधणे. उदा.- मालकंसामधील गंभीर अर्थाची बंदिश

असेल तर मंद्र, मध्य सप्तकातील स्वरविस्ताराचा भरणा; सोहनी, परज इ. सारखे राग निवडले असल्यास मध्य पंचम ते तार मध्यम पंचमापर्यंतचे स्वर विन्यास करून राग नटविणे- हा वर्णिका भङ्ग, असे श्राव्य-काव्य म्हणजे संगीताविषयी म्हणता येईल. पूर्वी 'स्फटिक रचित पीठे, रम्य कैलासश्रृङ्गे' वगैरे श्लोकात श्वेतवस्त्रधारिणी भैरवी रागिणीचे चित्र रंगविले गेले आहे, तो वर्णिकेचा एक अर्थ- 'घेतलेला वेष' यात समाविष्ट असलेले चित्र आहे. पण आज या तऱ्हेने रागरागिण्या मांडल्या जात नाहीत, त्यामुळे मी वर दिलेल्याप्रमाणे वर्णिकेचा अर्थ मला सुसंगत वाटतो. (यात मतभेदाला वाव आहे.)

इथे सर्व ललित कलांच्या आविष्कारातील समान अंगांचा ऊहापोह करताना सहा ललित कलांमधील समान घटक जी लय- तिचाही उल्लेख आवश्यक वाटतो. चित्र-शिल्प (वास्तू व मंदिर दोन्ही शिल्पांत) यात रेषेचे सौंदर्य म्हणजे लय असा ढोबळ अर्थ प्रतीत होतो. चित्रात रेषेची लय व शिल्पातही तीच लय असणे म्हणजे सर्व काही संतुलित स्वरूपात मांडणे- मग ती गोमटेश्वराची मूर्ती असेल, कैलास लेण्यातील शिव-पार्वतीचे शिल्प असेल, स्थापत्यातील संतुलित खांब, शिखरे, भिंती असतील; चित्रातील अजिंठ्याच्या चित्रातील बुद्धादिकांच्या चित्रातील वळणे-वाक असतील किंवा गायन- वादन- नर्तनातील प्रत्यक्ष विलं., मध्य, द्रुत लयीचा 'बर्ताव' असेल. तात्पर्य हे की, लय सर्व ललित कलांत वरील सहा अंगांइतकीच भरून राहिलेली असते.

तरी समारोपात पूर्वीचे चार चरण घेते.

ती ती पदे नित्य फिरून येती, त्या त्याच अर्थप्रति दावितातीं।
'कौशल्य मोठे रचनेत आहे' सत्काव्य, तेणे 'नव' वाटताहे।।

जुन्या निसारहुसेन खाँपासून, पं. वझेबुवापासून, शंकर पंडितांपासून, बाळकृष्णबुवांपासून, विष्णू दिगंबरांपर्यंत आणि पाध्ये, पटवर्धन, व्यास, ठाकूरांपर्यंत तसेच अल्लादियांपासून मंजी खाँ, भुर्जी खाँ, केसरबाई, मोगूबाई, किशोरीबाईंपर्यंत; अब्दुलकरीम, हिराबाई, प्रभा अत्रेंपर्यंत; बडे गुलाम, मुनव्वर, अजय चक्रवर्ती, परवीन सुलताना आणि मालिनीताई, गंगूबाईंपर्यंत... सर्व कलावंतांनी तीच पदे, त्याचअर्थाची म्हटली; पण रचनेतल्या कौशल्यामुळे ती नित्यनूतनत्व प्राप्त करती झाली. प्रतिभेच्या विलासांनी ललित कलेचे दालन क्षणोक्षणी समृद्ध केले, त्याला नवी झळाळी आणली; पुढेही ललित कला अशाच सुफलित होत राहणार आहेत.

***

१०.
संगीतातली रसवत्ता आणि रंगतदार मैफलीचे तंत्र

पं. ओंकारनाथ ठाकूरांची नीलांबरीतील ध्वनिमुद्रिका ऐकताना मन इतके तद्रूप होऊन जाते की, त्यांनी अंतरा म्हटलेला नाहीये, हे ध्यानातही येत नाही. त्यांनी भावाभिभूत होऊन म्हटलेले भजन- 'मैया मोरी, मैं नहिं माखन खायो' ऐकताना कृष्णाच्या आवाजातली विनवणी, आर्तता, प्रेम, लडिवाळपणा, काकुळतीचे भाव- हे सर्व काही आवाजाच्या विविध छटा, स्वनरंग (modulation) मुळे कळून येते. एक साधा-सरळ मानवी कंठ काय किमया घडवू शकतो, त्याची ही सुंदर उदाहरणे. यात अनेक उदाहरणे देता येतील- श्रीमती हिराबाई बडोदेकर यांची पटदीपातली 'पिया नहीं आए', डॉ. प्रभा अत्रेंची मारुबिहागची ध्वनिमुद्रिका, उ. अब्दुलकरीम खाँ यांच्या किती तरी ध्वनिमुद्रिका, पं. बसवराज राजगुरू, पं. जसराज... रसपूर्ण गाण्याची किती तरी उदाहरणे...

पण काही विद्वान गायक असे प्रतिपादन करतात की, जिथे रस संपतो, तिथेच खरे संगीत सुरू होते.

इथे एक मौलिक मुद्दा समोर येतो- गाणे शास्त्रशुद्ध असावे; त्यातील अभिजातपणा, घरंदाज बाज तसाच ठेवून प्रस्तुती करावी. पण त्याच वेळी गायन हे रसयुक्त असायला हवे. प्रयोगजीवी कलांचा इतिहास पाहताना 'भरत नाट्यशास्त्रा'त डोकावून पाह्यल्यास काय दिसते? देव-दानव युद्ध संपल्यावर कंटाळलेले इंद्रादी देव ब्रह्मदेवाकडे गेले व म्हणाले-

क्रीडनीयकमिच्छामः। (आम्हाला क्रीडनीयक म्हणजे खेळणे हवे आहे.)

त्यांना मनोविनोदन हवे होते आणि म्हणून ब्रह्मदेवाने नाट्यवेद निर्मिला. पहिल्या अध्यायातला भरताचा श्लोक असा-

दुःखार्तानां श्रमार्तानां तपस्विनाम् विश्रामजननं। विनोदजननं लोके

नाट्यमेतद्भविष्यति।।

(दुःखी, कष्टकरी, बिचाऱ्या लोकांना विसावा देणारे, त्यांचे मनोरंजन करणारे असे नाटक असेल.)

नाट्यशास्त्रात संगीताची चर्चा नाट्यानुषंगानेच झाली आहे, हे खरंच आहे. पण प्रयोगशरण कलांचा मूळ उद्देश काय– तर विश्रामजनन, विनोदजनन आणि नाट्यादींच्या संदर्भात लोकोपदेशजनन. म्हणजे उपदेश करणे, हाही उद्देश असतो.

तात्पर्य– संगीताने मनरंजन व्हायला हवे, ही अट पातळ करून चालणार नाही.

गाणे बुद्धिगम्यतेचा जास्त अंश ठेवून गाता येते, तसेच हृदयंगमतेचा अंशही त्यात असावा. याला रागदारी संगीताचा अपवाद कसा करता येईल?

एक गोष्ट अनाकलनीय वाटते मला. ती म्हणजे, गाण्यात रस निर्माण होणे हे बरोबर नव्हे, असे का वाटते काही संगीतज्ञांना? शेवटी कलाकार जे बारकावे, हरकती, मुरक्या, खटके घेतो; ते रागसौंदर्य वाढविण्यासाठीच ना? मग ते सर्व घेताना कधी आवाज रेकून लावणे, कधी नको इतका नाकात लावणे, कधी दीर्घ षड्ज लावून शेवटी हुंकार-खकार असे काही तरी घेऊन त्या दीर्घ षड्जाला विद्रूप करणे– हे सर्व कशासाठी? गाताना उंच स्वर गाठताना 'पाहा मी कशी मर्दुमकी केली' असा भाव दर्शवायलाच हवा का? हे सर्व अतिशयोक्त किंवा जादा आविर्भाव गायकाला का आवश्यक वाटतात? उ. अब्दुलकरीम खाँ, पं. बसवराज, पं. द. वि. पलुस्कर, उ. रहिमत खाँ, पं. नारायणराव व्यास, उ. फैयाज खाँ, उ. सलामत-नजाकत अली, पं. भास्करबुवा बखले आणि अशा अनेकानेक गवयांचे; हिराबाई, माणिकताई, मालिनीताई, किशोरीताई, बेगम परवीन सुलताना, डॉ. प्रभाताई या व इतर अनेक गायिकांचे गाणे रसपूर्ण आहे म्हणून ते अभिजातपणात कुठे कमी आहे का?

मग... रस संपतो तिथे खरं संगीत सुरू होतं, हे विधान कसं पटवून घ्यायचं आणि का?

माझा अधिकार मोठा नाही; पण गुरुजनांकडून जे अल्पस्वल्प मिळालं, त्यानुसार गु. बुवांच्या तराण्यातले 'दिरदिर' म्हणजे गानरस होता. ओंकारनाथांचे 'मितवा' (नीलांबरी) म्हणजे मधुमधुर शर्करा होती. नारायणराव व्यासांचे 'राधेकृष्ण बोल', हिराबाईंचे शुद्ध कल्याण, उ. अब्दुलकरीम खाँचे 'गोपाला' ही अतीव

मधुर गानरसाचीच उदाहरणे; पण त्यातील अभिजातपणाही तेवढाच अस्सल.

आणि हे ठुमरी-दादऱ्याच्या क्षेत्रातही म्हणता येते. सिद्धेश्वरीबाई, रसूलनबाई, बेगम अख्तर, शोभा गुर्टू, सरला भिडे आणि उपशास्त्रीय संगीतातल्या कैक रसिल्या कलाकारांनी अभिजात नियम व अपूर्व रस दोन्ही सांभाळले. बडे गुलामअली, उ. बरकत अलींसारखे ठुमरी गायक, बडे गुलामांची तितकीच सकस रागदारी- यात काय न्यून वाटते?

याउलट वाजवीपेक्षा ढाले स्वर, रेकून गाणे आणि अनाकर्षक प्रस्तुती यामुळे काही विद्वान कलाकार प्रसिद्धीच्या झोताला आचवले... मग त्यांच्या शिष्यवर्गाने 'आमच्या उस्तादांची लोकांना कदर नाही' म्हणून गळे काढणे बरोबर आहे का?

वरील सर्व विचार माझे स्वत:चे आहेत आणि त्यात कुणा थोर व्यक्तीचा उपमर्द करण्याचा हेतू नाही. पण देवाने सुंदर आवाजी दिली नसेल, तरी उत्तम आकलन व सुंदर अभिव्यक्तीने आपली प्रस्तुती आकर्षक करता येते. याचे उत्तम उदाहरण म्हणजे पं. जितेंद्र अभिषेकी. सुंदर कंठस्वर नव्हता; पण आलापचारी, बोलबाट करताना अपूर्व बुद्धिमत्तेने नवनवी लेणी चढवून ते राग असा अलंकृत करीत की, ऐकत राहावे. याच संदर्भात मनात एक असा प्रश्न येतो की, रंगतदार मैफलीचे काही तंत्र सांगता येईल का?

मैफल हमखास रंगवण्यासाठी काही विशिष्ट समीकरणे असतात का?- हा प्रश्न पडण्याचे कारण असे की, जर आपण एखादी गोष्ट किंवा वैशिष्ट्ये सांगू लागलो की- उदाहरणार्थ, अमुक एक गायक/गायिका अतिशय सहज स्वाभाविक मुद्रेत- ज्याला गाण्याच्या विश्वात 'सुध मुद्रा सुध बानी' असे म्हटले जाते- गात असल्यामुळे त्याची/तिची मैफल हमखास रंगते; तर असे गायक-गायिका आहेत की, आत्यंतिक म्हणाव्यात अशा ज्यांच्या मुखाच्या हालचाली होतात आणि तरीही त्यांचे गाणे हमखास रंगते, किंबहुना त्यांची मैफल पडली असे कधीच होत नाही. अर्थात याची दुसरी बाजू आहेच. ती अशी की, असे हावभाव करणाऱ्यांचे गायन प्रभावी होत नाही, असेही घडते. म्हणजे 'सुध मुद्रा सुध बानी' असलेल्या गायकांचे गाणे हमखास प्रभाव पाडेल, असेही प्रमेय अस्तित्वात नाहीच!

शुद्ध आकार, शुद्ध ईकाराने गाणाऱ्यांचे गाणे रंगते, असा निर्विवाद दाखला देता येत नाही. मी स्वत: शुद्ध आकार-उकाराने गाणाऱ्या कलावंतांचे पडेल गाणे ऐकले आहे आणि त्याचबरोबर सहसा शुद्ध आकार न लावणारे, किंचित कुंद असा

आवाज लावणारे सुरेल कलाकार मैफल काबीज करू शकतात, असेही अनुभवाला येते.

एक गवई जवळजवळ दर समेला तसूभर पुढे सरकत आणि असे बऱ्याचदा सरकत-सरकत बिछायतीवर फार पुढे गेल्याचे लक्षात आल्यावर मागे येत. पण त्यांच्या गाण्याला लोकांची बऱ्यापैकी दाद मिळे आणि त्या पुढे सरकण्याच्या लकबीचे कौतुकसुद्धा होई!

म्हणजे सहज-स्वाभाविक मुद्रा, निर्दोष आकार-इकार, हातवारे न करता गाणे- या सर्व गोष्टींपेक्षा हमखास रंगणाऱ्या मैफलीचं समीकरण वेगळंच असावं.

एक मुद्दा आहे, काहींना पटेलही. तो असा की, प्रत्येक गायकाचे सरावाचे म्हणून राग असतात; ते त्याने प्रस्तुत करण्यास सुरुवात केली की, श्रोते कह्यात येऊन मैफल मारणे त्याला सोपे होते. याचा एक अर्थ असा होतो की, सरावाचे राग मांडणे- गानसभेत- हेच आणि फक्त हेच यशस्वितेचे सूत्र आहे.

सुध मुद्रा, सुध बानी, शुद्ध आकार-इकार-उकार हे मैफलीच्या तंत्रात मोडणारे मुद्दे आहेत आणि अतिशय तयारीचे गाणे अत्यंत सहजपणे, सराईतपणे मांडणे हा मैफलीचा मंत्र आहे- असे म्हणावे का? बहुधा 'हो' असेच म्हणावे लागेल. माझ्या वयाच्या श्रोत्यांच्या लक्षात असेल- श्रीमती हिराबाईंकडे एक पेटीवादक यायचे, मोडक आडनाव होते त्यांचे. पाह्यल्यावर अजिबात छाप न पडणारे व्यक्तिमत्त्व असलेला गृहस्थ. पण पेटी वाजवू लागले की माणसाने फक्त मुग्ध व्हावे! उ. बडे गुलाम अलींच्या बाह्य व्यक्तिमत्त्वाविषयी एका तत्कालीन गायिकेने फार हीन व उथळ उद्‌गार काढले होते; पण ते गायला बसले की गुंग न होईल, असा श्रोता नव्हताच मुळी!

काय असते ते रसायन, जे यशाला कारणीभूत ठरते? अपवादांचे सोडून देऊ या; ते जितेपणीच दंतकथा बनतात. पण एरवी असं म्हणतात की, एक राग १०० वेळा म्हटला आणि नंतर मैफलीत १०० वेळा म्हटला की, मग तो रंगायला सुरुवात होते. यातील अतिशयोक्तीचा भाग सोडला तरी प्रयोगजीवी कला या सरावामुळे, रियाजामुळे प्रभावी प्रस्तुतीकरणास पात्र ठरतात.

कुंदगोळच्या सवाई गंधर्व महोत्सवाला पन्नास वर्षे पूर्ण झाली, त्या वर्षी २००२ मध्ये मी तिथे गायला गेले होते. त्या वेळी तिथल्या तरुणांचे आयडॉल होते पं. भीमसेन जोशी. या गोष्टीला कोणाचीच, काहीच हरकत असण्याचं कारण नाही. खरा हरकतीचा मुद्दा पुढेच आहे. तो असा की- प्रत्येक तरुण कलाकार पं.

भीमसेनजींच्या मुखमुद्रा, हावभाव या गोष्टींचीच नक्कल करत होता; पण त्यांचे विश्वविजयी गायन या अनुकरणकर्त्यांच्या टप्प्यातच येत नव्हते. मोठ्या थोरल्या स्क्रीनवर फक्त हावभावांच्या, मुखमुद्रेच्या नकला पाहणे फार क्लेशदायक वाटत होते. त्याच वेळी 'सुध मुद्रा...'चे महत्त्वही पटत होते. शेवटी काय- तर तत्त्वे फक्त सांगाडा उभा करतात, ते तंत्रच असते; पण खऱ्याखुऱ्या रंगणाऱ्या गाण्याचा तिथे अभाव असतो आणि अशा मंत्रहीन तंत्राने श्रोत्यांची पकड घेणे अशक्यच होते.

याच किराना घराण्याच्या पंडिता हिराबाई बडोदेकर, डॉ. प्रभा अत्रे, पं. फिरोज दस्तूर हे कलावंत तंत्र व मंत्र दोन्हींचा सुयोग्य मेळ साधणारे कलावंत. यात बसवराज, प्रभुदेव सरदार (इतर घराण्यांचे घटकही यांच्या गाण्यात होते), संगमेश्वर गुरव असे कैक कलावंत येतात. ग्वाल्हेर घराण्याचे पं. नारायणराव व्यास, पं. ओंकारनाथ ठाकूर, पं. वि. ना. पटवर्धन, पं. लक्ष्मणराव बोडस, उ. रहिमतखाँसारखे कलाकार याच जातकुळीचे. जयपूर घराण्याच्या आघाडीच्या गायिका गानसरस्वती किशोरी आमोणकर, डॉ. अश्विनी भिडे-देशपांडे, सौ. आरती अंकलीकर, ग्वाल्हेरच्या सौ. मालिनीताई, डॉ. सौ. वीणाताई, आग्रा घराण्याचे उ. फैयाज खाँ, पतियाळा घराण्याचे अजय चक्रवर्ती, कौशिकी चक्रवर्ती... नावे किती तरी आहेत. पं. उल्हास कशाळकर, उ. राशीद खॉ- या सर्व कलाकारांनी तंत्र व मंत्राचा सुयोग्य संगम साधून यश संपादन केले आहे.

***

११.
लय– स्वर, सरगम

स्वर आणि लय! संगीतात सर्वत्र या जोडगोळीचा संचार! या दोन्हींचे अधिराज्यच जणू संगीतात!

आणि अगदी वेदकाळापासून बरं का! म्हणजे असं की, ऋचा ज्या ऋग्वेदातून निवडून सामवेदात योजल्या गेल्या, त्या म्हणतानादेखील स्वरात एक अव्यक्तशी लय असे. तालांचे समूह नाहीत, पण स्वराबरोबर अनुस्यूत अशी लय आहे 'सामा'त. स्वर बोलका आणि लय अबोल, हे जरी खरं असलं तरी स्वराहून लयीचा संचार अधिक व्यापक आहे. कसा म्हणाल, तर सांगते. पण तसा तो तुम्हीही अनुभवला आहेच; फक्त नेणिवेत अनुभवलाय, जाणिवेत नाही, एवढंच!

सर्व ललित कलांना व्यापून असते ती लय. स्वराचं राज्य फक्त संगीतात; पण लय चित्रात आहे, शिल्पात आहे, गायनात आहे, वादनात आहे, नर्तनात आहे, वास्तुशिल्पात, मंदिरशिल्पात– सर्वत्र लय आहे. अबोल असली तरी तिचं अस्तित्व सर्वव्यापक आहे.

पण मौज पाहा– स्वराचं पारडं जास्त जड आहे; त्याची व्याख्याच बघा ना कशी प्रशस्त, धीरगंभीर आहे ती–

श्रुत्यंनंतरभावी यः स्निग्धोऽनुरणनात्मकः।
स्वतो रञ्जयति श्रोतृचितं स स्वर उच्यते॥

काय थाट आहे पाहा– जो श्रुतीनंतर येतो, स्निग्ध आहे, ज्याचे अनुरणन होते आणि जो स्वतः आपोआप श्रोत्यांच्या चित्ताचं रंजन करतो, त्याला स्वर म्हणतात. आणि आता लयीची परिभाषा पाहा– क्रियानंतरविश्रान्तिर्लयः।

म्हणजे क्रियेच्या (गायन-वादन-नर्तनाच्या क्रियेच्या) मधली पोकळी

म्हणजे लय.

बिचारीला स्वतंत्र अशी व्याख्याच नाही. सापटीतली पोकळी जणू ती! दोन क्रियांच्या मधला जो अंतराल किंवा मोकळी जागा- तीच लय. पण ही छोटी व्याख्या 'गागर में सागर' म्हणतात तशी आहे. ती ध्वनित करते एक मोठी व्याख्या- जेवढे मधले अंतर जास्त, तेवढी लय विलंबित किंवा सावकाश आणि जेवढे हे अंतर कमी, तेवढी लय जलद/द्रुत. स्वराहून अधिक तिने चराचरास व्यापले आहे. अबोलपणे, पण निरलसपणे तिचे कार्य सतत चालू असते. सूर्योदय- सूर्यास्त, दिन-रात्र, ऋतूंचे आवागमन हे सर्व लयीचे आविष्कार. आपल्या सर्व सजीवांच्या श्वासातला नियमितपणा हा लयीचाच निदर्शक आहे.

संगीतात स्वराचे अधिष्ठान फार मोठे. देवाला आळवणी सदैव हीच की, माझ्या गळ्यातला सूर हरवू देऊ नकोस; माझा स्वर सदैव सच्चा, सुरेल असू दे. किराना घराण्याची प्रतिज्ञा तर अशी की- सूर गेला तर मस्तकच छाटले गेले, असे समजावे. हे सर्व बरोबरच आहे. पण सूर सच्चा हवा तशी लयदेखील स्थिर हवी. एखादा माणूस १२ मात्रा, १४ मात्रा गाऊन समेवर बरोबर पोचला आणि मधल्या मात्रांमधील संतुलन नीट राहिले नसले, तर तो तालज्ञ नसून बेतालच म्हटला जातो. समेवर आला पण मधल्या मात्रांची लय नीट नव्हती, असा त्याचा अर्थ. तात्पर्य- सुरेल माणूस लयदार पण हवा.

लय या घटकाचा इतिहास पाहू गेल्यास, प्रबंधपूर्व काळातील संगीताच्या लयीबद्दल ठोस आधार प्राप्त होत नाहीत. प्रबंधाचे स्वरूप जुन्या-जाणत्यांकडून जे कळले आहे, त्यानुसार त्यात कैक कडवी/अंतरे असत. हे प्रसंगी विविध रागांत व विभिन्न तालांतदेखील असत. अशा वेळी सुसंगत लय-ताल असत. पुढे धृपदाचा-धमाराचा तुलनेने ज्ञात असा इतिहास येतो. यात 'तू ही अनंत हरी' किंवा 'नोम् तोम्'सदृश तालमुक्त अशी आलापचारी असे. यात अंतर्भूत अशी एक प्रच्छन्न लय अनुस्यूत असे. जेव्हा मृदंगासह सताल धृपद गायन सुरू होई, तेव्हा लयीचा प्रकट आविष्कार होत असे. वीणा, बीन, सूरबहार आदिकरून वाद्यांच्या बाबतीतही वरील धोरणच कमी-अधिक प्रमाणात असे. पुढे जाऊन ख्याल आले आणि त्यात तालसंबद्ध आलापचारीस प्रारंभ झाला. सतार, सरोद, व्हायोलिन आदी वाद्यांतही ऐतिहासिक दृष्ट्या हळूहळू सुधारणा होत गेल्या. 'गत' (रागात असलेली ताल-स्वरांनी बद्ध अशी बंदिश, जी शब्दरहित असते.) वाजवताना ताल-लयीचा प्रकट आविष्कार व आरंभीची तालमुक्त आलापी

(आलाप, जोड, झाला इ. सतार, सरोद वगैरेंच्या संदर्भात) आणि नंतर तालाशी प्रसंगी झुंज, झटापट वगैरे प्रकार सुरू झाले. यात स्पष्टपणे लय-तालाला खूप महत्त्व आले. ख्यालगायकीतही किराना घराण्याच्या संथ गायकीत ताल-लयीचा सीमित आविष्कार होतो, इतर घराण्यांच्या गायकीत ताल-लयीचे विविध प्रकट आविष्कार होतात.

ख्यालिया बाजापेक्षा वेगळ्या बाजाची ठुमरी जेव्हा गायली जाते, तेव्हा लयीचा डौल काही वेगळाच असतो. ठुमरीतला नर्म शृंगार आणि तेव्हाचा ठेका याची मौज काही आगळीच असते. तेव्हा लय त्या नर्म-मोहक शृंगाराची अनुगामिनी होऊन राहते. मुलायम ठुमरी आणि चंचल दादरा- रंग दोन्ही शृंगाराचेच; पण दादऱ्यात लय थोडी चंचल असते, कधी केरव्यात, कधी दादरा तालात. मात्र ठुमरीत दीपचंदीचा ठेका वाजतो, तेव्हा निमूटपणे ती त्या ठेक्याचे अनुसरण करते. दादरा तिला नाचायची मुभा देतो आणि लग्गीच्या वेळी ती मनःपूत चांचल्यात रमते. अशी ही लय-स्वराची संगिनी. स्वर- एक मुखर घटक संगीतातला. स्वराचे क्षेत्र मर्यादित आहे, हे मागे आलेच आहे. मात्र जिथे तो असतो तिथे त्याला स्वयमेव मृगेन्द्रता आहे- मग ते गायन असो, स्वरवाद्यांचे वादन असो, तालवाद्यांचे वादन असो अथवा नर्तन असो. तिथे स्वर हा पूर्णार्थाने व्याप्त असतो. गायनाचे तंबोरे झंकारत असतात, कलाकार त्या स्वरात स्वर मिळवतो आणि श्रोते त्या स्वराशी एकरूप होतात.

स्वराच्या संदर्भात ऐतरेय ब्राह्मण ग्रंथातील एका कथेचे साररूपाने वर्णन प्रस्तुत करते आहे, त्या योगे स्वराचे माहात्म्य अधोरेखित होईल. गीतिरूप साम व अक्षरपदरूप ऋचा पूर्वी दोन्ही परस्परांहून वेगळी होती. साम हे अम नावानं आणि ऋचा ही सा नावानं प्रचलित होती. जेव्हा ऋचेने सामाला मीलनासाठी आवाहन केलं, तेव्हा त्याने नकार दिला. शेवटी तीन ऋचा मिळून एक झाल्या, तेव्हा कुठे अम त्या विवाहास तयार झाला. ही आहे रूपकात्मक कथाच; पण अक्षरपदरूप अशा तीन ऋचांची साथ मिळाल्याशिवाय अमाने विवाहास तयार न होणे- यात त्याचे मोठेपण प्रतिबिंबित होते. स्वराची ताकद किती जास्त होती वेदकाळातही, हे कथेवरून सिद्ध होते.(ही पुरुष वर्चस्वाची प्रतीकात्मक कथाही असू शकते. पण स्वराची महत्ता इथे कळते आहे, हेही तितकेच खरे.)

परमेश्वराने 'वेदानां सामवेदोऽस्मि' (वेदांमधला सामवेद, तो मीच आहे.) म्हणणे किंवा 'मद्भक्ता यत्र गायन्ति तत्र तिष्ठामि नारद' (माझे भक्त जिथे गायन

करतात तिथे माझे वास्तव्य असते.) असे सांगणे- या सर्वांतून स्वराचे श्रेष्ठत्व निदर्शनास येते.

प्रबंध गान व धृपद-धमारगायनाच्या काळात स्वर अधिक गांभीर्याने युक्त असत. ती गायकी तशी घन-गंभीर होती. देवस्तुती, राजस्तुती यावर भर होता. नंतर मोगल-म्लेंच्छांच्या कारकिर्दीत शृंगाराने प्रवेश केला, तरी स्वराचे रूप भारदस्तच राहिले. ख्याल संगीतात स्वर अधिक मोकळा, कमी भारदस्त झाला. अर्थात मल्हार, मालकंस, भैरवादी पूर्वीचे सहा राग, ३६ रागिणींच्या व्यवस्थेत तो तुलनेने गंभीरच होता. मात्र नंतर नंतर स्वर आपल्याला जास्त जवळचा होऊ लागला.

ख्यालातून ठुमरी-दादरात गेल्यावर त्याने आपल्या श्रोत्यांवर प्रसन्न शिडकावा शिंपडण्याचा प्रघात सुरू केला. पूरब अंगाची ठुमरी, पंजाबी व बनारसी ठुमरी, विविध दादरे, कजरी, सावन, झूला- सर्वत्र त्याने त्या-त्या गान-प्रकारानुरूप रूपडे घेतले. कधी शृंगार, कधी वियोग-विप्रलंभ, कधी शोक-कारुण्य, तर कधी औत्सुक्य-चांचल्य... स्वराची रूपे खुलत राहिली, श्रोत्यांना आकर्षित करत राहिली.

आज गझल पॉपपर्यंत आणि रिमिक्सपर्यंत पोचताना त्याने भावगीत, भक्तिगीत, नाट्यगीत या सर्व पायऱ्या ओलांडत आपली वाटचाल पुढे चालवली आहे. स्वराधिष्ठित अभिजात संगीत ते शब्दाधिष्ठित उपशास्त्रीय व सुगम संगीतापर्यंत सर्वत्र त्याचे अस्तित्व जाणवते, सुखद वाटते. जितके सुरेल, सच्चा सूर लावणारे कलाकार; तितका आल्हाददायक स्वर! अजूनही भारतीय संगीतात मेलडीचाच प्रभाव आहे. एका वेळी अनेक स्वरांचा मेळ (हार्मनी) आपल्या संगीतात आजपर्यंत रुळू शकलेला नाही.

सरगम-

या शब्दाला संगीतविश्वात एकाहून जास्त अर्थच्छटा लाभलेल्या आहेत. आपण आता ज्या अर्थच्छटेचा प्रामुख्यानं विचार करणार आहोत, ती सरगम ख्यालात एक अलंकरण म्हणून वापरली जाते आणि अर्थातच ख्यालाच्या सौंदर्यात वृद्धी करते. पण संगीतशिक्षणात सुरुवातीला जी स्वरमालिका स्वर-ताल-रागबद्ध असते, तिलादेखील सरगम असे म्हणतात.

तर, ते असो. आपण ख्यालगायनात सरगम वापरतो, तेव्हा ती रागाचे सौंदर्य वृद्धिंगत करते. ही सरगम अगदी घराण्यांच्या नियमात काटेकोरपणे बसवता

येणार नाही. तरीपण ग्वाल्हेर गायकीत आलाप, बोल-आलाप, बोलतान, बोलबांट, तान याप्रमाणे सरगमचाही वाटा असतो. उपरोक्त सर्व घटकांप्रमाणे सरगम हा एक घटक असतो. त्यामुळे तिच्या वाट्याला फार महत्त्व नसते. संतुलित असे महत्त्व सरगमला मिळते. मात्र ती अशा प्रकारे घेतली जाते की ती खुलून तर दिसतेच, पण रागस्वरूपदेखील सरगममुळे प्रभावीरीत्या प्रकट होते.

सरगममधून भावदर्शन कसे होते, ते पाहण्यासाठी डॉ. प्रभा अत्रे यांची सरगम ऐकावी; ती अतिशय स्वाभाविकपणे त्यांच्या गाण्याचा भाग होऊन येते. उ. बडे गुलाम अली खाँची सरगम ही पतियाळा घराण्याच्या शैलीतली चमत्कृतिपूर्ण सरगम. उ. अब्दुल करीम खाँसाहेबांची सरगम अवघी व्याकुळता सवे घेऊन आपल्या भेटीला येते. मात्र पं. अजय पोहनकरांची सरगम खळाळत्या झऱ्याप्रमाणे आपली चाल ठेवते. या सर्व कलाकारांच्या गाण्यात सरगम ही गाण्यातले जणू एक पात्र असते, तिला एक भूमिका असते आणि ती वठवण्यासाठी कलाकाराने तिला स्वातंत्र्य दिलेले असते.

पण भेंडीबजार घराण्याची सरगम हे त्या शैलीचं आगळं असं वैशिष्ट्य आहे. ती ग्वाल्हेर घराण्यासारखी इतर घटकांसारखा एक घटक म्हणून येत नाही. किरानाशैलीसारखी भावनेशी लगट करत नाही. पतियाळावाल्यांसारखी चमत्कृती दाखवत नाही. तर, ती या सर्व गोष्टी यथावकाश करतेच; पण ती गायनशैलीतला अविभाज्य भाग बनून जाते. जशी त्यांची रूपक आणि झपतालातल्या बंदिशींची लय असेल, तशी लवचिकपणे सरगम त्या घराण्याच्या गाण्यात एकरूप होऊन जाते. मग ती गुणक्री रागातली 'डमरू हर कर' ही शंकराचे वर्णन करणारी बंदिश असेल, तर सरगम जणू शिवाचा डमरूच असावी अशी ठायी-ठायी प्रकट होते. प्रतापवराळी, सालगवराळीसारख्या रागांत कर्नाटकी ढंगात श्रोत्यांपुढे येऊन ती त्यांचे रंजन करते. एकूणच, सरगम हे अंग भेंडीबजारमध्ये फार लालित्यपूर्ण होऊन प्रगटते. आग्रेवाले मात्र सहसा सरगम या अंगाचा वापर करत नाहीत. मला राहून-राहून वाटते की, जर त्यांनी सरगमला आपल्या अंगणात-आवारात येऊ दिले, तर लयीचे किती तरी डोल ते सरगमद्वारे दाखवू शकतील. जयपूरवालेदेखील सरगमच्या विशेष प्रेमात पडलेले नाहीत; त्यांच्या तनायती ढंगात सरगम खरे तर किती तरी खुलवून गाता येईल. पण त्यांना आपल्या पूर्वापार चालत आलेल्या तेढ्या-बांक्या तानांच्या चक्राचेच आकर्षण फार!

डॉ. वसंतराव देशपांड्यांची सरगम कधी आक्रमक, तर कधी संथ-

त्यांच्या गानशैलीचे अनुगमन करणारी; पंडिता मालिनी राजुरकरांची सरगम जोशपूर्ण, त्यांच्या गायकीच्या तालमीत वाढल्याने त्या गायकीचा मागोवा घेत-घेत पुढे जाणारी! पं. जसराजांची सरगम म्हणजे सरगमला किती लवचिकपणे वापरता येते याचा वस्तुपाठच जणू; तर उ. अमीरखाँसाहेबांची सरगम त्यांच्या व्यक्तिमत्त्वाप्रमाणे आणि त्यांच्या गायकीप्रमाणे रुबाबदार, भारदस्त. ती तशा मस्तीतच गायली गेली पाहिजे जणू, तरच ती आपले रंजन करणार. अर्थात ते आर्तभावाची आळवणी करत असतील, तर ती नक्कीच त्यांचे अनुकरण करत चालणार!

जरा इतिहासात डोकावून पाह्यले तर काय दिसते? ख्यालाच्या प्रस्तुतीकरणात आलाप, तान, बोलतान, बोलबाटीचे प्राधान्य पूर्वीपासून चालत आले आहे; मात्र एखाद्याने सरगमचा फार वापर केला आणि त्याचबरोबर तानांचे प्रमाण कमी केले की, गायक आणि श्रोते दोघेही तक्रार करत- हा सरगम फार करतो बुवा!

आजच्यासारखे तेव्हा संगीतविश्वात स्वातंत्र्य नव्हते. आज तुम्ही श्रोत्यांना खिळवून ठेवलेत, तर सरगमला कोणी बोल लावणार नाही. औचित्य, प्रत्येक घटकाचे प्रमाण (तान-बोलतान-आलाप या घटकांचे) या गोष्टी हल्ली महत्त्वाच्या राहिलेल्या नाहीत. पण त्या काळी जर ठुमरीत, भजनात सरगम घेतली; स्केल चेंज वगैरे प्रकार केले; तर टीकाच व्हायची.

मला मात्र राहून-राहून एक गोष्ट जाणवते- सरगम म्हणजे खरे तर स्वर एकापुढे एक म्हणून बनवलेली स्वरांची एक लड; पण काही गायकांच्या सुंदर सादरीकरणामुळे ती प्रपाताच्या खळखळाटासारखी ताजीतवानी वाटते. काही वेळा किरानाशैलीच्या संथ प्रस्तुतीकरणात तिचे रूप स्थिरावलेल्या पण सुंदर जलौघासारखे भासते. बडे गुलामअलींनी म्हटलेली सरगम जणू कौमार्यातून यौवनात शिरणाऱ्या नवयुवतीसारखी आकर्षक, दिलखेचक बनते. तीच सरगम उ. अमीरखाँच्या पेशकारीत बुजुर्ग व्यक्तीच्या पदन्यासासारखी बोजदारपणाचं लेणं ल्यालेल्या डौलदारपणातलं सौंदर्य दाखवते. पं. पोहनकरांची ख्यालात सतत वावरणारी सरगम गृहस्वामिनीचं अस्तित्व घरभर दरवळत राहावं, तशी वाटते. उ. अमानअलींच्या भेंडीबाजारवाल्यांची सरगम थोडा कर्नाटकी नखरा दर्शवते.

म्हणजे, एकापुढे एक स्वर म्हणण्यातदेखील किती वैविध्य आहे, हे पाहून नवल वाटत राहते.

***

१२.
बंदिश

ख्याल संगीतातील बंदिशींविषयी खूप बोलले जाते, पूर्वीही बोलले गेले आहे. इथे बंदिशींची भाषा, बंदिशींमधील वर्ण्यविषय याविषयी थोडे विचार प्रकट करण्याचा प्रयत्न केला आहे, यात अजूनही विचाराला वाव आहे. मतभेदही होऊ शकतात, पण विचारमंथन व्हायलाच हवे. त्यामुळे कदाचित अधिक परिपक्व असे काही हाती लागेल.

शब्दकोशात बंदिशीचे तीन-चार अर्थ दिले आहेत- १ बांधणे, २ बांधण्याची क्रिया, ३ रचना, ४ प्रबंध वगैरे. बांधलेली रचना हाही अर्थ घेता येतो. पण प्रत्यक्षात विलंबित आणि द्रुत ख्यालांना- त्यांच्या स्वरलिपीत बद्ध केलेल्या काव्यरचनांना बंदिश म्हणण्याची प्रथा आहे. बोलीभाषेत बंदिशीला 'चीज'- अनेक वचन- चीजा- असंही म्हटलं जातं.

संगीतात बंदिशीला फार मोठे मानाचे स्थान आहे. तिचे महत्त्व वादातीत आहे, असे एकीकडे म्हटले जात असतानाच; बंदिश म्हणजे निव्वळ स्वरांना टांगण्याची खुंटी आहे, असेही म्हटले जाते. अशा परस्परविरोधी मतांतून आपण सारासार विचार करून बंदिशीतले काव्य, ब्रजभाषेचे बंदिशरचनेतले स्थान, ख्यालगायकीत काव्याचे मर्यादित महत्त्व या विषयांवर थोडा विचारविमर्श करू या.

साहित्यात दैवी प्रतिभा, सराव आणि अंत:स्फूर्ती हवी; शिवाय सामाजिक-ऐतिहासिक समज हवी. पूर्वसूरींच्या रचना (काव्ये, कादंबऱ्या इ.) वाचणं आवश्यक मानलं जातं. तद्वतच ललित कलांच्या बंदिशरचनेसाठीही प्रतिभा, स्फूर्ती, सराव, पूर्वसूरींच्या बंदिशींचा अभ्यास हवा. पोएटिक कंटेंट किंवा काव्य पाहून मग त्याला अनुरूप स्वररचना हवी. लय, वजन, अनुकूल राग हवा. इतके सर्व शास्त्रात

सांगितले जाते, पण प्रत्यक्षात काय दिसते? हल्ली भाराभर रचना व त्यांची पुस्तके आणि सीडी मिळतात. कालौघात त्यांतील किती टिकते? घरी आलेली, संकोचाने वा भिडस्तपणामुळे विकत घेतलेली अशी सर्व सामग्री कधी तरी घराबाहेर जाते.

उत्तम बंदिश व्हायला हवी असेल; तर त्यासाठी तितकी तपश्चर्या, साधना हवी. पण हल्ली संगीतात असांगीतिक एलिमेंट्सच फार शिरू लागली आहेत. त्या बंदिशींचे पुस्तक करायचे, काही विद्यार्थ्यांना त्या चीजा गायला लावायच्या, त्याची सीडी बनवायची, हॉल घेऊन गाजावाजा करून समारंभपूर्वक पुस्तक व सीडीचं प्रकाशन करायचं- हा एक राजमार्ग झालाय. यातील काही प्रयत्न खूप स्तुत्य म्हणावेत असेही ठरले आहेत, हेही खरेच आहे.

माझी विचारसरणी नकारात्मकतेकडे कलते आहे, असे वाटेल कदाचित; पण मला अत्यंत प्रामाणिकपणे जाणवतं की, जुन्या चांगल्या मानल्या गेलेल्या रचनाकारांच्यादेखील सर्वच बंदिशी चांगल्या होत नाहीत. ज्या बंदिशींची रसवत्ता वादातीत असते, त्या काळाच्या ओघातही टिकून राहतात. पण पुस्तकाची पृष्ठसंख्या कमीत कमी ५ फॉर्म्स एवढी व्हायला हवी, म्हणून रचना करू (वाढवू) नयेत. आपल्या आयुष्यात आपण रचलेल्या १० बंदिशी जरी गाणे ऐकणाऱ्यांच्या, गाणाऱ्यांच्या तोंडी रुळल्या तरी सार्थक झालं- अशी भावना निदान माझी तरी आहे. पं. शंकर अभ्यंकरांसारख्या उत्तम बंदिशकाराने माझी 'माता शारदे' ही भैरवीतली बंदिश नावाजली, तेव्हा मला खरोखर आनंद झाला.

असे म्हणतात की, रागाची संक्षिप्त आकृती म्हणजे बंदिश. ती रागाला सीमेत बांधून ठेवते. बंदिशीच्या बहुतांशी व्याख्यांमध्ये राग या शब्दाचा वापर अवश्य होतो. म्हणून बंदिशीच्या संदर्भात रागाचे स्वरूप पाहणे योग्य ठरते. स्वरमय आकृती व भावमय प्रकृतीच्या योगाने राग बनतो आणि या समन्वित अशा रूपातच रागाची रंजकता सामावलेली आहे. रागाचा प्रदेश विशाल असतो, त्यात अनेक स्वरावलींचा समावेश असतो आणि त्यायोगे रागाचे स्वरूप स्पष्ट दिसून येते. रचनाकार या स्वरावलींमधून त्याला स्वतःला भावलेल्या स्वरावली घेऊन आपली बंदिश रचत असतो. म्हणूनच पुष्कळदा एका बंदिशीत रागाचे संपूर्ण रूप प्रकट होत नाही. बुजुर्ग मंडळी म्हणतात की, एका रागाच्या बऱ्याच बंदिशी शिकाव्यात, म्हणजेच रागाचे संपूर्ण चित्र आपल्याला आकळते. शिवाय, या सर्व बंदिशी गुरुमुखातून शिकण्यास जास्त महत्त्व आहे. संगीत ही श्रुतिविद्या असल्याने प्रत्यक्ष ऐकूनच रागाची सर्व वैशिष्ट्ये अनेक बंदिशींच्या शिक्षणातून

उलगडत जातात.

उत्तम बंदिशीविषयीचे वेगवेगळे निकष सांगितले जातात. एक निकष असा की, रागाचे संपूर्ण सार चीजेच्या वा बंदिशीच्या पहिल्या ओळीच्या स्वररचनेत येते. काही वेळा हे सार म्हणजे पकड स्थायीत असते. एका मतानुसार- राग जर पूर्वांगप्रधान असेल, तर बंदिशीचे स्वरूप उत्तरांगप्रधान नसावे. या सर्व ऊहापोहात बंदिशीच्या स्वरात्मक रूपाविषयीचाच विचार प्रामुख्याने झाला आहे. आता आपण अभिजात शास्त्रीय संगीतातील बंदिशींमधील काव्याबद्दल थोडा धांडोळा घेऊ. काव्याबद्दलचे निरीक्षण करताना स्वाभाविकच बंदिशीची भाषा बहुतांशी ब्रज-भाषाच का राह्यली आहे याकडेही पाहणे योग्य ठरेल.

आपल्या ख्याल संगीतात बंदिशी सुटसुटीत, आटोपशीर असतात. वर्ण्य विषय ही ठरावीकच असतात; म्हणजे घरगुती नातेसंबंध- सासू, नणंद, दीर, जाऊ- पतीचे परदेशी जाणे, त्यामुळे झालेला विरहाचा ताप, पतीचे दुसऱ्या स्त्रीत गुंतणे वगैरे किंवा राधा-कृष्णांविषयी वा राम-सीतेविषयीची काव्ये आणि गुरुमहिमा वर्णन करणारी काव्ये, एवढेच साहित्य जास्तीकरून रागदारी संगीताच्या बंदिशीत आहे. मात्र बहुतांशी बंदिशींची भाषा ब्रज आहे.

मराठी व संस्कृतमध्ये ख्याल व मध्य लयीच्या बंदिशी झाल्या. संगीताचे मराठीकरण ही तर महाराष्ट्रात एक चळवळच उभी राहिली होती. त्या काळी तो संगीतातला नवमतवादच होता. एकोणिसाव्या शतकाच्या तिसऱ्या, चौथ्या दशकात हे नवमतवादाचं रोपटं चांगलं बाळसं धरू लागलं होतं. मातृभाषेतून संगीतातील बंदिशी शिकवणे, हे शिक्षणशास्त्र व मानसशास्त्राला धरून होते. या नवमतवादाची पृष्ठभूमी पाहू गेल्यास १९२८ मध्ये याचे अध्वर्यू होते लोकमान्य बाळ गंगाधर टिळक आणि साहित्यसम्राट नरसिंह चिंतामण केळकर.

गायनाचार्य पं. विष्णू दिगंबर पलुस्कर आणि नटसम्राट बालगंधर्व यांचे संबंध सौहार्दाचे व बरेच जुने होते. साहित्यसम्राट नरसिंह चिंतामण केळकर यांच्या अध्यक्षतेखाली भरणाऱ्या महाराष्ट्र संगीत परिषदेसाठी पुण्यातले किर्लोस्कर थिएटर द्याल का, असे पं. पलुसकर यांनी विचारले असता बालगंधर्वांनी आनंदाने होकार दिला. काही कारणाने ते थिएटर मिळाले नाही, पण पं. विष्णू दिगंबरांनी विजयानंद थिएटरात परिषद भरवली. तात्यासाहेब केळकरांनी संगीताच्या मराठीकरणाचा ठराव मांडला आणि तो बहुमताने पास झाला. पुढे १९३७ मध्ये नागपूरच्या साहित्य संमेलनात या ठरावावर शिक्कामोर्तब झाले.

पं. विनायकबुवांनी गंधर्व नाटक मंडळीत संगीत नट म्हणून कारकीर्द केली असल्याने मराठी नाट्यपदे रसिकांची किती पकड घेतात, हे त्यांनी पाह्यले होते. त्यामुळे पंडित पलुस्करांच्या विचारानुसार त्यांनी साहित्यसम्राट केळकर, कवयित्री संजीवनी मराठे, कवी विठ्ठल सीताराम (वि. सी.) गुर्जर, आनंदराव टेकाडे, कवी धोंगडे, सोपानदेव चौधरी, गोखले, ना. वि. सुकथनकर अशा अनेक कवींच्या रचना घेतल्या आणि आपल्या लहान मुलांसाठी लिहिलेल्या शालेय बाल संगीत (भा. १ ते ३) आणि बाल संगीत (भा. १ ते ३) मध्ये स्वरलिपिबद्ध करून त्या प्रकाशित केल्या. त्या काळात संगीत विद्यालयांमध्ये या पुस्तकांना खूप मागणी असे. पण पुढे ख्यालगायनाच्या संदर्भात मैफलींमध्ये वगैरे मराठीकरणाचे रोपटे फोफावले नाही; बालवर्गांपर्यंतच ते सीमित राहिले.

संस्कृत शास्त्रीय पदांबद्दलही थोडेबहुत असेच झाले. जयदेवांच्या अष्टपद्या (दुसरे जयदेव) श्रीरामचंद्र कृपालु, वंदेऽरविंद नयनाम्बुदाभ; तसेच 'गीतगोविंद'कार जयदेव यांच्याही अष्टपद्या संस्कृतात राग-स्वर-तालबद्ध करून म्हटल्या गेल्या. 'स्वयंवर', 'सौभद्र', 'मानापमान' ही नाटके संस्कृतात अनुवादित झाली आणि मराठी नाट्यपदांप्रमाणे संस्कृत नाट्यपदे म्हटली गेली. श्री. दाजी भाटवडेकर, सौ. निर्मला गोगटे वगैरेंनी रंगभूमीवर काही सुंदर प्रयोग केले. आकाशावाणीवरदेखील मधून-मधून संगीत नाटके (संस्कृत) प्रक्षेपित होतात. पण शास्त्रीय संगीताच्या मैफलीत मात्र संस्कृत ख्याल, मध्य लयीच्या बंदिशी यांचे प्रचलन झाले नाही. एक तर संगीतातील गरजेनुसार रचना होणे दुष्कर आणि दुसरे- त्या गाऊ शकणारे, म्हणजे संस्कृत जाणणारे गायक मिळणे कठीण. या दोन्हीही गोष्टी घडून आल्या, तरी ते संस्कृत गायन लोकप्रिय होणे अतिदुष्कर- असा सर्व मामला होता.

मग ब्रजभाषा कशी शास्त्रीय गायनात इतकी प्रचलित झाली? याची पृष्ठभूमी पाहू गेल्यास काही शतकांपासून या रागसंगीताची जी भरभराट झाली ती मुख्यत्वे ग्वाल्हेर, दिल्ली, देवगिरीचे राजे यांच्या राजवटीत. पंधराव्या शतकापासून नायक बख्शू, तानसेन, गोपाल नायक ही गायकमंडळी प्रसिद्ध होती. मानसिंह तोमर, (ग्वाल्हेरचे राजे), लखनऊचे इस्लामी शाह (राजे), दक्षिणेकडील गोपाल नायक (अल्लाउद्दीनचा काळ) या सर्व मंडळींत संगीताची भाषा हिंदी असणे स्वाभाविकच होते. धृपदकालीन संगीतात संस्कृत धृपदेही होती, पण खडी बोली व ग्रामीण हिंदी बोली भाषांमध्ये (डायलेक्ट्स) संगीताचे साहित्य बव्हंशी असणे स्वाभाविकच मानले पाहिजे.

ख्याल संगीतात गेले शतक-दीड शतक जी भाषा प्रामुख्याने संगीतभाषा म्हणून प्रचलित झाली, ती ब्रज भाषाच आहे. या आधुनिक युगाची सुरुवात सामान्यत: १८५० इसवी सनापासून मानली जाते. तत्पूर्वी ग्वाल्हेरच्या तानसेनपासून ही परंपरा चालत आली आहे. वस्तुत: ग्वाल्हेरचे राजे मानसिंह तोमर यांनी धृपदशैलीला राजाश्रय दिला. जोधपूर, उदयपूर, बिकानेर तसेच जयपूरच्या संस्थानिकांनी; गुजरातेतील धरमपूर, जामनगर, बडोदा, भावनगर या संस्थानिकांनी संगीतास प्रश्रय दिला. ही सर्व राज्ये हिंदी भाषी होती. आपल्या मिरज, इचलकरंजी व कोल्हापूर या संस्थानांनीही सांगीतिकांना आश्रय दिला. कोल्हापूरकरांकडे आश्रयास राहिलेले उ. अल्लादिया खाँ आणि मिरजेस राहिलेले उ. अब्दुल करीम खाँ हे गवई उत्तरेतून आलेलेच आणि हिंदी बंदिशींचा संग्रह असलेले ख्यालियेच होते.

तात्पर्य- ब्रज भाषेला सदैव संगीताची भाषा मानले गेले. धृपदांमध्येही संस्कृतबरोबर हिंदी धृपदे होतीच. आता प्रश्न असा पडतो की, काय आहे या ब्रज भाषेत की ज्यामुळे आज दीडशे वर्षे त्या बंदिशी लोकप्रिय आहेत? नंतरच्या रचनाकारांनीही तशाच बंदिशी रचल्या, आधुनिक हिंदी अर्थात खडी बोलीतही रचना झाल्या; तरी पण ब्रजचे आकर्षण काही अपूर्वच आहे.

एक-दोन नव्हे, कैक वैशिष्ट्ये आहेत या ब्रज भाषेची.

खरे तर ब्रज म्हणजे गोठा, गोस्थल- जिथे गाईंना एकत्रितपणे ठेवले जाते, ती जागा. ब्रज भाषेचे क्षेत्रसुद्धा काही फार नाही. मथुरा हा ब्रज भाषेचा केंद्रबिंदू आहे आणि आग्र्यात आणि अलिगढमध्ये ब्रज भाषेचे शुद्ध रूप आहे. इतरत्र राजस्थानी बोलीमिश्रित ब्रज भाषा बोलली जाते. ती ठिकाणे म्हणजे काशीपूर, बरेली, करौली, धौलपूर, एटा, मैनपुरी, गुडगाव, भरतपूर वगैरे. ही बोलीभाषा बोलणारे लोक देशाच्या एकूण लोकसंख्येच्या मानाने फार कमी आहेत. पण साहित्य मात्र हिंदीच्या इतर बोलींचा विचार करता सर्वांत जास्त ब्रजबोलीतच लिहिले गेले आणि सर्वोत्तमही तेच आहे, असे म्हणता येईल. खडी बोलीच्या उदयापूर्वी साहित्य व संगीत दोन्हींचे माध्यम ही ब्रज भाषाच होती आणि हिंदी प्रदेशातच नव्हे तर महाराष्ट्र, बंगाल, ओरिसा, गुजरातमधील कवींनीही ब्रज भाषेत रचना केल्या.

या भाषेची प्रमुख वैशिष्ट्ये म्हणजे, तिचे माधुर्य आणि थोडक्यात बरेच काही सांगण्याची तिची क्षमता. तिच्याविषयीचे एक विधान सर्वश्रुत आहे-

"ब्रजभाषा सी पै मिठलौनी कहाँ।" म्हणजे ब्रज भाषेसारखे माधुर्य इतरत्र कुठे आहे?

या मिठलौनी ऊर्फ माधुर्याची कारणे तिच्या भाषिक वैशिष्ट्यांत आहेत.

शब्दाच्या शेवटी ऱ्हस्व उ आणि ऱ्हस्व इ असणे- बागु, आमु, चलतु, बाघु, बहुरि, करि, किमि, कालि, दूरि हे अतिऱ्हस्व स्वरांचे शब्द कानांना फार गोड वाटतात. हिंदीतला झगडा ब्रजमध्ये झगरो हे रूप घेतो. खडी हिंदीतला बसेरा ब्रजमध्ये बसेरो होतो. अशी मीठा, नीका, बड़ा ची मीठो, नीको, बड़ो अशी रूपे बनतात- हे 'ओ'कारही मधुर वाटतात.

अनुनासिकता हाही एक विशेष आहे- अँगिया, वाँ, (वहाँ), जिंदे (जिवंत), नाईं (नाही), कुँवर वगैरे.

चहलपहल या हिंदी शब्दाचे ब्रजमध्ये चैलपैल होते. मूर्धन्य ण ब्रजमध्ये नाही, त्याऐवजी न च येतो. कंकन (कंकण), करनी, सुनौ वगैरे.

ड़ ऐवजी पुष्कळदा र्. उदा.- पड़ा ऐवजी पऱ्यो, झगडा ऐवजी झगरो होते.

ङ ऐवजी ञ येतो. उदा.- चाहें ऐवजी चाञ. काही वेळा व्यंजनांचे संयोग (संयुक्ताक्षर होणे) गोड वाटतात. जसे जवाब नाही म्हणायचे, म्हणायचे ज्वाब. ले आओ नव्हे, ल्याऊ वगैरे.

काही वेळा बिजलीचे बिजुरी जास्त नादमधुर वाटते, आदमीचे आदिमी बरे वाटते.

चावलचे ब्रजमधले रूप चाँइर आहे, गाँवचे गाँम, हिरन (हरीण) चे हिन्नु।

सारांश- कानाला गोड लागणारे आणि तरी शब्दार्थाचा प्रत्यय देणारे रूप या ब्रज भाषेने विकसित केले.

वरील सर्व तपशिलांवरून असे लक्षात येते की, परुष वर्ण नसणे, ण ऐवजी न, स्वरांची ऱ्हस्व रूपे वापरणे यामुळे या भाषेत (पूर्वी ती भाषाच मानली जाई- आता ती बोली म्हटली जाते.) आर्जव, मिठास व कोमल शब्द खूप आहेत आणि बंदिशीतल्या साहित्यासाठी (वर्ड कंटेंट) ते फार उपयुक्त आहे. कारण शास्त्रीय बंदिशीत विरह, औत्सुक्य, करुण, शृंगार व आनंद हे भाव प्रामुख्याने आहेत आणि त्यासाठी वरील वैशिष्ट्ये योग्य व चपखल आहेत. मराठी, संस्कृत व खडीबोलीतसुद्धा ती मिठास, आर्जव नाही. म्हणून ब्रज भाषा दीड शतकाहून जास्त काळ सांगीतिक भाषा म्हणून अधिराज्य गाजवते आहे.

शास्त्रीय संगीतात ब्रज भाषेचे माहात्म्य कसे व किती आहे, ते वर आपण

पाहिले. पण तरीही वर्ण्य विषयातले कल्पनादारिद्र्य म्हणजे तेच-ते वर्ण्य विषय बंदिशीत असतात. काही बंदिशी उदाहरणादाखल पाहू या-

१. एरी आली पिया बिना, सखी कल न परत मोहे घरि पल छिन दिन ।
   जब ते पिया परदेस गवन कीनो, रतिया कटत मोरि तारे गिन गिन।।
२. शामा मोसो खेलो ना होरी, गैया चरावन मै निकसी हूँ, सास ननद की चोरी।
३. अब नाहि बसंत सुहावत री, जब ते परदेस गये शाम
४. आज कौन राधे संग बोले, नवयौवन गजगामिनि कामिनि
५. सखि मानत नाहि लंगरवा, ढीठ ऐसी बरजोरी करत मैं कारि करूं
६. मोहन बस गए मेरे मन में, लोकलाज कुलकान छूट गई इनकी लगनलगन में।
७. मथुरा न जाओ, कौन वहाँ है कुबजा नारि नारी अनारि
८. ...जागी मोरी सास ननंदिया और जेठनिया, जागे दौरनिया।
९. लंगर कांकरिया जिन मारो
१०. राधे तोहे आन कृष्ण कन्हैया की

वरील रचनांमध्ये जास्त शृंगारिक किंवा हीन अभिरुचीच्या रचना नाहीत; पण कल्पनादारिद्र्य वाटावे इतक्या त्याच त्या गोष्टी आणि मुद्दे काव्यात दिसून येतात. विवाहबाह्य संबंध म्हणून घरातल्या पत्नीचा राग, नुकता विवाह झालेला आणि सासू, जाऊ , नणंद या सर्वांना टाळून पतीला भेटण्याची इच्छा असणे, कृष्ण ऐकत नाही, जबरदस्ती करतो, कृष्ण मनात भरलाय, त्याची भुरळ पडलीये आणि लोकलज्जेचंही विस्मरण झालंय, कृष्ण मानीपणा करतोय, प्रियकर गावी गेलाय म्हणून चैन पडत नाहीये, रात्र संपता संपत नाहीये... इत्यादी इत्यादी.

साधारणपणे बंदिशींमध्ये असेच वर्ण्य विषय असतात. एक-दीड शतकापासून हेच चालले आहे. का बरे?

यासाठी आपल्याला शास्त्रीय संगीताला कशा तऱ्हेच्या साहित्याची आवश्यकता असते, हे पाहावे लागेल. धृपदानंतर शास्त्रीय रागदारी संगीतात ख्याल अधिराज्य गाजवू लागला आणि त्याची रचना अशी होती की, स्थायी व अंतरा मिळून चार चरणांचे काव्य त्याला पुरेसे असे. दरबारी संस्कृतीत राधा-कृष्णांचा शृंगार, प्रोषित-पतिकेची दुःखे- जिचा पती गावी गेला आहे आणि जी विरह अनुभवते आहे किंवा जी नवऱ्याकडून फसवली गेली आहे, दुसऱ्या स्त्री बरोबर जिचा नवरा लघळपणा करतो आहे अशी वंचिता- अशा प्रकारच्या एकूण वर्णनाचे तेव्हा पेव फुटले होते. भक्ती, विनय आदी विषयदेखील जोडीला होतेच.

मुळात ख्याल प्रस्तुत करण्याची जी पद्धत आहे, त्यात जास्तीत जास्त दोन वेळा सावकाशपणे अस्ताई-अंतरा भरण्यासाठी वाव मिळतो. नंतर बोल आलाप, साधे आलाप, आकार-इकार वगैरेंतल्या आलापचारीत काव्याला महत्त्व उरत नाही. जे विलंबित ख्यालाच्या बाबतीत, तेच मध्य लय ख्यालाबाबत असते. म्हणजे, मुळात ख्याल या गीतप्रकाराला संक्षिप्त बंदिशरचनेची गरज असते. आणि जरी अतिशय सुंदर काव्य घेतले, तरी पहिल्या ख्याल म्हणण्याच्या क्रियेनंतर ते बोलांचे सौंदर्य दाखवता येत नाही. उलटपक्षी, चांगल्या काव्याच्या बोलताना, बोल-आलाप करताना गायनाच्या समाधीत विक्षेप येतो, कारण सारखा काव्यसौंदर्य अबाधित राखण्याचा विचार मनात येतो.

अर्थात तरीही वेगळे विषय आणि संक्षिप्त काव्य असे समीकरण बनायला हरकत नाही. तसे केले गेलेलेच नाही, असेही नाही. पण एकूण मामला सास ननद-पिया-सौतन-विरह-औत्सुक्य यापलीकडे विशेष जात नाही. मी स्वतःनिसर्गवर्णनपर रूपक, झपताल रचना करून वा इतर रचनाकारांचे घेऊन त्यावर गाते; पण पद्धत (गाण्याची) तीच असल्याने तनायतीत (तानांमध्ये), बोलबांट करताना बंदिशीचे सौंदर्य राहत नाही आणि तिकडे दुर्लक्षच होते. शिवाय राधा कृष्णाची, कदाचित राम-सीतेची रूपके आणि वरील सास-ननद इ. विषय लोकांनी स्वीकारलेले असल्याने गानक्रियेत अडथळा न येता त्या बंदिशी तशाच चालत राहतात.

निराळे प्रयत्न व्हायला हवेत; पण ख्याल प्रस्तुतीकरणाचे तंत्र सध्याचेच राहिले, तर निराळ्या बंदिशी येऊनही त्यांचे महत्त्व आणि आवाका तोच राहील, असे वाटते. ख्याल हळूहळू ठुमरीच्या वळणाने जाऊ लागला, तर शब्दप्रधानता वाढेल; पण मग स्वरप्रधान ख्यालाचा दर्जा घसरेल, त्याचे काय?

या सर्व विवेचनात तालतत्त्वाचा एक मुद्दा राहतोय. जुने बरेच ख्याल झूमरा, तिलवाड्यासारख्या मात्रांच्या दृष्टीने चुस्त, बंदिस्त अशा तालांमध्ये सुरेख तऱ्हेने बांधले गेले आहेत. उदा.- भैरवचा ख्याल- भोर भयो- झूमऱ्याची चौथी मात्रा येते तेव्हा- भोर भयो, जागो मनमोहन या शब्दाच्या 'म'वर ती अचूक घेतली आहे. बसंतच्या एकतालातील- अंबुवा मोरी लेरी या ख्यालात पाचव्या मात्रेवर सबनर नारी या शब्दसमूहातील 'स' हे अक्षर 'तू' या तबल्याच्या अक्षरावर (पाचव्या मात्रेवर) येते. दोन्ही ख्यालांमध्ये शब्दार्थ सांभाळून ख्यालाच्या तालाच्या मात्रेची गुंफण आहे. अशी अनेक उदाहरणे 'झपताल', 'रूपका'तही देता येतील; पण आलापाचारी, बोलबांट व तनायतीत या सुंदर बंदिस्त जागा विस्कळित

होतातच, हे वास्तव आहे. त्यामुळे कितीही लालित्य, माधुर्य व प्रसाद गुणांनी युक्त काव्य असेल; तरी त्याचे एका मर्यादित कुंपणातच प्रकटीकरण करता येते आणि तेही फक्त चीजा भरण्याच्या पहिल्या काही आवर्तनांत. त्यामुळे स्वराधिष्ठित ख्यालात बंदिशींचे महत्त्व एका मर्यादेपर्यंतच राहणार आणि म्हणून काव्यगुणाला फारसे मोल नसणार, हे मानून पुढे जावे लागते आणि तिथेच वर्ण्य विषयांच्या त्याच त्यापणाचे मर्मदेखील सापडणार, हे ओघाने आलेच! म्हणून सुधारणेला वाव असला तरी अत्यल्प; आणि तसे प्रयत्न पं. रातंजनकर, पं. शंकर अभ्यंकर, पं. रामाश्रय झा आदींनी केले आहेत.

आणखी एक मुद्दा इथे मांडता येईल. रचनाकार सृजनशील असतो, तो परंपरेने आलेल्या बंदिशींचा अभ्यास करतो, त्या रचनांच्या अभ्यासाने आलेले परंपरेचे भान आणि स्वतःची आवड व काही वेळा स्वतःच्या आवाजाचा आवाका– हे सर्व पाहून तो रचना करतो. उदा.– उ. अमीरखाँसाहेबांनी आपल्या रचनांमध्ये मंद्र सप्तकाला महत्त्व दिले, ते त्यांच्या कंठधर्माला धरूनच होते. पं. कुमार गंधर्वांच्या रचना त्यांच्या आवाजाचा आवाका पाहून त्यांनी बांधल्याचे लक्षात येते. उ. अमानअलींना सरगम प्रिय असे. त्यांच्या हंसध्वनीतील रचनेत दुपटीच्या वजनाने गेलेले चीजेचे शब्द त्या प्रेमाचेच प्रतीक वाटतात. पं. विनायकबुवा पटवर्धनांनी स्वरबद्ध केलेल्या मध्य लयीतील बंदिशीत तानेला एक विशिष्ट स्थान आहे, ते त्यांच्या आवडीचे द्योतक म्हणायला हवे. पं. रातंजनकरांना साहित्याचे प्रेम; त्यामुळे त्यांच्या बऱ्याच रचनांचे स्थायी अंतरे मोठे आहेत. उ. फैयाज खाँसाहेबांचे 'तिहायां'बद्दलचे प्रेम त्यांच्या रचनांमध्ये प्रतिबिंबित झाले आहे. हेच प्रेम काहींना लयीबाबत असते, काहींना छंद-मीटर या अंगाशी जवळीक करावीशी वाटते.

साररूपाने, बंदिशीतील वैविध्याचा धांडोळा घेण्याचा माझा प्रयत्न होता व त्यानुसार मी तो दर्शविला. शास्त्रीय बंदिशीत सीमित स्वातंत्र्य असते. त्यातून रचनाकार प्रतिभेचे दर्शन घडवितात, हेही खरे आहे.

✻ ✻ ✻

१३.
रागसमय

रागसमय हा विषय उत्तर हिंदुस्थानी संगीतासाठी फार जिव्हाळ्याचा आहे. एखादा राग त्याच्या ठरावीक वेळेत न गाता, वेगळ्या वेळी गायला; तर बुजुर्ग मंडळीच बिथरतात असे नव्हे, नवी पिढीसुद्धा थोडी बैचेन होते.

काय आहे या 'रागसमय सिद्धांता'मागचं शास्त्र? का लोक इतके काटेकोर असतात रागांच्या वेळेच्या संदर्भात? ही फक्त एक रूढी किंवा कर्मकांड आहे, का खरंच त्यामागे काही तात्त्विक बैठक आहे? या सर्व गोष्टींसाठी आपल्याला थोडा विचार करायचा आहे. आपल्याकडे- म्हणजे उत्तर भारतीय संगीतात अशी मान्यता आहे की, रागांच्या गायनाची ठरावीक वेळ असते आणि त्या वेळेत ते राग गायले गेले असता, त्यांचा श्रोत्यांवर योग्य तो प्रभाव उत्पन्न होतो; त्याच वेळी त्या रागातून योग्य त्या भावाचा परिपोष होतो. उदा. सकाळच्या प्रथम प्रहरात म्हणजे साधारण पहाटे ४ ते ७ या वेळात भैरव राग गायला असता तो विशेष प्रभावोत्पादक ठरतो. संध्याकाळी ४ ते ७ या वेळात राग मारवा गायला असता, त्याचा हवा तो परिणाम साधला जातो. हे सकाळी व संध्याकाळी पहिल्या प्रहरात गायले जाणारे राग म्हणजे संधिप्रकाश राग. रागगायनाच्या समयचक्रात हे संधिप्रकाश राग फार महत्त्वाचे आहेत. भैरव, पूर्वी व मारवा थाटातले राग बहुधा या वेळी गायले जातात. यातले ठळक वैशिष्ट्य जे स्वरांच्या बाबतीत लक्षात येते; ते म्हणजे भैरव, ललित (ललत) पंचम, पूर्वी, श्री, रामकली, मारवा, पूरियाधनाश्री, पूरिया, जैताश्री या सर्व सकाळ व सायंकाळच्या संधिप्रकाश रागांत रिषभ स्वर अनिवार्यत: कोमल असतो आणि गंधार शुद्ध असतो. यांपैकी बऱ्याच रागांत धैवत कोमल आहे, पण ते व्यवच्छेदक लक्षण नव्हे. संधिप्रकाश वेळेत गायल्या जाणाऱ्या रागांचे तसे लक्षण म्हणजे रिषभ कोमल आणि गंधार शुद्ध हेच आहे.

वरील राग त्या निकषावर तपासून पाह्यले, तर माझे मत बरोबर आहे, असेच दिसेल. शुद्ध धैवत घेऊनही ललित गातात आणि कोमल धैवतानेदेखील गातात; पण दोन्ही ललित कोमल रिषभ लावूनच गायले जातात. मारव्यात धैवत शुद्ध आहे, पण रिषभ मात्र कोमलच आहे. पंचम राग- पंचमसहित असो वा पंचम स्वराखेरीजचा असो- त्यातही रिषभ कोमलच आहे. या उपरोक्त सर्व रागांत गांधार शुद्ध, ही अटदेखील बहुश: पाळली गेली आहे. संधिप्रकाश वेळा दिवसातून दोनदा येतात- सकाळी ४ ते ७ आणि सायं. ४ ते ७.

सकाळी ७ ते १० ही वेळ शुद्ध, रेध, तीव्र मध्यम आणि कोमल निषादाची. संधिप्रकाश गटात भैरव, पूर्वी व मारवा थाटातले राग असतात. या दुसऱ्या गटात कल्याण, बिलावल व खमाज थाटातले राग गायले जातात. यात सकाळी ७ ते १० मध्ये बिलावल, देसकार, आसावरी, जौनपुरी इ. गायले जातात. इथे धैवत शुद्ध अथवा कोमलही असू शकतो. रात्रिगेय यमन, भूप, शुद्ध कल्याण, केदार, कामोद, हमीर इ. रागांत शुद्ध धैवत आहे. तीव्र मध्यम आहे. जयजयवंती परमेल प्रवेशक राग-त्यात गंधार दोन्ही, निषाद दोन्ही आहेत.

यानंतर १० ते दुपारी १ या दरम्यान सारंग, सूहा, सुघराई, देवसाख (तिन्ही कानडा प्रकारातले राग) वगैरे.

दुपारी १ ते ४ या दरम्यान भीमपलासी, धनाश्री, हंसकिंकणी, पटमंजरी हे राग गातात.

रात्री ७ ते १० कल्याण, बिलावल, खमाज गटातले रात्रीचे राग गातात, हे पूर्वी आलेच आहे.

रात्री १० ते १ किंवा पहाटे ४ पर्यंतच्या दोन प्रहरांत बागेश्री, बहार, अडाना, दरबारी, मल्हार प्रकार वगैरे गायले जातात.

स्थूलमानाने असलेल्या या रूपरेषेत श्रोत्यांच्या, संयोजकांच्या सोईनुसार काही बदल केले जाणे अपरिहार्य आहे.

पण सहसा रागांच्या वेळा कायम राखून गायन होते. किमान संधिप्रकाशाच्या वेळा पाळणे, रात्रीचे राग दुपारी व दुपारचे रात्री न गाणे, हे बंधन मानून गायन केले जाते. मात्र-

राजाज्ञया सदागेया, न तु कालं विचारयेत् ।

राजाची आज्ञा असल्यास रागाच्या गायनाची वेळ न पाहता ते राग कुठल्याही वेळी गावेत, असे सूत्र आहे.

या सूत्राला धरून कोणा अधिकारी व्यक्तीने भलत्या वेळा भलत्या रागाची फर्माईश केली, तर मग रागनियमांचा विचार न करता पेशकारी होते.

आता विचारणीय गोष्ट ही की, दाक्षिणात्य संगीतात रागसमय सिद्धांत नाही; मग त्यांचे कुठे अडते?

इथे मुद्दा आहे तो साहचर्याचा. बालपणापासून भैरव सकाळी आळवलेला ऐकला असल्याने तो रात्री भावत नाही. ते आंदोलित रिषभ, धैवत सकाळीच आपला प्रभाव दाखवतात. रात्री दरबारीचे गांधार, धैवतांवरील आंदोलन रात्र जणू गहिरी करते.

दुपारच्या रणरणत्या उन्हात सारंग बरा वाटतो. साधारणपणे लग्नसमारंभामध्ये जेवणावळींच्या वेळी सनईवर शुद्ध सारंग, वृंदावनी सारंग वाजविण्याची पद्धत आहे.

पण मी ऐकले आहे की, आफ्रिकेतल्या काही जमातींत प्रेत पुरताना या दुपारच्या धून वाजवतात. मग त्या श्रोत्यांना जेवणावळीत ती धून गोड वाटणारच नाही, म्हणून हा साहचर्या (असोसिएशन)शी निगडित प्रश्न आहे.

काही काळापूर्वी प्रसिद्ध गायक पं. निवृत्तीबुवा सरनाईक यांनी रागसमय सिद्धांताच्या विरुद्ध पक्ष घेऊन काही प्रयत्न केला होता, पण कलाकारांच्या विरोधामुळे त्यांनी माघार घेतली.

शेवटी आणखी एक गणित आहे- कलाकाराला श्रोत्यांची दाद हवी असते, त्यामुळे त्यांचा विरोध पत्करून तो काही करू इच्छित नाही- जरी त्याचे मन विरुद्ध मत मांडत असले, तरीही...

१४.
आदत, जिगर, हिसाब

एक काळ असा होता की, जेव्हा संगीत हे एका नियमावलीत बद्ध होते. ही नियमावली पुरेशी कठोर, कडक असे. तिचे पालन करणे, हा सार्वत्रिक नियम असे. खरे तर फक्त संगीतच नव्हे, तर एकूणच जीवनाच्या सर्व अंगांत नियमांचे प्राबल्य होते.

अशा नियमबद्धतेच्या काळात जुन्या गायक, कलावंतांनी गायकीसाठी काही शिस्त घालून दिली होती. त्या शिस्तीचा एक भाग म्हणजे- आदत, जिगर, हिसाब ही संगीतातली तीन आवश्यक अंगे होती, पथ्ये होती आणि त्यांचे पालन हे संगीतसाधनेच्या यशासाठी आवश्यक मानले जाई. त्यांतही पहिली दोन अंगे अत्यावश्यक मानली जात. आदत- या शब्दाचा साधा अर्थ आहे सवय. इथे संदर्भाने घ्यायचा अर्थ म्हणजे सराव, अभ्यास, रियाज. नित्यनेमाने सराव केल्यास गवयाचे तान-अंग तयार होते आणि पूर्वीपासून हा समज संगीतविश्वात आहेच की, ज्याची तान तयार तो गवई अव्वल दर्जाचा. सरावाने तानेबरोबरच आलापी, लय साधणे हे सर्वच साध्य होई. एखाद्या गवयाचा रियाज सुटला- म्हणजे आदत- सवय गेली की, गाणे अर्ध्यावर येते. म्हणून सूत्ररूपाने सांगितलेली पहिली गोष्ट म्हणजे आदत.

जिगर- जिगर म्हणजे गायकाचा सांगीतिक स्वभाव- अर्थात रागाची बढत करण्याचं त्याचं कसब किंवा कौशल्य. रागाच्या प्रकृतीनुसार कोणते स्वर लावले असता रंजकता वाढेल, श्रोत्यांना गाण्यात रस वाटेल याचा अचूक अंदाज घेण्याची कलावंताची क्षमता म्हणजे जिगर. एक प्रकारे म्युझिकल टेंपरामेंटचा आवाका येणे म्हणजे जिगर, असे म्हणता येईल. गायला बसल्यावर पहिला षड्ज लावल्यापासून रागाच्या धर्मानुसार कोणकोणते स्वर वाढवत बढत करायची

आणि क्लायमॅक्सला पोचायचं, याचा अनुभवाने अंदाज घेता येणे– हीच जिगर.

हिसाब– हिशेब किंवा गणित म्हणजे हिसाब. दुसऱ्या शब्दांत रागनियमांचे शास्त्रीय ज्ञान अचूक असणे; ज्या तालात गायचे, त्याचे खांदे–तुकडे पक्के माहीत असणे आणि रागनियम सांभाळत तालाचा ठेका नीट पकडून रसनिर्मिती करत गाता येणे, हा हिसाब किंवा गणित आहे.

माझ्या मते, पहिल्या दोन गोष्टी– उत्तम सराव असणे आणि रागाच्या प्रकृतिधर्मानुसार अचूक, उत्तम बढत करत गाणे हे जमले की मग तालवाद्याचे हिशेब जमणे अजिबात कठीण नाही.

आदत–जिगर–हिसाब म्हणजे सरावपूर्वक रागप्रस्तुतीकरण करताना तालमात्रांचे उत्तम गणित जमवणे व पर्यायाने यशस्वी कार्यक्रम करणे.

१५.
खास-उल्-खास तालीम, गंडाबंधन

संगीताच्या क्षेत्रात शिक्षण देणे, या गोष्टीस अपरंपार महत्त्व आहे. हे शिक्षण कशा प्रकारे दिले गेले, यावर त्या शिष्याची गानविश्वातली पत ठरत असते. गानविद्या शिकून घेण्यासाठी 'तालीम' मिळणे, हा भाग अत्यंत महत्त्वाचा मानला जातो. समूहात बसून सर्व शिष्यांसमवेत घेतलेले शिक्षण वगैरे नानाविध प्रकारे शिक्षण घेण्याच्या पद्धती आहेत. एक मात्र निर्विवाद खरे आहे की, जो शिष्य गुरू म्हणून कोणा संगीतज्ञाचे नाव अधिकृतपणे सांगू शकत नाही, त्याची आजच्या घडीलादेखील संगीतविश्वात कदर केली जात नाही. पूर्वी वडिलांचे नाव सांगू न शकणाऱ्या अनौरस मुलासारखी अशा गायकाची अवस्था असे, तशी.

कशी असते ही संगीताची अधिकृत तालीम? काय असतो हा गंडाबंधन विधी? का त्याचे एवढे स्तोम माजवले गेले आहे संगीताच्या दुनियेत...?

सर्वप्रथम हे पाहू या की, सांगीतिक विश्वातले अनुशासन हे पूर्णपणे जर गुरूंच्या आधिपत्याखाली चालत असेल; तर साहजिकच गुरूंच्या शिस्तीला, त्यांच्या शिकवण्याला अत्यंत महत्त्व दिले गेले पाहिजे आणि तसे ते दिले जाते. पूर्वी हेच चित्र होते आणि आजही घराणेदार संगीतशिक्षणाची आस असणाऱ्या गुरू-शिष्यांमध्ये गुरूंच्या नियमावली काही न बोलता पाळल्या जातात.

संगीताची तालीम सर्वसाधारण तीन प्रकारे दिली जाते. पट्टशिष्य घडविण्याच्या दृष्टीने ज्या मुलाकडे/शिष्याकडे/घरच्या स्वत:च्या मुलाकडे पाह्यले जाते- त्याला जी खास तालीम दिली जाते, ती गंडाबंध शिष्य या रूपाने दिली जाते. ती देण्यापूर्वी शिष्याचा विद्याग्रहण करण्याचा आवाका, गुरूंप्रति असलेली त्याची श्रद्धा, गुरूंची प्रतिष्ठा या सर्वच गोष्टी लक्षात घेऊन त्या मुलाला तयार

केले जाते- ही सर्वोत्तम तालीम असते.

काही वेळा शिष्याला वरीलप्रमाणे शिकवणे शक्य नसते. मग तो आपली जी आवक किंवा अर्थप्राप्ती असते, त्यामानाने गुरूंना शिकवणीचे पैसे देतो आणि त्या प्रमाणात ही तालीम मिळते. ही दुय्यम दर्जाची तालीम होय. ही आम तालीम म्हटली जाते.

तिसरा प्रकार म्हणजे, शिष्य गुरूंचे गाणे श्रवणभक्तीपूर्वक जेवढे उचलता येईल तेवढे उचलतो, ही ऐकून घेतलेली म्हणून सुनी किंवा सुन्नी तालीम- ही तिय्यम दर्जाची तालीम असते.

यात प्रथम म्हणजे खास तालीम जी असते, ती घराणेदार शिष्यपरंपरेत बसणारी तालीम असते. शिष्याला घराण्यातील सर्व खुब्या, तरकिबी, गायकीची सौंदर्यतत्त्वे गुरू उलगडून सांगतात आणि शिष्य एकतानतेने ती ग्रहण करतो. या तालीमपद्धतीत एक (बाँडिंग) अनुबंध किंवा घट्ट नाते निर्माण व्हावे, यासाठी गंडाबंधन हा संस्कार समारंभपूर्वक केला जातो.

गंडाबंधन या संस्काराविषयी समाजात इतके टोकाचे गैरसमज आहेत की, त्याविषयी आपण काही तरी बोललेच पाहिजे- सांगितलेच पाहिजे- असे मला वाटते. संगीताविषयी ज्यांना ओढ आहे, प्रेम-जिव्हाळा आहे; अशांच्या मनांमध्ये काही सांगीतिक प्रथांविषयी राग निर्माण होतो. तसा तो होऊ नये, म्हणून त्या प्रथांच्या मुळाशी जाऊन आपण त्यामागचे तत्त्व समजून घेतले पाहिजे, असा या विषयातला माझा दृष्टिकोन आहे.

एखाद्या घरात नव्याने बाहेरगावहून मूल आले, शिक्षणासाठी ते घरी राह्यले, तर घरची गृहिणी त्याला त्या घरातील साधे नियम समजावून सांगते. रात्री उशिरापर्यंत बाहेर राहू नये, सकाळी उठून स्नानादी उरकून अभ्यास करावा, बाहेरचे खाऊ नये, भलते मित्रमंडळ घरी आणू नये- अशांसारखे ते साधे-सोपे नियम असतात. पण आपला पुतण्या, भाचा वा इतर ओळखीने आलेला मुलगा या आपल्या घरात राहणार, आपल्या मुलांबाळांत मिसळणार, तर त्यांचे संस्कार बिघडता कामा नयेत- अशी काळजी घेणे, हा या सर्व उपदेशाचा हेतू असतो. जर विद्या शिकायला घरी राह्यलेल्या मुलाच्या बाबतीत आपण एवढी काळजी घेतो; तर ज्या मुलावर पुढे त्या गायनाच्या घराण्याची धुरा सांभाळण्याची जबाबदारी दिली जाणार आहे, त्या मुलाला थोडी वेगळी दीक्षा देणे गरजेचे वाटले तर त्यात कसले अनौचित्य आहे?

त्या गायकी शिकू इच्छिणाऱ्या मुलाकडून गुरुदक्षिणा घेतली जाते, हे खरे; पण त्याच्याजवळ देण्यासाठी द्रव्य नसेल तर? खरा विधी काय आहे?

चणे व गूळ हे दोन पदार्थ या विधीसाठी आवश्यक असतात. गुरूंच्या मांडीवर त्या मुलाला बसवून चणे व गूळ भरवणे, हा विधी प्रतीकात्मक असतो. या समारंभाचे वेगवेगळे प्रकार आहेत. काही घराण्यांत या प्रसंगी शिष्य थोडे काही म्हणून दाखवतो, काही घराण्यांत शिष्याची व्यवस्थित मैफल आयोजित केली जाते आणि तिथे गुरू आशीर्वादपूर्वक त्या शिष्यास स्वीकारतात. मुळात गंडा किंवा धागा/दोरा हा शिष्याच्या मनगटावर बांधण्याचा विधी म्हणजे शिष्याला एक प्रकारे आपल्या संगीत घराण्यात दत्तक घेणे- ॲडॉप्ट करणे- असा अर्थ असतो. काही ठिकाणी गुरू व शिष्य एकमेकांना दोरा बांधतात, असेही असते. पण मुळात हे गुरू-शिष्य कैक वर्षे आधीपासून एकमेकांना ओळखत असतात. शिष्य शिकत असतो, गुरू त्याला जोखत-पारखत असतात. उभयपक्षी मनोमीलन घडल्यानंतरच गंडाबंधन होते. हा समारंभ एखाद्या मंदिरात करतात, गुरुगृहीही होऊ शकतो. त्या समारंभानंतर शिष्य अनेक वर्षे गुरूंकडे शिकतो. स्वतःच्या आधी गुरूंच्या गरजांचा विचार करणे, गुरुसेवा करणे- गुरुगृही पडतील ती कामे सेवा म्हणून करणे, हे गंडाबद्ध शिष्याचे कर्तव्य मानले गेले आहे. समारंभात पैसे किती खर्च करायचे, गुरूंना दक्षिणा किती द्यायची- हे सर्व त्या-त्या शिष्याच्या ऐपतीवर ठरत असते. काही गाजलेली गंडाबंधने अशी आहेत की, शिष्य निर्धन असल्याने गुरूनेच सर्व खर्च केलेला आहे. पण मुळात चणे व गूळ या अतिशय अल्पमोलाच्या गोष्टी प्रतीकात्मक रूपाने घेऊन एखाद्या बाहेरच्या मुलाला आपल्या घरात स्थान देऊन जवळची सर्व मुख्य विद्या त्याला देणे आणि त्या शिष्याने 'मी या मुख्य ज्ञानाचा उत्तम प्रस्तुतीकरणात उपयोग करून खंदा गवई होईन' ही ग्वाही, खात्री गुरूला देणे- अशी ही गंडाबंधन क्रिया आहे.

ज्या काळात वैज्ञानिक प्रगतीचा मागमूसही नव्हता, त्या काळात असे गंडाबद्ध गुरू एखाद्या संस्थानिकाच्या प्रासादातील गुप्त दालनात अतिशय शांतपणे, आत्मविश्वासपूर्वक गुरू-शिष्य परंपरेचे पालन करीत आपली विद्या शिष्यात संक्रमित करीत असत. ही विद्या दुसऱ्या घराण्याच्या व्यक्तीस मिळू नये, याची संस्थानिकदेखील काळजी घेत. गुरू आपल्या तयार शिष्याच्या रूपाने एक लखलखता हिरा संगीतजगाच्या सम्मुख ठेवत असे. त्याच्यासारखा दुसरा कोणी नसावा, या भावनेने गुप्ततेचे बंधन पाळले जाई.

आपला शिष्य सर्वोत्तम ठरावा, म्हणून एकलव्याचा अंगठा गुरू द्रोणाचार्यांनी मागितल्याची कथा महाभारतात येते- ती प्रक्षिप्त असू शकेल; पण त्यामागचे सूत्र हेच आहे की, आपला शिष्य जगात सर्वांत श्रेष्ठ ठरावा. या प्रकारे गुरू-शिष्य परंपरेचा विस्तार कसा होत गेला व त्याची मुळे अगदी सांदिपनी ऋषींच्या आश्रमापर्यंत- किंबहुना, वैदिक गुरूंच्या काळापर्यंत कशी आहेत, याचेही दिग्दर्शन होते.

१६.
घराणी

संगीतविश्वात आज अतिशय मानाचे स्थान मिळवून बसलेली गायकीतील घराण्यांची परंपरा ही एके काळी वेगळ्या स्थितीत अडकलेली होती असे म्हटले, तर आजच्या नव्याने संगीत शिकवणाऱ्यांच्या भुवया खचितच उंचावतील.

पण इतिहास असाच विलक्षण असतो. मुळात धृपद या प्रतिष्ठित गानप्रकाराच्या काळात ज्या वेगवेगळ्या शैली अस्तित्वात होत्या, त्यांना बानी/वाणी असे नाव होते. या बानीदेखील घराण्यांप्रमाणे गावाच्या नावांशी संबंधित होत्या. उदा.– खंडहार या गावचे रहिवासी असलेले राजा समोखन सिंह वीणावादक– हे खंडहारी वाणीचे म्हणून ओळखले गेले. डागुर गावचे ब्रजचंद ब्राह्मण डागुर वाणीचे गायक म्हणून होते. नोहारवासी श्रीचंद राजपूत नोहारवाणीचे म्हणून ओळखले गेले. तानसेनची वाणी गोबरहारी किंवा शुद्ध वाणी म्हटली गेली. ते गौड ब्राह्मण होते, म्हणून गौडी, गोबरहारी, गौडीय अशी नावे त्यांच्या वाणीला दिली गेली.

पुढे धृपद मागे पडू लागले, पण त्याला प्रतिष्ठा होतीच. त्यामानाने ख्यालाला इ. स. १८५० पर्यंत मानाचे स्थान मिळालेले नव्हते. इ. स. १७४० पासून ख्याल हा गीतप्रकार जन्माला आला. सदारंगाने गायिकांना ख्याल शिकवले आणि त्या गायिकांनी ते लोकप्रिय केले, असे म्हटले जाते. स्वत: सदारंग–अदारंगांनी शेकडो ख्याल रचूनही ते कधी गायले नाहीत. सुरुवातीच्या काळात कव्वालबच्चे नावाचा वर्ग ख्याल गाऊ लागला. मुळात ही मंडळी मुस्लिम भजने गाणारी होती. मियाँ शक्कर खाँ, मियाँ गुलाम रसूल आणि बडे महमद खाँ हे कव्वालबच्चांच्या घराण्यातले लोक सर्वप्रथम ख्याल गाऊ लागले, जोडीला गायिकाही होत्या. बडे महंमद खाँ हे ग्वाल्हेरचे गायक. त्यांनी तान हा नवा पैलू गायकीला प्रदान केला.

अशा प्रकारे ही कव्वालबच्चांची गायकी हळूहळू प्रसिद्धी पावू लागली आणि लोकप्रियदेखील होऊ लागली. शक्कर खाँ, मक्खन खाँ आणि जद्दू खाँ हे दिल्लीचे गायक नंतर ख्यालगायक म्हणून प्रसिद्धी पावले, असंही दुसरं मत आहे.

पुढे जाऊन कव्वालबच्चांचं घराणं असं म्हणवून घेणं थोडं कमीपणाचं वाटल्यानं बडे महंम्मद खाँ ग्वाल्हेरचे म्हणून ही मंडळी स्वत:ला ग्वाल्हेर घराण्याचे गायक असे म्हणवून घेऊ लागली. म्हणजे धृपदाच्या बानी ज्याप्रमाणे गावांच्या नावांना धरून निर्माण झाल्या, तसेच ग्वाल्हेर घराण्याविषयी म्हणता येईल. मात्र धृपदांसंदर्भात कुठलाही कमीपणाचा भाव संबद्ध नव्हता आणि ख्यालाला तोपर्यंत नीटशी प्रतिष्ठा मिळाली नसल्याने तिथे मात्र थोडी वेगळी भावना समाविष्ट होती.

पुढे हाच स्थळानुसार घराण्यांच्या नावांचा क्रम सुरू झाला आणि बीनकार बंदेअली खाँचे आणि पुढे अब्दुल करीम खाँ आणि अब्दुल वहीद खाँ यांनी लोकप्रिय केलेले किराना किंवा केराना या गावाशी संबंधित असे किराना घराणे सुरू झाले. जयपूरचे 'मनरंग', त्यांचे वंशज मुहम्मद अली आणि पुढे त्यांचे सुपुत्र आशिक अली खाँ यांचे जयपूर घराणे प्रसिद्ध झाले- यांचीच उपघराणी अल्लादियांच्या उनियारा गावावरून आणि दुसरे पटियाला शहरावरून. पटियाला घराण्याचा संबंध दिल्लीशी असूनही पंजाबात ते विकास पावले आणि पटियाला संस्थानाशी निगडित राह्यले. तानरस खाँ मूळ पुरुष होता. कालू मियां, नबीबख्श आणि फतेह अलींनी ही परंपरा पुढे चालवली. अलिया-फत्तू म्हणजेच अलीबख्श व फतेह अली ही जोडगोळी याच घराण्याच्या प्रसिद्धीस कारणीभूत असलेली. पुढे बडे गुलाम अली खाँमुळे हे घराणे अधिक मशहूर झाले. हे बडे गुलाम अली अलीबख्शचे सुपुत्र होते.

आग्रा घराण्याचे जनक तानसेनाचे जावई हाजी सुजान हे होते. पुढे घोगऱ्या आवाजाचे 'घग्गे' खुदाबख्श यांनी आग्रा घराण्याला अधिक प्रसिद्धी मिळवून दिली.

मूळ ग्वाल्हेर घराणे- यांत आलाप, बोल आलाप, बोल तान, सरगम, तान या सर्वांचा संतुलित मेळ होता. टप्पा, तराने ही वैशिष्ट्ये ठरली ग्वाल्हेरची.

ग्वाल्हेरची ख्याल गायकी म्हणजे सर्व गायन घराण्यांची मूळ गंगोत्री. ख्याल गायकी धृपदातून संक्रांत झाली, असे विधान थोडे ढोबळ व बटबटीत ठरू शकते. पण मुळात ख्याल उभा राहिला तो धृपदाची संचारी व आभोग ही अंगे छाटून टाकून, म्हणून त्याला मुंडी धृपद ही संज्ञा पूर्वी दिली गेली होती.

धृपदातील (प्रारंभीच असणारी) आलापी, बोलबाट (आणि शिवाय त्यात नसलेले तान-अंग), बोल-आलाप, माफक प्रमाणात सरगम- या सर्व घटकांचा ग्वाल्हेरी वळणाच्या गाण्यात समावेश असतो. धृपदात जी आरंभी तालमुक्त आलापी असे, ती ग्वाल्हेरी ख्यालात तालासह घेतली गेली. धृपदातील लयकारीचा प्रभाव म्हणू या किंवा आरंभी श्रोत्यांच्या रंजनाचा विचार प्रभावी असल्याने म्हणू या; पण ग्वाल्हेरची लय जलद किंवा मध्यकडे झुकलेली विलंबित अशीच राहिली. संगीत श्रवण करणाऱ्या श्रोत्यांना धृपदातल्या लयकारीची सवय होती याचा विचार करून या ग्वाल्हेरी वळणात दुपटीच्या बोल-ताना वगैरे ख्यालात आणि मध्य लयीच्या बंदिशीतही घेतल्या जात. आजही जुने गायक अशा बोल-ताना हमखास घेतात. टप्पा गायकीतील अंगे ग्वाल्हेर गायकीत आढळतात.

ग्वाल्हेरचे गायक ठुमरी-दादऱ्यांपेक्षा भजने, टप्पे वगैरे प्रकार म्हणणे पसंत करतात. आग्रेवाल्यांना ठुमरी प्रिय आहे. जयपूर घराण्याची बुजुर्ग कलाकारमंडळी सहसा यांतील काही प्रकार गात नाहीत. पण विदुषी किशोरीताई मात्र यातील काही उपशास्त्रीय प्रकार गातात. माणिक वर्मांची तालीम आग्रा-किरान्याची आणि गातही लडिवाळ. त्या मराठी भावगीते, गझल व नाट्यगीतेही मैफलीत म्हणत. मास्तर कृष्णराव शास्त्रीयप्रमाणे उपशास्त्रीय संगीतातील ठुमऱ्या वगैरे गात. शिवाय, ते नाटकांना चाली देणारे समर्थ संगीतकार असल्याने ती पदे-गौळणी वगैरेही म्हणत. यात एक नाव रामभाऊ मराठ्यांचे. क्लिष्ट कानडा प्रकार ते लीलया गात, नाटकात भूमिका करीत; त्यामुळे नाट्यपदे गाण्यात हातखंडा होता.

किराना घराण्याच्या तंतअंगाच्या स्वरप्रधान गायकीत पूर्वांगवादी रागांचे प्रेम एकूण सर्वच गायकांत दिसून येते. त्यांच्या गाण्यात आलापचारीचे सौंदर्य भरपूर असते; पण ताना, बोल-ताना, लयीचे बोलबाट हे प्रकार नाहीत. ठुमरी गातात, पण तिच्यावर ख्यालाचा असर खूप असतो. या घराण्याचे गाणे सामान्यजनांच्या पसंतीस उतरते. पटियाला घराण्याचे गायन म्हटले की, पूर्वी बडे गुलाम अलींचेच नाव प्रामुख्याने घेतले जाई; आता पं. अजय चक्रवर्ती, त्यांची कन्या कौशिकी वगैरे कलाकार आहेत. बडे गुलाम अली फार तयारीने पटियाला गायकी पेश करत. त्यांचे चिरंजीव मुनव्वर अलीही छान गात. ते लौकर वारले. वैचित्र्यपूर्ण आलापी तशीच बोल-ताना व चमत्कृतिपूर्ण तान, आक्रमकता, त्याच वेळी वेधकता असे हे घराणे. ठुमऱ्या अप्रतिम गात बडे गुलाम अली. त्यांचे बंधू उ. बरकतअली खाँ तर सरस ठुमरी गायक होते, प्रकाशात फार आले नाहीत. उ.

अमीरखाँनी अतिविलंबित झूमऱ्याची गायकी प्रस्तुत करून इंदोर घराणा असे आपले घराणे सांगितले. खंडमेरूच्या ताना, जोरकस आवाज, अतिविलंबित लयीतही सामर्थ्याने पुढे उमटणारा घुमारदार-गाजदार आवाज, त्यामुळे संथ लयीतली आलापी त्यांना पेलली. मात्र इतक्या संथ लयीत ठेक्याचा आकृतिबंध नाहीसा होऊन ते १४ मात्रांत केलेले गायन झाले. कंकणा बॅनर्जी, श्रीकांत बाकरे यांनी खाँसाहेबांची गायकी प्रिय मानली व तिचे अनुकरण केले. भेंडीबाजार घराणे हेही एक वेगळे घराणे आपल्या ख्याल गायकीतले आहे. अंजनीबाई मालपेकर याच घराण्याच्या गायिका. उ. अमान अलींनी 'अमर' नाव घेऊन झपताल, रूपकमध्ये बंदिशी रचल्या. संथ रूपक हे या घराण्याचे वैशिष्ट्य. कर्नाटक संगीतातील सौंदर्यतत्त्वे, तसेच सरगम विशिष्ट डौलाने घेणे- हा गायकीचा प्रमुख भाग. उ. अमीरखाँनी या घराण्याचे मार्गदर्शन घेतले. पं. वसंतराव देशपांडे लोकप्रिय गायक, पं. शिवकुमार शुक्ला व पं. त्र्यंबकराव जानोरीकर (आधी ग्वाल्हेर घराण्याचे मार्गदर्शन पं. विनायकबुवा पटवर्धन यांच्याकडे) हे बुजुर्ग लोक-यांनी उ. अमान अलींची गायकी पुढे चालवली. सेहसवान् म्हणून एक घराणे म्हटले जाते. मीरखंडी गायकी हे तिचे वैशिष्ट्य आहे.

साररूपाने आग्रा घराण्याने नोमतोम्च्या धृपद अंगाच्या आलापचारीला जवळ केले आणि बंदिशीच्या आरंभापासून लयकारी-बोल-बांट सुरू केली. धृपद-धमार गायकी आरंभी आग्र्यात खूप म्हटली जाई.

जयपूर घराण्याने तनायती बाज वाढवला. वक्र ताना, आलापचारीसाठी छोट्या-छोट्या तानांचे साह्य घेऊन बढत करणे- ही वैशिष्ट्ये जपली.

पटियाला घराण्याच्या गायकीत वैचित्र्य खूप आले. आलंकारिक, वक्र, फिरतीच्या चमत्कृतिपूर्ण ताना आल्या. ठुमरी गायन जोपासले.

वरील चारही घराण्यांपेक्षा संथ लय घेऊन पूर्वांगप्रधान राग गाण्याची पद्धत किराना घराण्याने रूढ केली. स्वरप्रधान आलापी हेच मुख्य वैशिष्ट्य ठरले. ठुमरीदेखील या तऱ्हेच्या ख्यालाच्या सावलीतच वाढली व तिची शब्दप्रधानता कमी झाली.

घराणे ही परंपरेने आलेली शिस्त असते. प्रतिभावान कलाकार त्यात भर टाकतात, त्यामुळे एकाच वेळी परंपरा व नवता (इनोव्हेशन) यांचे अस्तित्व असणे, हा विरोधाभासदेखील असतो; पण त्यामुळेच साचलेपण येत नाही. काही वेळा यातून नवे मानदंड (नॉर्म्स) तयार होऊन आणखी घराणीदेखील

संभवतात. असेच झाले. उ. अमीर खाँची इंदोर घराण्याची गायकी आणि उ. अमान अलींची भेंडीबाजार घराण्याची गायकी ही अशा नव्याने तयार झालेल्या घराण्यांची उदाहरणे आहेत. याच प्रकारे भविष्यकाळात अजून घराणी संभवतात.

१७.
रागशरीर

भारतीय शास्त्रीय संगीतात रागांचे भांडार खूप मोठे आहे. असे २५०-३०० राग तर सहजच आढळतील की, जे आपण मैफलीत ऐकलेले आहेत. मैफलीच्या सुरुवातीला त्यांतील काही प्रदीर्घ काळ आळविले जातात, तर काही १५-२० मिनिटांपेक्षा जास्त वेळ गायले जात नाहीत. असे का होत असावे?

या प्रश्नाचे उत्तर त्या रागांच्या स्वरूपात दडलेले असते. रागाची 'आवन-जावन' म्हणजे आरोही-अवरोही चलन साधे-सरळ असले, तर राग गायला सोपा वाटतो आणि विस्तारक्षमही असतो. तसेच काही राग पूर्वांगप्रधान असतात. अर्थात त्यांचे वादी स्वर हे सप्तकाच्या पूर्वार्धात असतात. असे पूर्वांगप्रधान राग संथपणे आलापी करायला चांगले वाटतात आणि अर्थातच ज्या रागात तब्येतीने आलापचारी करता येते, ते राग खूप वेळ गाता येतात. याउलट जर रागाचा वादी हा सप्तकाच्या उत्तरार्धातला असेल, तर तो राग उत्तरांगवादी होतो. मानवी कंठाच्या मर्यादांप्रमाणे मंद्र पंचम ते तार सप्तकातल्या रिषभ-गांधारापर्यंत गायक चांगल्या प्रकारे, स्वाभाविक अशी आवाजाची जात टिकवून गाऊ शकतो. जेव्हा तार षड्ज वादी असतो, तेव्हा सगळी आलापी सप्तकाच्या उत्तरार्धात करावी लागते. स्वाभाविकपणे संथ आलापीला वाव राहत नाही, आलापीची गती वाढते. बोलबांट आणि ताना गाण्याकडे कल होतो. अशा वेळी रागगायन रंजक होते, यात शंकाच नाही; पण ते सावकाश लयीत होत नाही. असे राग संथ गाता येत नसल्याने लवकर गाऊन संपवावे लागतात.

याचबरोबर तालाचा मुद्दादेखील अनुस्यूत आहे. वसंत, परज, अडाना, सोहनीसारखे अनेक राग असे आहेत; यात जोड व मिश्र रागांचाही समावेश करणे इष्ट होईल की, जे थोड्या धावत्या लयीत म्हटले जातात. आता धरून

चालू या की, मी गात असलेल्या झूमऱ्यातल्या किंवा तिलवाड्यातल्या ख्यालाचे आवर्तन ३३ ते ३५ सेकंदांचे आहे. अशा लयीत रागाचे सर्व तपशील- म्हणजे थोडेबहुत आलाप- थोडेबहुत म्हणण्याचे कारण असे की, अशा लयीत आलापचारी संक्षिप्तच केली जाऊ शकते. त्यामुळे नंतर बोलबांट-ताना-बोल-ताना-सरगम वगैरे सर्व तपशील- म्हणून झाले तरी २०-२५ मिनिटेच कमालपक्षी होणार. मग प्रत्येक ख्याल ४० मिनिटे गाणे, ही रीत इथे चालणारच नाही. इथे ख्यालाचा ताल आडा चौतालादेखील असू शकेल, निष्कर्षात फरक पडणार नाही.

म्हणून एकदा पं. वझेबुवांसमोर कोणी नवखा माणूस थोडा प्रौढीने म्हणाला- ''ते अमुक अमुक गवई ४० मिनिटे अडाण्याचा ख्याल म्हणत होते.'' वझेबुवा मिश्किलपणे म्हणाले- ''रियाज करून आला नसेल लेकाचा! स्टेजवर बसून त्याने रियाज केला असेल.''

गायकीचे, गाण्याचे एकूण मर्म अशा बोलक्या प्रतिक्रिया अतिशय थोडक्यात-सूत्ररूपाने सांगून जातात. अभ्यासू माणसाने त्यातून योग्य तो बोध घ्यायचा असतो.

याचबरोबर एखादा पूरिया, शुद्ध कल्याण, मालकंससारख्या रागाचा ख्याल गवयाने २० मिनिटांत गुंडाळला, तर खुशाल समजावे की मडके अजून कच्चे आहे!

दोन्ही निषाद, दोन्ही मध्यम इ.चा प्रयोग-

आपल्या या संगीतविश्वात खूपसे माधुर्य, सुस्वरत्व, चैतन्य वगैरे आहे. त्याचबरोबर सर्वसामान्य माणसाच्या बुद्धीला कोडं पडेल अशा काही गूढ, कूट समस्यादेखील संगीतात आहेत. प्रत्येक विद्वान आपापल्या परीने हे कूटप्रश्न सोडवत असतो.

एका रागात एका स्वराची दोन रूपे सहसा पाठोपाठ न येणे, हा सर्वमान्य नियम आहे. पण आता बाहेर पाऊस पडतोय आणि मला मल्हाराचे दोन निषाद लागोपाठ लावताना काहीच नियमबाह्य केल्यासारखे वाटत नाहीये. कलाव्यवहारात असेच घडत असते. इथे दोन अधिक दोन चार असे साधे सरळ गणित- प्रत्येक वेळी असतेच, असे नाही. आंदोलित गांधार (मध्यमाचा कण घेऊन आलेला घेऊन मग्ऽमग्ऽ मपमप मरे, मरे मरे प मग मऽ ग्ऽ (म) रे, सारेनिसा, ऩि नि़् ध़ ऩि ऩि सा- असे म्हणताना सर्व अगदी बरोबर वाटते. साहचर्यामुळे गांधार व दोन निषांदाच्या साह्याने आपण पावसाला आमंत्रित करत आहोत, असाच भाव निर्माण

होतो. त्यातून मल्हारच्या बहुतेक बंदिशींमध्ये पाऊस, विजा, ढगांचा गडगडाट, दादुर, मोर, पपैया बोलत असल्याचे संदर्भ असतात. त्यामुळे उत्कृष्ट वातावरणनिर्मिती होते. दोन्ही निषाद लागोपाठ घेत असताना घोंघावणारे वारे, ढगांच्या डरकाळ्या, पावसाचे थैमान याला सुसंगत असे ते दोन निषादांच्या सतत उच्चारणाने तयार झालेले वातावरण असते. मध्यमाच्या कणाने येणारा गांधार या वातावरणाची तीव्रता वाढवतो.

शुद्ध सारंगात तीव्र व शुद्ध मध्यम पाठोपाठ येतात आणि रक्तिवर्धक अर्थात रंजक वाटते. कधी कधी सारे^म प मऽ रे असे रूप तर कधी पम् मरे असे पंचमाच्या कणाखेरीजचे रूप असा प्रकार असतो. तानेतही ज्यांना घेता येते, ते दोन्ही मध्यम लागोपाठ घेऊन तानविलास करतात.

ललित रागातदेखील अशीच दोन मध्यमांची शोभा दृश्यमान होते. पं. ना. मो. खरे यांनी ललिताच्या लक्षण गीतामध्ये या दोन मध्यमांची प्रस्तुती कशी केली आहे, ते पाहण्यासारखे आहे.

म मे म मे	म म– म	ग रे॒ ग मे	ग रे॒ सा–
म म म म	म म ऽ म	म ऽ द्व य	शो ऽ भा ऽ

असे म्हणताना त्यांनी लागोपाठ शुद्ध–तीव्र मध्यम घेऊन राग रूपाचे सार प्रस्तुत केले आहे.

पण उरलेले तीन कोमल स्वर– रिषभ, गांधार व धैवत आहेत. पैकी गांधाराचा जोग रागात शुद्ध, कोमल असा पाठोपाठ प्रयोग सर्वमान्य आहे.

पण दोन्ही रूपे घेऊन रिषभ व धैवताचा लागोपाठ प्रयोग जवळजवळ रूढ न झाल्यातच जमा आहे. पं. कुमार गंधर्वांनी मधसूरजा या धुमउगम रागात तसा प्रयत्न केला, पण तो जनमानसात रूढ झाला नाही. रिषभ हा स्वर असा आहे की– जो षड्‌जाच्या फार जवळचा आहे, तसेच धैवत पंचमाला जवळचा आहे. षड्‌जपंचम स्वरसप्तकातले महत्त्वाचे टप्पे पूर्वांग–उत्तरांगातले स्तंभ आहेत. कोमल रे व षड्‌जाच्या मधले अंतर आणि कोमल धैवत व पंचमाच्या मधले अंतर १/२ स्वराचेच असल्याने कोमल रिषभ व कोमल धैवत षड्‌ज–पंचमाभोवती सारखे संचार करू लागले आणि लगतचे शुद्ध रिषभ व शुद्ध धैवत त्यांना लगटू लागले की, मानसशास्त्रीय दृष्ट्या आणि ते कर्णसुभग न वाटल्याने बहुधा दोन रिषभ व दोन धैवतांचे लागोपाठ प्रयोग असलेले राग निर्माण झाले नसावेत. यावर आणखी प्रकाश टाकला गेला पाहिजे. वैज्ञानिक दृष्टिकोनातून पाह्यले गेले पाहिजे.

मध्यमाची दोन रूपे व निषादाची दोन रूपे ही षड्ज–पंचम या स्तंभांच्या अलीकडच्या स्वरांची असल्याने काही अनुकूल प्रभाव होतो किंवा कसे, हे पाहिले पाहिजे. (या संदर्भात संशोधनास पुष्कळ वाव आहे.)

१८.
घराण्याचे आवडते ताल

मुळात अशी काही संकल्पना आहे का? असू शकते का? याबद्दलचं वास्तव काय असावं?

अहीर भैरवातला 'रसिया म्हारा' हा ख्याल तिलवाड्यात घेतला तर?– असे माझ्या विद्यार्थिनीने विचारले. मी 'नाही' असे म्हटल्यावर तिने म्हटले– भैरवचा 'भोर भयो' जर झूमऱ्यात आहे, तर 'रसिया म्हारा' तिलवाड्यात का नको? तो अहीर भैरव, म्हणजे भैरवाचाच प्रकार नव्हे का? मी म्हटले– अगदी बरोबर आहे, शिवाय पं. वि. ना. भातखंड्यांच्या क्रमिक पुस्तकमालिकेच्या पाचव्या भागात तो तिलवाडा तालातच दिलेला आहे; पण तरीही तू तो एकतालातच म्हण.

ताल म्हणजे नुसता अमुक मात्रांचा गट– असे होत नाही. शिवाय रागप्रस्तुतीकरणाच्या संकल्पना काळाच्या ओघात बदलत जात असाव्यात. म्हणजे असे की– आज अहीर भैरव रागाचे जे रूप 'रसिया म्हारा' या ख्यालाच्या आकृतिबंधातून, वेगवेगळ्या कलाकारांच्या प्रस्तुतीकरणातून प्रतीत होते; ते तिलवाडा तालात बांधलेल्या ख्यालाच्या आकृतिबंधासारखे नक्कीच नाही. विलंबित आणि पूर्वांगप्रधान अशा संथ आलापीची प्रचीती त्या 'रसिया म्हारा'तून होते. तिलवाडा हा मुख्यत्वे ग्वाल्हेर घराण्याचा आवडता ताल आहे आणि पं. भातखंडे यांच्या काळात तिलवाड्यातील अहीर भैरवाच्या 'रसिया म्हारा' या ख्यालाचे प्रस्तुतीकरण प्रचलित असू शकेल. पण माझ्या मते, हा राग अलीकडच्या काळात अधिक प्रचलित झाला. विदुषी हिराबाई बडोदेकरांची छोट्या ख्यालांची बंदिश ज्या वेळी ध्वनिमुद्रिकेच्या रूपात प्रसिद्ध झाली, त्या काळात तो नव्याने प्रचलित झालेला राग होता. माझे वैयक्तिक मत असे आहे की– भैरव हा राग उत्तरांग प्रधान,

धैवत वादी असलेला, गंधार व मध्यमावर अधिक विश्रांती किंवा न्यास नसलेला असा राग असल्याने त्याची मंद्र व मध्य सप्तकातली विस्तारक्षमता किंवा चैनदारी (आलापचारीच्या संदर्भात) कमी आहे. तो गंभीर जरूर आहे. रिषभ, धैवतावर त्यांच्या पुढच्या-पुढच्या स्वरांची आंदोलने आहेत. पण अहीर भैरवात मध्यम षड्ज वादी-संवादी असल्याने त्याचे पूर्वांगप्रधान रूप आलापचारीला आमंत्रण देते, त्यामुळे संथ लयीतली आलापी हे अहीर भैरवाचे वैशिष्ट्य ठरते. त्यामुळे जरी पं. भातखंड्यांनी 'रसिया म्हारा' तिलवाड्यात दिला असला आणि काही मंडळी तसा तो गात असली, तरी किराना घराण्यातील गायकांनी प्रचलित केलेले, एकतालात बांधलेल्या 'रसिया म्हारा' या ख्यालाचे रूप अहीर भैरवाच्या प्रकृतीला अनुरूप वाटते. किराना घराण्याने विलंबित एकताल ख्यालासाठी सतत वापरला व लोकप्रिय केला.

भैरव-बहार हा राग ग्वाल्हेर घराण्याच्या लोकांनी अधिक ऐकवला आहे. या रागातील माहीत असलेला प्रसिद्ध ख्याल आहे- 'ये मेरी बसंत की मुबारकी' आणि तो तिलवाडा या तालातच आहे. उपरोक्त दोन परिच्छेदांमध्ये जे गृहीतक आहे, ते इथेही भैरव-बहार रागातील ख्यालाच्या संदर्भात चपखलपणे बरोबर ठरते आहे. बहारचा प्रकार असल्याने भैरव-बहार उत्तरांगात चांगल्या प्रकारे विस्तारला जातो आणि खुलतोही तो उत्तरांगातच! त्या एकूण रूपामुळे फारशी चैनदारी अपेक्षितच नाही आणि म्हणून तिलवाडा ताल अगदी योग्य वाटतो.

(भैरव-बहारात आलाप संपवताना कोमल गांधार- मगरे, ग् रे् सा असा घेणे ग्वाल्हेरवाले योग्य मानतात व आग्रेवाले फार क्वचित असा प्रयोग करावा, या मताचे आहेत. प्रस्तुत संदर्भात या तपशिलाचे महत्त्व नसल्याने फक्त उल्लेख पुरेसा वाटतो.)

विलंबित तीनताल हा जयपूर घराण्यात प्रचलित असलेला ताल आहे. जयपूरची गायकी मुळात अतिविलंबित नाही, मध्य-विलंबित आहे. त्यामुळे त्रितालाच्या 'आकृतिमयता' या गुणाचे रक्षण होते. अर्थात त्या विशिष्ट (अतिविलंबित नव्हे व द्रुतदेखील नव्हे) लयीची परिणामकारकता उठून दिसते. एका मात्रेचा चतुर्थांश, अष्टमांशदेखील कळू शकेल, अशी ही लय आहे. या घराण्यात आलापी संपल्यावर लयीची कामगत करण्यापूर्वी- म्हणजे बोल-ताना इ. प्रकारांपूर्वी ग्वाल्हेरवाले जशी थोडी लय वाढवून मग कामगत करतात- तशी प्रथा नाही. एकूण, पहिल्यापासूनच बेताची विलंबित लय ठेवणे, हा विशेष.

पेचदार ताना, लयीचा डोल सांभाळणे यात या विवक्षित लयीचा वाटा मोठा असतो. या एकूण गायकीत त्यामुळे थोडा किचकटपणा, क्लिष्टपणा येतो, हेही वास्तव स्वीकारावे लागते. पं. वामनराव देशपांड्यांची उपमा अशी- 'रिझर्व्ह बँक' ही जशी 'बँकांची बँक' तशी जयपूर गायकी ही 'गायक श्रोत्यांची गायकी', 'गायकांसाठी गायकी' अशी आहे. एका ऑडिटर संगीत मर्मज्ञाचे हे विधान चपखल आहे, असे म्हणायला हवे. सर्व प्रकारचे जोड राग, मिश्र राग गाणे हे जयपूरचे वैशिष्ट्य. बसंती केदारमधील 'अतर सुगंध' या ख्यालात जयपूरच्या अनेक कलाकारांनी त्यांची (घराण्यांची) वैशिष्ट्ये दर्शविलेली दिसून येतात. चरजू की मल्हार, धूलिया मल्हार, कानड्याचे क्लिष्ट प्रकार, गौरीचे विशिष्ट प्रकार गाताना जयपूरचे गायक त्या गायकीची सर्व वैशिष्ट्ये, लयीच्या बलपेचाच्या तानांसह दाखवितात.

पण आपण जेव्हा आग्रेवाल्यांचा देसी ऐकतो, सुघराईतील 'पिया बनजारा' ऐकतो, देवसाख वगैरे 'साख' प्रकार ऐकतो; तेव्हा त्यांची लय त्यांच्या गायकीला अनुरूप आहे, हे कळून येते. ती लय जयपूरइतकी विलंबित असूच शकत नाही. आलापीचे तंत्र आग्रेवाल्यांनी 'नोमतोम्'मध्ये तालमुक्त आलापी करणे, असे ठेवलेले असते आणि बोलबाट, लयकारीसाठी सुसंगत अशी लय सुरुवातीपासून ठेवून ते कलाकार त्या लयकारीमध्येच श्रोत्यांना गुंगवून टाकतात. उ. फैयाजखाँची 'फुलवत की गेंद' ही रेकॉर्ड, रामकलीची 'उन संग लागी' (त्रिताल) ऐकल्यावर त्यांच्या मध्य लयीतील विशिष्ट अशा लयीच्या करामतींचे दर्शन घडते. उ. खादिम हुसेन, पं. के. जी. गिंडे यांची लाचारी तोडी (अब तोसे ना बोलू व सतवचन कहो- क्रमशः) ऐकली की, त्यांच्या बोलबनावातील कौशल्याची प्रचीती मिळते. गिंडेसाहेबांच्या विलं. एकतालातील 'बहुते या जगमें'मध्ये विलंबित गायकीची आग्र्याची वैशिष्ट्ये चट्कन् डोळ्यांत भरतात आणि विलं. एकतालाची लय तशी मध्य विलंबितच असते.

***

१९.
आगळे-वेगळे संगीतविश्व

आपलं संगीताचं विश्व मोठं विलक्षण आहे. समाजात वेळोवेळी धर्मद्वेषाचा वणवा उसळला, हजारो जीव त्यात नाहक होरपळले गेले. संगीतविश्वात मात्र हिंदू-मुसलमान गुण्या-गोविंदानं नांदले. त्यांनी एकमेकांना तालीम दिली-घेतली, एकमेकांची गाणी आनंदाने ऐकली व परस्परांचे कौतुकही केले. पण याच संगीतविश्वात स्त्री कलाकारांना मात्र योग्य न्याय मिळाला नाही.

समाजात स्त्रीला इतिहासकाळापासून गौण स्थान होते. अगदी आनंदीबाई जोशींसारख्या त्या काळात डॉक्टरची पदवी मिळवलेल्या महिलेलाही मानसिक छळाला सामोरे जावे लागले. संगीताच्या दुनियेत स्त्रियांनी पुरुषांच्या बरोबरीने नसले, तरी बरेच मानाचे स्थान मिळविले. त्यांनी संगीताच्या क्षेत्रात विविध प्रकारची बंडखोरीसुद्धा केली. ठुमरी-दादऱ्यासारखे मुलायम गाणे ऐकायला येणाऱ्या तत्कालीन पुरुषांना बाबलीबाई साळगावकर या गायिकेने आग्रा घराण्याची पुरुषी ख्यालगायकी ऐकवली. तो काळ म्हणजे, विसाव्या शतकाच्या सुरुवातीचा काळ. उ. अल्लादियांच्या शिष्या असलेल्या तानीबाई हे असेच लखलखीत उदाहरण. खाँसाहेबांचा विश्वास असा की, आपण अकाली गेलो तर ही मुलांना शिकवेल. पण तत्कालीन समाजधारणेमुळे कैक घरंदाज गायिका जाहीर मैफलीत गायल्या नाहीत, त्यांतल्याच ह्या तानीबाई. ज्या मोजक्या मैफली त्यांनी केल्या, ते गाणे केवळ अप्रतिम होते, असे तत्कालीन श्रोते सांगत असत.

काही गायिकांना अप्रतिम गायनाबरोबर सौंदर्याचंही वरदान लाभलं होतं. अंजनीबाई मालपेकर हे त्यांपैकीच्च उदाहरण. रूपामुळे मैफलीत विघ्न यायचे, अपहरणाचे प्रसंग ओढवायचे. बाई मुळात सात्त्विक, त्यामुळे या भोगाला कंटाळून शास्त्रीय गाणे त्यांनी सोडून दिले. या संदर्भात बोलताना पं. गजाननबुवांनी अतिशय

हृद्य शब्दांत हळहळ व्यक्त केली होती. (अंजनीबाईंचा उल्लेख बऱ्याचदा झाला आहे. त्यांचं संगीतविश्वातलं स्थानच एवढं मोठं होतं की, त्यांचा उल्लेख अनिवार्य ठरला आहे.)

काही गायिकांना त्या गाणारणीचा व्यवसाय करणाऱ्या असल्याने प्रेमभंगाचे दुःख भोगावे लागले. यांतले प्रमुख नाव मेनका शिरोडकर. उ. भुर्जी खाँकडून गाणे शिकल्या, पण ख्याल ऐकण्यापेक्षा अदाकारी करून गायलेल्या ठुमरीत लोकांना रस असायचा. घरच्यांच्या, समाजाच्या दबावाला बळी न पडता शुद्ध अभिजात गाणे टिकवणे सर्व गायिकांना जमले नाही, प्रवाहपातित व्हावे लागले. एक लोकविलक्षण वास्तव असं आहे की, हिराबाई पेडणेकर ही गायिका संगीत नाटकांना स्वतः चाली देणारी संगीतकार होती. तिच्या काही चाली 'मानापमान' नाटकात घेतल्या गेल्या, लोकप्रिय झाल्या; पण बाईंचा उल्लेख मात्र टाळला गेला. (प्रा. वसंत कानेटकरांचे 'कस्तुरी मृग' नावाचे नाटक याच हिराबाई पेडणेकरांच्या जीवनावर आधारलेले आहे.) पुरुषप्रधान समाजाने गायिकांचा, पेशाने गाणाऱ्या असणाऱ्यांचा खूप अधिक्षेप केला. 'दामिनी' नावाचे नाटक लिहिणारी ही पहिली महिला नाटककार; पण 'नाही चिरा नाही पणती' अशी तिची अवस्था. बाई सुंदराबाई जाधव मैफल काबीज करणारी गायिका होती, 'एकच प्याला'साठी त्यांनी आपल्याजवळच्या चाली काढून दिल्या होत्या. गायकी इतकी गोड की, बालगंधर्वांवर त्या गायकीचा प्रभाव होता. जयपूर गायकीच्या अग्रगण्य गायिका म्हणून केसरबाई केरकर लोकांना परिचित आहेत, पण त्यांच्या ठुमरी गायनाच्या कौशल्याची तारीफ सिद्धेश्वरीदेवींनी केली होती. पण जसे आपल्याकडे गझलगायकीला मैफलीत स्थान नसे, तद्वत् त्या काळात अभिजात संगीत गाणाऱ्या गायिका ठुमरी-दादरे गाणे टाळत. सामाजिक नसले तरी सांगीतिक चातुर्वर्ण्य संगीतातही होतेच; फक्त त्याची फारशी चर्चा होत नसे. मुळात घरंदाज बाईने मैफलीत गायचेच नाही, या विचाराचा पगडा होता आणि त्याच वेळी खानदानी गायिकांना पेशेवर गायिकांची शाबासकी मोलाची वाटे. याचं उत्तम उदाहरण म्हणजे नैनादेवी. सभ्य समाजातल्या असून गाणाऱ्या बायकांसारखे नाव घेतले (कदाचित घरातील लोकांचा या नाम-परिवर्तनाविषयी आग्रहही असेल.) पण पेशेवर गायिकांनी त्यांची ठुमरी नावाजली, तेव्हा त्यांना कोण आनंद झाला! ही सामाजिक बदलाची नांदी म्हणायची, का संगीतातली सुधारणा?

एक मात्र खरे आहे की- सरला भिडे, शुभा मुद्गल, अनिता सेन या तुलनेने अलीकडच्या गायिकांना ठुमरी गायिका होण्यात काहीच अडचण आली नाही. काळ बराच पुढे गेला होता. दादरकरबाईंच्या मुलीने- माणिक वर्मांनी- आपली प्रतिमा सोज्वळ ठेवली; तीच तऱ्हा हिराबाई बडोदेकर, सरस्वती राणे यांची. त्या तत्कालीन समाजचौकटीत राहू इच्छित होत्या. किशोरी आमोणकरांनी पराक्रमामुळे संगीतविश्वात नाममुद्रा कोरली. प्रभा अत्रेंनी सुविद्य खानदानी गायिका म्हणून खूप नाव मिळवले. आताच्या तरुण अभिजात संगीत गाणाऱ्या गायिका आश्विनी भिडे-देशपांडे, आरती अंकलीकर यांनी आत्मविश्वासाने गाणे मांडले; स्वत:चे निर्णय ठाम राहून घेतले. पण मागील पिढीने- विशेषेकरून विसाव्या शतकाच्या पूर्वार्धात किंवा अंजनीबाईंसारख्या तत्पूर्वीच्या गायिकांनी- पुढीलांसाठी मार्ग प्रशस्त करून दिला. हिराबाई बडोदेकर या अंजनीबाई, तानीबाई, बाबलीबाईंच्या नंतरच्या, तशाच मोगूबाईही. या दोघींनी एक प्रतिमा (आयडॉल) निर्माण केली- किराऩ्याचं गाणं कसं असावं, तर हिराबाईंसारखं- जयपूरचं गाणं मोगूबाई, केसरबाईंसारखं-असं म्हटलं जाऊ लागलं.

वरील सर्व वर्णन हे एक प्रकारे संगीतविश्वात स्त्रियांनी दिलेल्या लढ्याचे आहे. पुरुषप्रधानतेला छेद देण्याचा प्रयत्न इथे दिसतो. काही वेळा पुरुषांच्या अभिरुचीच्या विरुद्ध जाऊन गाणे प्रस्तुत करणे, असा प्रकार घडला आहे. काही वेळा तत्कालीन घरंदाजपणाच्या कल्पनांना मान तुकवूनदेखील मोजकेच दर्जेदार कार्यक्रम देण्याचे धारिष्ट्य दिसते. खानदानी गायिका असूनही स्वेच्छेने ठुमरी-दादऱ्याचा प्रांत निवडणाऱ्या गायिका अलीकडच्या काळात दिसतात. पद्मभूषण शन्नो खुराना तशा सैनिकी परिसरातल्या; पण शास्त्रीय, उपशास्त्रीय संगीत गाण्याबरोबर संगीतिकांना चाली देणे; जे पूर्वी पुरुषवर्गाच्या मक्तेदारीत मोडत होते- ते कार्य त्यांनी केले आहे. काही गायिकांनी नाट्यलेखन केले, नाटकांना चाली दिल्या; मात्र त्याचे श्रेय न मिळूनही बंड केले नाही. म्हणजे स्त्रीवर्चस्व पूर्णपणे दिसत नाही, पण मर्यादित अर्थाने बंडखोरी आहे. काही गायिकांना सामाजिक छळाला, दबावाला बळी पडावे लागले आहे. गाणाऱ्या बाईला नारळाच्या करवंटीतून चहा देण्याचे प्रकार घडले आहेत; पण गायिका सौम्य असेल तर तिने आपली मेहनत, प्रतिभा या गुणांच्या जोरावर प्रतिष्ठा मिळविली आहे आणि पूर्वयातनांचा उल्लेखही टाळला आहे. डॉ. सुमती मुटाटकरांसारख्या संगीताच्या क्षेत्रातील पहिल्या फळीतल्या गायिकेने धृपद-धमार गाण्याचा पायंडाही ठेवला

होता आणि ख्यालगायनही सुरू ठेवले होते. माणिक वर्मांनी शास्त्रीय गायनाबरोबर नाट्यगीते, भावगीते व मराठी गझलांनी बैठकी रंगवल्या. समाजपुरुष सहजासहजी बदलत नसतो. गायिकांनी वर्षानुवर्षे संघर्ष करून आपले अस्तित्व सिद्ध केले आहे. त्यामुळे नंतरच्या गायिकांसाठी मार्ग बराच सुकर होत गेल्याचे दिसते. आज शुभा मुद्गलांसारखी घरंदाज गायिका शास्त्रीय संगीताप्रमाणे पॉप संगीताचे कार्यक्रमही करते. अर्थात ते शास्त्रीय मंचावर होत नाहीत; तथापि अभिजात संगीत गाणारी गायिका यशस्वीपणे पॉप संगीत गाते आणि त्यांचे कलाकार (तबलावादक), यजमान त्यांना आडकाठी करीत नाहीत. थोड्या दिवसांनी गायिका फ्यूजन संगीताचे कार्यक्रमदेखील सर्रास देतील, कोणी सांगावे!

कुठल्याही फॉर्ममधले संगीत उत्तम तऱ्हेने सद्भिरुची सांभाळून प्रस्तुत केले, तर ते सर्व आकृतिबंध लोकांना आवडू लागतील, असा सध्याचा काळ आहे.

संगीतातले पूर्वीचे चातुर्वर्ण्य जवळजवळ लयाला चालले आहे, हेही या निमित्ताने म्हणावेसे वाटते!

पण अजूनही एक वेगळा भेदाभेद इथे शिल्लक आहे. तो म्हणजे शास्त्रीय संगीत सर्वश्रेष्ठ, बाकीचे थोडे कमी दर्जाचे- हा तो भेद! पण यात बरेच मुद्दे येतात. जर एखाद्याचा कंठच पातळ आवाजाचा- हलका गळा म्हणतात तसा- असेल तर त्याने श्रेष्ठ आहे म्हणून शास्त्रीय संगीताकडे वळायचे का; आणि त्याची उपशास्त्रीय संगीतात लौकर प्रगती होईल, हे दिसत असताना बुजुर्गांनी त्याला तसे वळवावे का?

म्हणजेच इथे-श्रेष्ठ कनिष्ठपेक्षा आणखी वेगळा मुद्दा आहे. तो म्हणजे, आवाजाच्या धर्माचा. शिवाय उपशास्त्रीय संगीतासाठीदेखील गळा तयार करावा लागतो, मेहनत घ्यावी लागते, रियाज करावा लागतो. त्यामुळे हा वर्णभेद इथेही नकोच.

संगीत हे चांगलेच असते; फॉर्म किंवा प्रकार कोणताही असो. तसे पाहू गेले तर शास्त्रीय गायक वाईट गात असेल, तर शास्त्रीय संगीत कनिष्ठ दर्जाचे होते आणि उपशास्त्रीय गाणारा उत्तम मेहनत करून पेशकारी करत असेल, तर ते संगीत श्रेष्ठच म्हणायला हवे.

या ठिकाणी आपल्या संगीतात जो उच्च-नीच भेद गर्भित आहे, त्याचाही थोडा ऊहापोह करावासा वाटतोय. आमचे अभिजात संगीतातले काही सिद्धकंठ,

सिद्धहस्त गायक-वादक वरकरणी सुगम, उपशास्त्रीय (विशेष करून गझल वगैरे) गायनाबद्दल चांगले बोलतात. पण खासगीत रागदारी संगीतच श्रेष्ठ, बाकी सर्व खालच्या दर्जाचे; असे नेहमी म्हणून वर एक मल्लिनाथी करतात. उगीच नाही पं. भातखंड्यांनी उपशास्त्रीय व सुगम संगीतामध्ये वापरल्या जाणाऱ्या रागांना 'क्षुद्र प्रकृतीचे' म्हटले! आता पं. भातखंड्यांची साक्ष काढता येणे शक्य नाही; पण ज्या रागात ख्याल, धृपदे गायली जात नाहीत, त्या रागांविषयीच्या उल्लेखात पंडितजींनी क्षुद्र प्रकृती हे विशेषण वापरले होते. पण अभिजात रागदारी उत्कृष्ट, अमुक मध्यम व तमुक अधम अशी वर्गवारी नाही करता येणार.

गाणे इथून-तिथून चांगलेच किंवा वाईटही असते. प्रश्न असा- हे चांगले, ते वाईट या प्रकारात मोडणारा नाही. उत्तम अदाकारी असेल- कुठल्याही गानप्रकाराची- धृपद, ख्याल, ठुमरी, नाट्यगीत, बाउल, कर्नाटक संगीत काहीही- तर ती श्रेष्ठच असते. आणि सुगम हे नाव जरी लाइट म्युझिकला दिले गेले असले तरी त्याचे प्रस्तुतीकरण पुरेशा सरावाने, भरपूर मेहनतीनेच करायचे असते. ऐकताना सुगम वाटते, म्हणून त्याला सुगम संगीत म्हणत असावेत, असे मला वाटते.

पण वेदकाळी सामवेदाचं श्रेष्ठत्व सांगण्यासाठी एक रूपकात्मक वाक्य वापरलं गेलं होतं. सामवेदापासून ब्राह्मण निर्माण झाला, यजुर्वेद क्षत्रियाचा जनक आणि ऋग्वेदापासून वैश्य वर्ण जन्मला. अशी अर्थवादात्मक वाक्यं सर्व काळात काही गोष्टी अधोरेखित करण्यासाठी वापरात असतात. तद्वतच सर्वांत श्रेष्ठ धृपद, मग ख्याल, मग ठुमरी-दादरा- अशी ही उतरंड गायनविश्वात एके काळी बद्धमूल होती. काळ बदलला, धृपदाहून ख्याल लोकप्रिय झाला आणि आता तर काही गवयांचे गायन हे ख्यालाची ठुमरी करण्याकडे कलते आहे, असे वाटते. असो.

गीतप्रकार कुठलाही असो; तो उत्कृष्ट तऱ्हेने सादर केला गेला असेल तर तो उत्तम असतो, एवढंच खरं आहे!

***

२०.
संगीत विश्वधर्म–विश्वभाषा

दि. २१ जून विश्व संगीत दिवस! संगीत हा विश्वधर्म आहे, ती विश्वभाषा आहे. लौकिकातले धर्म संगीतात वेगळेच होऊन जातात, संगीतातले धर्माचे आविष्कार मोठे माधुर्ययुक्त अशा छटांनी युक्त आहेत. उदाहरणार्थ– मैहरचे बाबा उ. अल्लाउद्दीन खाँ यांच्या पूर्वजांत एक होते– भवानी पाठक. दीननाथ देवशर्मा. कुठल्याशा लहान गावी राहायचे. देवशर्मा म्हणजे ब्राह्मण. त्यांची बायको वारली आणि मुलाला घेऊन त्यांनी रानेवने, डोंगर जवळ केले. माणसांना खाणाऱ्या कुकी लोकांच्या प्रांतात ते जाऊन राहिले. काली मंदिरात कालीची पूजा करायचे. कुकी मानवभक्षी असूनही दीननाथ शर्मांना भ्यायचे, त्यांना भेटी आणून द्यायचे. दीननाथांनी मुलाला संस्कृत शिकवले, बंगाली शिकवले. पण मुलाने कुकींना बरोबर घेऊन एक दल बनवले. इंग्रजांचा खजिना लुटायचा, क्रूर जमीनदारांचे खजिने लुटायचे अन् गरिबांना वाटून टाकायचे– हा त्याच्या दलाचा उद्देश. पुढे जाऊन लॉर्ड क्लाइव्हनं लढाई जिंकली आणि या डाकूंना पकडून देणाऱ्यांना इनाम जाहीर केले. तेव्हा ही मुले मुसलमान झाली, त्यांनी नावे बदलली. हा मुलगा झाला सिराज डाकू, दीननाथ त्याला सोडून निघून गेले.

सिराज डाकूनं एका जमीनदाराकडे डाका घालण्यासाठी अगोदर चिठ्ठी पाठवली; पण तिथे गेल्यावर त्याला घर रिकामे सापडले. एक तान्ही मुलगी पलंगावर होती. इथे नवल वर्तले.

त्या सिराजनं त्या मुलीला आपल्या मुलांबरोबर वाढवलं. त्रिपुरातील शिवपुरात जमीनजुमला घेतला. या नव्या आयुष्यक्रमात त्या पाळलेल्या मुलीचं रक्ताच्या मुलाशी लग्न लावून दिलं. त्या मुलीला झालेली तीन मुले अली अहमद, साली अहमद अन् जाफर अहमद. शेवटच्या जाफर अहमदचा मुलगा

होता मदार हुसेन. त्याचा मुलगा साधूसारखा निघाला. दीननाथ शर्माचे हे वडील, त्यांचे नाव स्वभावामुळे साधूखाँ किंवा सदूखाँ ठेवले गेले.

उ. अल्लाउद्दीनखाँ

इथून आपल्याला अल्लाउद्दीनखाँची वंशपरंपरा कळते. या साधूखाँना ५ मुलगे व २ मुली झाल्या. पैकी हयातअली हा विश्वकवी रवींद्रनाथ ठाकूरांच्या शांतिनिकेतनमध्ये होता. अल्लाउद्दीनखाँची आई साधूखाँची मुलगी, नाव सुंदरी- फार गोड बाई. तिने आपल्या या मुलाला- अल्लाउद्दीनला- शिवपूरच्या शाळेत घातले. गाव शिवपूर हा शंकराचा गाव. राजा कृष्णकिशोरांनी शंकराचं मंदिर बांधले. मळ्यातली पहिली भाजी, नव्या गाईचे पहिले दूध हिंदू-मुसलमान लोक शंकराच्या देवळात घेऊन जायचे. वडिलांना संगीताची आवड. अल्लाउद्दीन सतार ऐकण्यात रमायचा, अभ्यासात नाही. देवळात शंकर भगवान मुलांच्यात खेळायचे, पण आम्हाला ते कळले नाही, असे उ. अल्लाउद्दीनने म्हणून ठेवले आहे. उ. अल्लाउद्दीनखाँच्या गुरूंचे मामा कासीमअली खाँ आणि वजीर खाँ हे आगरतळ्याच्या दरबारात होते. अल्लाउद्दीनचे वडील घरचं तूप, तांदूळ, कोंबडी खाँसाहेबांना- (कासीमखाँना) द्यायचे. एक दिवस त्यांनी मुलाला विचारले, ''सतार ऐकायला २० मैल चालत येतोस?'' मुलगा म्हणाला-''तुमचं वाद्य ऐकून वेड्यासारखं व्हायला होतं!'' ते म्हणाले, ''शिकतोस? धंदा करणार नसशील तर ये, शिकवतो.'' मुलगा (अल्लाउद्दीनचे वडील) म्हणाला, ''वय झालं आता! येईल मला?'' श्रोत्यांमधल्या कोणी तरी अल्लाउद्दीनना विचारलं, या संवादाच्या वेळी तुम्ही केवढे होतात? अल्लाउद्दीन म्हणाले, ''आईच्या पोटात होतो!''

वडलांपेक्षा आईनेच अल्लाउद्दीनखाँच्या वडलांचा संसार सांभाळला, अशी ही कथा. मग अल्लाउद्दीनखाँनी मुलीचे नाव अन्नपूर्णा ठेवणे, तिचे हिंदू असलेल्या पं. रविशंकरांशी लग्न लावणे- या गोष्टी कशा साध्या-सरळ वाटू लागतात. हिंदू-मुस्लिम अशा धर्माच्या छटा वरील कथेत कुठेच नाहीत. म्हणून संगीत विश्वधर्म-विश्वभाषा आहे, यात संशय नाहीच! उ. अल्लादिया खाँसाहेब यांची कथादेखील याच धर्तीवर आहे.

उ. अल्लादिया खाँसाहेब

असं म्हणतात की, उत्तर हिंदुस्थानातल्या कलाकारांना महाराष्ट्रात एक उत्तम अशी उतारपेठ मिळाली, त्यांच्या विद्येचे महाराष्ट्राने चीज केले. त्यांची मूळ उत्तरेतली घराणी कलाकारांची होती. त्यामुळे त्यांना कलेच्या साधनेसाठी

आपल्या महाराष्ट्रातल्या होतकरू गवयांसारखे कष्ट उपसावे लागले नाहीत. महाराष्ट्रात एक तर सोवळ्या-ओवळ्याच्या तत्कालीन समजांमुळे संगीत शिकणे ही मानाची गोष्ट नव्हती, शिवाय इथे गाणे शिकवण्यासाठी गुरुजनमंडळीही नव्हती. म्हणून आपल्याकडील संगीत शिकू इच्छिणाऱ्या मुलांना उत्तरेत जाण्याचा प्रसंग आला. घरच्यांचा पाठिंबा नसल्याने हे बाहेर पडणे बहुधा गरीब स्थितीत असायचे. काही वेळा घरातून पलायन असायचे. त्यामुळे कष्ट व दगदग ह्या गोष्टी त्यांच्या दैवातच लिहिल्यासारख्या त्यांच्या वाट्याला आल्या.

उत्तरेकडील कलाकारांचे असे नव्हते. गाणे-बजावणे घराण्यातच चालत आलेले असायचे. उत्तरेनं पैदा केलं आणि आपल्या दक्षिणेत त्याचा उठाव झाला, अशी ही कथा आहे. उत्तरेत मुलीच्या लग्नात जावयाला किती शेकडा अस्ताई-अंतरे दिले, हा हिशेब चालत असे. मात्र कदरदान महाराष्ट्रात होते. पिकतं तिथे विकलं जात नाही, असा तो प्रकार आहे.

'फर्रूखाबाद' या तबल्याच्या घराण्याचे जनक विलायतअलीखाँ नावाचे गृहस्थ होते. त्यांना त्यांच्या लग्नात लखनौ घराण्यातील तबल्याचे ३०० कायदे हुंडा म्हणून मिळाले होते. त्यांनी त्यांवर वेगळ्या प्रकारे मेहनत केली आणि त्यातून स्वतःचा असा वेगळा 'बाज' घडवला- आणि ते फर्रूखाबादचे राहणारे असल्याने आपल्याकडील घराण्यांच्या नामकरण पद्धतीप्रमाणे त्या 'बाजा'ला 'फर्रूखाबादी बाज' म्हणून प्रसिद्धी मिळाली.

या प्रकारचा पिढीजात मामला महाराष्ट्रात मुळात नसल्याने आपली आवड, आपली जमीन या आहेर-हुंडा पद्धतीला पोषक नव्हती. त्यामुळे इथे मुळातून उत्तरेकडून महाराष्ट्रात संगीतविद्या आणून पोचवायला भगीरथाचे प्रयत्न खर्ची पडले.

आपला इतिहास असे सांगतो की, आपल्याकडे तेराव्या शतकाच्या काळापासून म्हणजे देवगिरीच्या रामदेवरायांच्या काळापासून संगीत होते. या संगीताचे ग्रांथिक पुरावे म्हणजे संगीत पंडित निःशंक शार्ङ्गदेव यांचा 'संगीत रत्नाकर', तत्पूर्वीचे भरत नाट्यशास्त्र, मतंगमुनींचे 'बृहद्देशी'. पैकी नाट्यशास्त्राचा काळ इ. स. पूर्व २०० ते इ. स. २०० वर्षे असा म्हटला जातो. पण नंतर शार्ङ्गदेवांपर्यंतच्या मधल्या काही शतकांतला 'दुवा' मिळालेला नाही. त्यामुळे देवगिरीवरच लक्ष केंद्रित करावे लागते.

त्या वेळी जे संगीत होते ते प्रबंध, रूपक प्रबंध आणि वस्तुप्रबंध. प्रबंध

धृपदसदृश असावा, रूपक प्रबंध ख्यालसदृश आणि वस्तुप्रबंध थीमॅटिक म्युझिक असावे- कारण पूर्वकाव्ये ही सर्व गेय होती. धृपदात द्रुत स्वरविन्यासाचे सौंदर्य नव्हते, हे वास्तव स्वीकारायला हवे. धृपदातला मूळ-मुक्त आलापाचा प्रकार रूपक प्रबंधात आला; त्यात तानही आली- द्रुत स्वरविन्यासाच्या अभावामुळे बहुधा धृपद मागे पडले. आणि पहिले आलाप ख्यालगायनात कमी केले गेल्याने- छाटल्याने धृपदगायक ख्यालाला औपरोधिकपणे 'मुंडी धृपद' म्हणजे शिर कापलेले धड असे म्हणत. रूपक प्रबंध गाण्यासाठी ज्या सूचना (इन्स्ट्रक्शन्स) 'रत्नाकर' देतो, त्यावरून रूपक भंजनी म्हणजे ख्याल भरणे आणि स्थाय भंजनी म्हणजे ख्यालाची बढत अभिप्रेत असावी.

पण हे सर्व देवगिरीच्या संदर्भात झाले; महाराष्ट्राचे काय? महाराष्ट्रात जी लावणी होती, ती म्हणजेच महाराष्ट्राचा रूपक प्रबंध असावा का? पण ते 'जनानी'- बायकी गाणे होते, म्हणून पं. बाळकृष्णबुवांनी उत्तरेस जाऊन शिकून घेऊन महाराष्ट्रात आणले तेच ख्याल संगीत होते. आणि ते जनानी नक्कीच नव्हते. पेशवाईतली लावणी बढत करताना ख्याली संगीताशी समानता दर्शवणारी असू शकेल किंवा ती तशीच होती, असे म्हटले जाते.

तरीही प्रश्न असा की- महाराष्ट्रातली जी काही थोडी मुले शागिर्दी करायला उत्तरेत गेली, त्यांची अवस्था कशी असेल? तर, ती नक्कीच चांगली नव्हती.

इ. स. १८५५ मध्ये जन्मलेले उ. अल्लादिया खाँ यांचे मूळ गाव जयपूर संस्थानातले उनियारा. स्वामी हरिदासांच्या कुळातले अल्लादियांचे मूळ पुरुष होते नाथ विश्वंभर. हे वृत्तीने संत आणि गाण्या-वाजवण्यात निष्णात. शांडिल्य गोत्री, आद्य गौड ब्राह्मण होते! नाथ विश्वंभर मुसलमान कसे झाले याची कथा फारच विचित्र आहे. त्यांच्या घराण्यातला कोणी आधीचा पूर्वज 'अनुप' या नावाच्या छोट्या रियासतीत (संस्थानात) दरबारगायक होता. त्याला 'अनुप'चा राजा गुरुस्थानी मानत असे. दिल्लीचा तत्कालीन अधीश्वर शाहजहां आणि या अनुपाधिपतीचे भांडण होऊन त्यांना अटक झाली आणि दिल्लीहून त्यांची सुटका होईना. नाथ विश्वंभरांच्या पूर्वजाने आपल्या राजाला मुक्त करायचे ठरवले. संस्थानातून निघून गाण्याच्या मैफली गाजवत त्याने दिल्लीत तळ ठोकला. तिथे मैफली होऊ लागल्यावर शाहजहांने त्याला दरबारात गायला आमंत्रण पाठवले. त्याने संधी हेरली, छान गायला. दिल्लीश्वर खूश- म्हणाला- हवे ते माग. याने

चुळबूळ सुरू केली. शाहजहांला वाटलं, याला आपल्या दानतीबद्दत शंका असावी! म्हणून त्याने खातरजमा केली– मागायचे ते माग! गायकाने आपल्या राजाच्या सुटकेची मागणी केली. शाहजहां हसला आणि उलट अट घातली ती अशी– तुम्ही यावनी धर्म स्वीकारून आमच्या दरबारात गायक व्हा आणि आमच्या पंक्तीला जेवा. गायकाला धर्मांतर करावे लागले.

अशा प्रकारे नाथ विश्वंभरांचा हिंदू धर्म बाटवला गेला. अशी कैक हिंदू गायक घराण्यांची परंपरा म्लेंच्छ धर्मानुयायी केली गेल्याचे इतिहास सांगतो आणि उ. अल्लादिया खाँ, उ. अल्लाउद्दीन खाँ यांच्यासारखे कलाकारदेखील मोठ्या अभिमानाने या गोष्टी सांगून आपले हिंदुत्व अभिमानाने मिरवत असत.

गुलाम अहमद हे खाँसाहेबांचे पाळण्यातले नाव, पण त्यांच्या आधीची ५ मुले एकापाठोपाठ दगावल्याने या मुलाला 'अल्ला का दिया हुआ' म्हणून अल्लादिया हेच नाव पडले व रूढ झाले. वडील अहमद खाँ यांनी सुरुवातीला ते उनियारा गावी दरबारगायक असताना आणि नंतर टौंक दरबारी मानाची नोकरी मिळाल्यावर तिथे अल्लादियांना शिकवले. पण मुलगा १५ वर्षांचा होतोय तोच ते वारले. मग त्यांचे बंधू जहांगीर खाँ यांनी हा पुतण्या, याचा लहान भाऊ हैदर खाँ (पाठच्या दोन बहिणी) यांना पितृछत्र हरपल्याची भावना निर्माण होऊ दिली नाही. अहमद खाँ व जहांगीर खाँ कोठीवाले गवई म्हणून प्रसिद्ध होते. जहांगीर खाँना २० ते २५ हजार चीजा पाठ होत्या. या पुतण्यांना त्यांनी विद्या व संस्कार दिले. १२ वर्षे तालीम मिळाली अल्लादियांना. चुलत्यांकडील खूप गवयांच्या संगीतचर्चा त्यांनी ऐकल्या. दोघे बंधू पहिल्या मैफलीसाठी अजयगड संस्थानात गेले. छान गायले, छान बक्षिसेही मिळाली. उत्तर भारतात मैफली करत नेपाळला गेले. तिथे हत्तीचे वाहन व तनखा, रोज पक्वान्नाचे ताट अशी ६ वर्षे काढली. मात्र नंतर नेपाळनरेशांच्या बंधूंसमवेत परतले. जहांगीर खाँनी त्यांचे लग्न लावून दिले. नासिरुद्दीन खाँ, मंजी खाँ व भुर्जी खाँ ही तीन मुले झाली. दरस पिया, रंगीले, जयपूरचे बहराम खाँ, रामपूरचे बीनकार वझीर खाँ या लोकांची विद्या ऐकली होती, सहवास घडून दृष्टिकोन विशाल झाला होता; मग दक्षिण दिग्विजयाला बाहेर पडले. अहमदाबाद, बडोदे करत महाराष्ट्रात आले, ५० वर्षे इथेच राहिले. 'उत्तर पैदा करती है, लेकिन दखखन दाद देती है।' हे त्यांचे सुप्रसिद्ध वाक्य. कोल्हापूरच्या शाहू छत्रपतींच्या निधनापर्यंत तिथे राहून वयाची सत्तरी गाठलेले खाँसाहेब मुंबईला गेले. पूर्वी बापू तारा या गोमंतकीय कलावंतिणीकडे खाँ नत्थन

खाँ, आग्रेवाल्या बाबलीबाई यांच्या नंतर ते सुरेख गायलेले लोकांच्या आठवणीत होते. केसरबाई व मोगूबाईंना या उतारवयात तालीम दिली. मंजी खाँच्या निधनाने तसेच पौत्रांच्या निधनाने त्यांना अंतिम काळात दुःख झाले. सन १९२२ मध्ये भास्करबुवांसारख्या शिष्याच्या निधनाचे दुःख त्यांनी सोसलेच होते. महाराष्ट्रात राहायचे तर मराठी यायला हवे, म्हणून ते मराठी लिहायला-वाचायला शिकले. संत वाङ्मयाचा अभ्यास केला. महाराष्ट्रासारखे रसिक कोठेच नाहीत, असे ते म्हणत. संगीतात धर्म नाही– संगीत हेच गायकाचे गोत्र! उ. अल्लादिया खाँच्या एकूण चरित्रावरून हेच दिसून येते.

२१.
आकाशवाणी

गाणे ऐकणाऱ्यांचे कान तयार करण्यात आकाशवाणीचा वाटा फार मोठा आहे. मला तर संगीतविश्वातलं ते एक मोरपंखी प्रकरणच वाटतं. सन १९२७ मध्ये ह्या प्रकरणाला प्रथम सुरुवात झाली आयव्हीसी (इंडियन व्हॉइस कॉर्पोरेशन) नावाने, पण तीन वर्षांत ते सर्व बंद झालं. मग १९३० पासून आयएसबीएस (इंडियन स्टेट ब्रॉडकास्टिंग सर्व्हिस) या नावाने रेडिओचा पुन्हा आरंभ झाला. नवलाची गोष्ट म्हणजे, तेव्हा बातम्या ऐकणारे लोक सर्वांत जास्त असत आणि पूर्वी बातम्या संपादित न होता दिल्या जात. नंतर पुन्हा नव्याने बारसे होऊन ऑल इंडिया रेडिओ या नावाने आकाशवाणी कार्यरत झाली. आजही तेच नाव आहे.

आकाशवाणीवर पूर्वी मानधन अजिबात नसे, तरीही लोक खुशीने गात-वाजवत. जुन्या बुजुर्गांनी सांगितलेल्या काही आठवणी खूपच हृद्य आहेत. बडोद्याचे दरबारी गायक उ. फैयाजखाँ ध्वनिक्षेपणाच्या शुभारंभासाठी मुंबईत येऊन यमन राग गाऊन गेले होते, तेही अवघ्या पंचवीस रुपयांत. पं. गजाननबुवा जोशी औंधहून व्हायोलिनवादनाच्या कार्यक्रमासाठी यायचे. त्यांना मानधन मिळे दहा रुपये! सरस्वतीबाई फातरफेकर, वत्सलाबाई रामनाथकर, केसरबाई बांदोडकर या तेव्हा रेडिओवर गात. गायकाची बिदागी पंधरा रुपये आणि वादकाला १० रु. मिळत असत. यात उ. तिरखवा खाँसाहेबदेखील दहा रुपयांत वाजवून गेले. दिनकर अमेंबल ऊर्फ डी. अमेंबल यांनी आकाशवाणी वाद्यवृंदासाठी खूप काम केले. रागदारी संगीत उभ्या बासरीवर वाजवणारे बहुधा ते एकटेच असावेत. त्यांनी स्वरसाज चढवून नटवलेली मुंबईच्या महिलांच्या कार्यक्रमाची (नाव बहुधा वनिता मंडळ) नायकी कानड्याची सिग्नेचर ट्यून आम्हाला खूपच आवडत असे. अजूनही त्या धूनचे आकर्षण कायम आहे.

ए.आय.आर. म्हणजे ऑल इंडिया रेडिओचं मरिन लाइन्सला कार्यालय होतं. पं. रामकृष्णबुवा वझ्यांपासून बालगंधर्व, सवाई गंधर्व, मास्टर दीनानाथ, पं. नारायणराव व्यास, बाई सुंदराबाई, हिराबाई बडोदेकर, ज्योत्स्ना भोळे यांची रेडिओवर नियमित गाणी होत. माझ्यासारख्या अगणित संगीतप्रेमींना रेडिओवरील गाणी ही मेजवानी, असे अजूनही वाटते. अगदी परवा २६ मे २०१२ ला उ. अजमत हुसेन खाँचे शिष्य उ. अस्लम खाँ यांचा राष्ट्रीय कार्यक्रम ऐकताना मला प्रकर्षाने जाणवले की, आकाशवाणीच्या आपण कायम प्रेमात राह्यलो; तिचे ऋण मानायलाच हवे. झिंझोटी, परज, कालिंगडा, कोमल गंधार असलेला मिश्र देस... किती तऱ्हा त्या दिवशी अस्लम खाँनी ऐकवल्या! छान गायले. घरबसल्या शास्त्रीय संगीत ऐकण्याचा आनंद प्रथम ग्रामोफोनने आणि नंतर आकाशवाणीनेच दिला.

ओंकारनाथ ठाकूर, नारायणराव व्यास, विनायकबुवा पटवर्धन हे आमच्या गुरू-परंपरेतले लोक तर ऐकलेच; पण मास्तर कृष्णराव, के. जी. गिंडे, श्री. ना. रातंजनकर यांनी आग्रा घराण्याची-थोडी जयपूरचीदेखील छटा गाण्यात ऐकवली होती. पं. रविशंकरांच्या सतारीचे कार्यक्रम कानांत प्राण आणून रेडिओवर ऐकले. त्यांचे 'स्ट्रोक्स्' ऐकल्या-ऐकल्या रविशंकर ओळखू येत. पूर्वी सकाळ, दुपार, संध्याकाळ आणि रात्रीदेखील शास्त्रीय संगीत ऐकायला मिळे. पं. जसराजांचं तारुण्यातलं नजाकतीचं गाणं, उ. अमीरखाँसाहेबांचं भारदस्त गाणं किती म्हणून आठवावं!

तल्यारखानांची रेडिओवरील क्रिकेट कॉमेंट्री ऐकून प्रेमात न पडलेला माणूस विरळा! माझे सासरे क्रिकेटचे अत्यंत शौकिन होते. बऱ्याच जणांना हे माहीत नाही. पुण्यात क्रिकेट सामन्यांना ते आम्हाला घेऊन जात. ''सी. के. नायडूंनी माझ्यात क्रिकेटविषयीचे प्रेम निर्माण केले'', असे ते नेहमी म्हणत.

रेडिओवरील आपल्या शिष्यांचे कार्यक्रम ऐकून ते पत्र पाठवून शिष्यांना शाबासकी देत, सूचना करीत असत.

माझे सासरे रेडिओचे फक्त कलाकार नव्हते, सल्लागारही होते. म्युझिक ऑडिशन बोर्डवरही काम करीत असत. नभोवाणीमंत्री श्री. बी. व्ही. केसकर यांनी तीन कलाकारांना ऑडिशन बोर्डावर नेमले- पं. वि. ना. पटवर्धन, पं. श्री. ना. रातंजनकर आणि उ. विलायत हुसेन खाँ.

रवींद्र पिंगे यांनी रेडिओच्या नोकरीत असतानाची एक अजब आठवण

सांगितली होती. मुंबई रेडिओवर टी. आर. महालिंगम आले, त्यांचं रविवारी ध्वनिमुद्रण झालं. *त्या काळी रेडिओच्या सेवेत असलेल्या डॉ. प्रभा अत्रेंनी ते केलं होतं.*

मला स्वत:ला रेडिओवरील श्रुतिका-नभोनाट्यं ऐकायलादेखील आवडत. त्यात पार्श्वसंगीताचा वापर प्रसंगाचा प्रभाव उठावदार करण्यासाठी फार कल्पकतेने केला जात असे. विविध भारतीवर नरेंद्र शर्मांनी जीव ओतून कार्य केले. एके काळी सकाळी ७.३० वा. 'संगीत सरिता'मध्ये रागदारी संगीत समजावून सांगून मग लोकप्रिय गायकांचे त्या-त्या रागातले गायन-वादन असे. आजही थोड्या वेगळ्या स्वरूपात तो कार्यक्रम सुरू आहे. या 'संगीत सरिता'ने शास्त्रीय संगीत समजून घेऊ इच्छिणाऱ्यांना फार चांगले साह्य केले.

आज संगीतश्रवणाची, शिक्षणाची खूप साधने उपलब्ध आहेत. मोठी बाजारपेठ तयार झाली आहे. पण सामान्य माणसाच्या खिशाला सहज परवडेल असं साधन म्हणजे रेडिओ/ट्रांझिस्टर, हे समीकरण अजूनही बदललेलं नाही. आकाशवाणीचं 'ऑल इंडिया अपील' आजही बरंच टिकून आहे.

✳ ✳ ✳

२२.
माझी आकाशवाणीतील मुशाफिरी

मी १९९० मध्ये 'टिळक महाराष्ट्र विद्यापीठा'तून 'साहित्य शास्त्र पारंगत' ही पदवी घेतली. त्यानंतर १९९१ पासून मी आकाशवाणी-पुणे केंद्राशी वक्ता या नात्याने जोडली गेले.

एका स्तोत्राचे रसग्रहण करण्यासाठी मला १९९१ मध्ये आमंत्रण मिळाले. कधी १० मिनिटे, कधी २४ मिनिटे असा विषयाला अनुरूप असा वेळ दिला जाई. 'गीर्वाण भारती' असे या संस्कृतविषयक कार्यक्रमाचे नाव असे (आजही तेच नाव आहे). मुंबई केंद्र संस्कृतविषयक एक कार्यक्रम सादर करत असे. त्याचे शीर्षक होते 'प्रकाशकिरण'. माझ्या आठवणीप्रमाणे मी या दोन्ही सदरांसाठी भाषणे दिली होती. सन १९९२ मध्ये 'आद्य शंकराचार्यांची वेदांत स्तोत्रे (उपदेश पञ्चकम्)' या विषयावर बोलण्यासाठी मला निमंत्रण मिळाले. विषय तसा गहन होता आणि सर्वसामान्य संस्कृतप्रेमी लोकांसाठी तो थोडा सोपा करून मांडणे आवश्यक होते.

वेदांत हे षड्दर्शनांपैकी सर्वांत महत्त्वाचे दर्शन. दर्शन अर्थात तत्त्वज्ञानाची एक शाखा. वेदांना प्रमाण मानणाऱ्या या सहा दर्शनांना आस्तिक दर्शन म्हटले जाते. वेदांतदर्शनांचे आधारभूत तीन ग्रंथ आहेत- १) उपनिषदे, २) बादरायण व्यासांची ब्रह्मसूत्रे आणि ३) श्रीमद्भगवद्गीता. ब्रह्मसूत्रांवर अनेक ख्यातनाम विद्वानांची भाष्ये आहेत, पैकी श्रीमद् आद्य शंकराचार्यांचे भाष्य हे अग्रगण्य मानले जाते. श्री शंकराचार्यांनी ब्रह्मसूत्रांप्रमाणेच श्रीमद्भगवद्गीतेवरील भाष्यही लिहिले. तसेच कैक स्तोत्रांची रचना केली. त्यापैकी वेदांतस्तोत्रे या शीर्षकाखाली अठरा स्तोत्रे अंतर्भूत आहेत. मला त्यांपैकी उपदेश पञ्चकावर बोलायचे होते.

कार्यक्रमाचे स्वरूप असे होते की, उपदेश पञ्चकाचे गायन करायचे आणि

नंतर त्याविषयी बोलायचे. संस्कृत पद्यांचे गायन करताना महत्त्वाचे अवधान हे ठेवावे लागते की, ते गायन शास्त्रोक्त संगीतासारखे होता कामा नये. श्लोकातील शब्द श्रोत्यांना सहज कळले पाहिजेत. लघुमात्रा असेल, ऱ्हस्व असेल तिथे आकार, उकार वाढवायचे नाहीत; कारण तसे केल्यास ऱ्हस्वाचा दीर्घ होतो आणि व्याकरणदृष्ट्या ते चूक ठरते. चाल नेहमी सोपी, प्रासादिक असावी लागते. साधे, लोकांच्या माहितीतले राग किंवा धून घेणे इष्ट असते. आणखी एक पथ्य अशा व्याख्यानात पाळावे लागते. ते म्हणजे, गद्य व पद्याचे योग्य संतुलन. श्रोत्यांना आकर्षक वाटत असतानाच गायन संपवून व्याख्यानाकडे वळणे इष्ट असते.

आद्य श्री शंकराचार्यांच्या या स्तोत्रातील भाषा सोपी आहे. मात्र उपदेश पंचकाचा विषय आचरणात आणायला कठीण असलेला असाच होता. फलाची आशा सोडून कर्म करावे, मी देह आहे हा समज सोडून द्यावा, वेदात सांगितलेली कर्मे करावीत, त्याद्वारे म्हणजे योग्य प्रकारे कर्मे करणे म्हणजेच परमेश्वराची पूजा वगैरे गोष्टी सर्वसामान्य माणसांसाठी आदर्श असल्या तरी त्यांचे पालन करणे सोपे नाही. म्हणून मी या विषयाच्या संदर्भातील संत रामदास, संत तुकाराम यांची वचने उदाहरण म्हणून देऊन विषय रंजक केला आणि गायनामुळे सर्वसामान्य श्रोतेही त्यात रंगले. याचा पुरावा मला व्याख्यानानंतर लगेच मिळाला. आकाशवाणीवरील कार्यक्रम ऐकल्यावर श्रोत्यांनी ज्या प्रतिक्रिया दिल्या, त्या साररूपात अशा होत्या- तुम्ही आद्य श्री शंकराचार्यांचे विचार सांगताना तुकारामबुवा, संत रामदासस्वामी वगैरेंची मराठीतली उदाहरणे दिलीत आणि श्लोकगायन प्रासादिक केलेत, त्यामुळे गहन विषय असूनही कंटाळा आला नाही!

संगीताने सामान्य श्रोते विषयाशी तद्रूप होतात, हे मी सामवेदावरील व्याख्याने आणि संस्कृत कवींवरील कार्यक्रमातील गायनाची जोड यामुळे अनुभवले आहे. वेदांतस्तोत्रावरील कार्यक्रमातही तोच अनुभव आला.

असाच आणखी एक 'गीर्वाण भारती'वरील व्याख्यानाचा कार्यक्रम म्हणजे भर्तृहरीचे नीतिशतक. भर्तृहरीच्या नीतिशतकात आयुष्यात नेहमी येणारे अनुभव सोप्या उदाहरणांद्वारे मांडले आहेत. घरगुती दाखले, निसर्गातील साधे दृष्टान्त यामुळे त्याची लेखनशैली सोपी वाटते. त्या काळी संस्कृत कार्यक्रमाच्या सुरुवातीला 'केयूराणि न भूषयन्ति पुरुषं हारा न चंद्रोज्ज्वला: ।' हा श्लोक म्हटला जात असे. हा सुप्रसिद्ध श्लोक कवी भर्तृहरीचाच असल्याने मी माझ्या भाषणास त्या श्लोकाच्या

गायनानेच प्रारंभ केला. नंतर काही श्रोत्यांनी मुद्दाम भेटून सांगितले की, तो श्लोक आम्हाला परिचित होता; पण तो भर्तृहरी कवीचा आहे, हे तुमच्या भाषणात कळल्याने पुढे भाषण ऐकण्यात गोडी वाटली. याच भाषणाच्या मध्यावर आल्यावर मी आणखी एका श्लोकाचे गायन केले होते. कानांची शोभा कुंडले नसून शास्त्रश्रवण ही आहे; दान केल्याने हात शोभतात, हातात कडे घातल्याने नव्हे- वगैरे उपदेशात्मक श्लोक होता.

'श्रोतं श्रुतेनैव न कुण्डलेन, दानेन पाणिर्नतु कङ्कणेन।' इत्यादी. पण त्याच्या साध्या चालीतील गायनाने भाषणाची गोडी वाढली. 'विद्या नाम नरक्य रूपमधिकम्' हा श्लोकसुद्धा असाच सर्वांच्या तोंडी असलेला, विद्येचे माहात्म्य सांगणारा श्लोक. पणश्लोक सांगण्याऐवजी सुस्वर गानाने तो लोकांपर्यंत चांगल्या तऱ्हेने पोचतो आणि आपण नेहमी म्हणतो तो हा श्लोकसुद्धा भर्तृहरीचा आहे, हे श्रोत्यांना समजते. वामन पंडितांनी भर्तृहरीच्या श्लोकांचा फार रसाळ अनुवाद केला आणि कवी भर्तृहरी घरोघरी पोचला. बहुधा त्याचमुळे नीतिशतकावरील माझे आकाशवाणी पुणे केंद्रावरील भाषण लोकांना आवडले. त्यात स्वत: कवीचा आणि अनुवादकर्त्या वामन पंडितांच्या श्रेयाचा वाटाही होताच.

मी १९९९ मध्ये याच 'गीर्वाण भारती' कार्यक्रम मालिकेत 'संस्कृत साहित्यातील आधुनिक संदर्भ-संगीत' असे शीर्षक असलेले एक दीर्घ व्याख्यान दिले होते. वास्तविक, त्यात गद्याचा भाग अधिक होता. पण सामवेदकालीन संगीत कसे होते आणि आजच्या संगीताहून ते किती व कशा प्रकारे वेगळे होते याची माहिती घेण्याची श्रोत्यांना उत्सुकता होती, हे जाणून मी प्रात्यक्षिकात या सर्व माहितीचा अंतर्भाव केला आणि त्यामुळे ते व्याख्यान लोकांनी आवडीने ऐकले. आपल्या आजच्या संगीताची गंगोत्री म्हणून प्राचीन संगीताकडे पाहणे योग्य ठरेल, असे नुसते न म्हणता आपल्या आधुनिक संगीताचे मूल रूप सामवेदिक संगीतात कसे आहे, हे गाऊन दाखवल्यामुळे एकूण विषयाचा आवाका श्रोत्यांना समजला. अशा प्रकारे गद्य भाग थोडा क्लिष्ट असूनही संगीताचा योग्य तेवढा वापर अशा वेळी उपयुक्त ठरला. याच विषयावर मी व डॉ. ग. ह. तारळेकर एका व्याख्यानासाठी आकाशवाणी-पुणे केंद्रावर नंतर एकदा व्याख्याते म्हणून निमंत्रित होतो आणि सूत्रसंचालन डॉ. ग. उ. थिटे यांनी केले होते. त्या वेळी पूर्वीच्या व आजच्या संगीतातील साम्यस्थळे दर्शविणे, तसेच मुख्य भेद प्रत्यक्ष गाऊन दाखवणे, हा सगळा भाग रंजक झाला आणि विषय-आकलन या दृष्टीने उपयुक्त ठरला.

आकाशवाणीतील अशा कार्यक्रमांमुळे माझा मोठा फायदा झाला. तो असा की, नंतर जिथे-जिथे व्याख्यानाचे कार्यक्रम केले, तिथे श्रोत्यांनी श्लोकगायन कराच, असा आग्रह धरला. मग कार्यक्रमांचे हे स्वरूप जणू ठरूनच गेले की, संस्कृत श्लोकांचे गायन आरंभी आणि शेवटी करायचेच. त्याचबरोबर मधूनच एखादा संदर्भ समजायला क्लिष्ट वाटला तर त्याच्याशी संबंधित चरण गाऊन, थोडा आळवून मग पुन्हा गद्याकडे वळायचे. आपले कीर्तनकार संपूर्ण कीर्तनात गायन व भाषण यांचे विशिष्ट संतुलन राखून सामान्यजनांचे रंजन व त्याच वेळी प्रबोधन, शिक्षण करतात–या गोष्टीचे स्मरण इथे होते.

२३.
श्रीराम संगीतिका

संगीताच्या वाटचालीत मी काही वेगळे उपक्रम केले. आधीच्या लिखाणात याविषयी सूचन केले आहे. आता त्याविषयीचे तपशील देते आहे.

टिळक महाराष्ट्र विद्यापीठात मी 'साहित्य पारङ्गत' (एम.ए. स्तराची पदवी) केले. त्या दोन वर्षांत महाकवी कालिदासाच्या नाटकातील नांदी हा प्रकार पुष्कळशा संस्कृत कार्यक्रमांच्या आरंभी मी गात असे. डॉ. एस. व्ही. सोहनी हे तेव्हा टि. म. विद्यापीठाचे कुलगुरू होते. अशाच एका सेमिनारमध्ये मी तेव्हा 'कालिदासाच्या साहित्यातील वृत्तांची गेयता' या विषयावर एक सप्रयोग व्याख्यान दिले होते. डॉ. सोहनी यांनी ते लक्षपूर्वक ऐकले होते आणि प्रशंसा केली होती. विद्यापीठाच्या कार्यकमांना डॉ. सोहनी आवर्जून येत असत. विद्यापीठाच्या कार्यक्रमांमध्ये ते रस घेत असत.

पुढे नागपूरचे प्रज्ञाभारती डॉ. श्री. भा. वर्णेकर यांच्याशी योगायोगाने परिचय झाला. त्यांची पत्नी, मुले सर्व जण संस्कृत जाणणारी, संस्कृत बोलणारी, संस्कृत भाषेत पत्रव्यवहार करणारी होती. ओळख वाढली, तसे मी डॉ. सोहनींविषयी त्यांच्याशी बोलले. माझ्या सप्रयोग व्याख्यानबद्दलचे बोलणे निघाले आणि ते म्हणाले- माझ्या काव्यातील निवडक भाग घेऊन त्यावर कार्यक्रम केलात, तर मला आवडेल. मी म्हटले- अशा कार्यक्रमांना श्रोते कसे मिळणार? ते म्हणाले- त्याची चिंता करू नका. मग त्यांच्या 'श्रीराम संगीतिका' पुस्तकातील राम-सीता स्वयंवर हा कथाभाग निवडून त्यातील पद्यांना मी स्वरलिपिबद्ध करून मुलांकडून ती पदे बसवून घेतली. ३ मुले, ३ मुली, एक संवादिनी संगत करणारा साथीदार, एक तबलावादक, एक निवेदक आणि मी असा १० लोकांचा संच तयार झाला. 'श्रीराम संगीतिके'चे कथानक सर्वपरिचित असल्याने, निवेदकाने थोडे बहुत

विवेचन केले की श्रोते प्रसंगाशी समरस होत. यमन, केदार, हमीर यांसारख्या ओळखीच्या रागांबरोबर काही त्या काळी नव्या असलेल्या कीरवाणीसारख्या रागातील चालीही मी बांधल्या होत्या. त्रितालात, केरव्यात, दादऱ्यात पदे होती. 'दादर-माटुंगा कल्चरल सेंटर'सारख्या मुंबईतल्या प्रसिद्ध प्रेक्षागृहातही कार्यक्रम झाले, तसेच उज्जैनला भरलेल्या कुंभमेळ्याच्या प्रसंगीही आम्ही दहा मंडळींनी पुण्याहून जाऊन कार्यक्रम केले. डॉ. वर्णेकरांनी आधीच मला सांगितले होते- आर्थिक लाभासाठी कार्यक्रम करायचे नाहीत, संस्कृतचा प्रसार होईल हे पाहायचे. तरी आम्हा दहा मंडळींचा प्रवासखर्च, भोजन, निवास यासाठी आयोजकांना खर्च करावा लागे. व्यक्तिशः आम्ही पैसे मागत नव्हतो. बहुतेक मुले-मुली आमच्या 'विष्णू दिगंबर संगीत महाविद्यालया'तील विद्यार्थी-विद्यार्थिनीच असल्याने मानधन हा मुद्दाच नव्हता. या कार्यक्रमाच्या निमित्ताने सर्वांना मिळालेला अनुभव उत्साहवर्धक होता. श्रोत्यांपैकी बऱ्याच मंडळींना संस्कृतचे थोडेफार ज्ञान असते. ज्यांना संस्कृत येत नाही, अशा श्रोत्यांना रामकथा माहीत असतेच; शिवाय प्रभू रामचंद्र व सीता हा श्रद्धेचा विषय असतो, त्यामुळे श्रोते कार्यक्रम ऐकण्यात रंगून जातात. गाणाऱ्या मुला-मुलींचे गोड आवाज, तालमी भरपूर करून मग केलेले निर्दोष प्रस्तुतीकरण या जमेच्या बाजू असतातच. टिळक महाराष्ट्र विद्यापीठात संस्कृतचा अभ्यास केला असल्यामुळे संस्कृत प्रसाराच्या कार्यास हातभार लागतो, ही भावनादेखील होती व आहे. साथीदार मंडळी आमच्या शास्त्रीय संगीताच्या मैफलींमध्ये साथ करणारी असल्याने परिचित होतीच. आज या मुलांपैकी बरीच मुले गायन-वादनाच्या क्षेत्रात प्रसिद्धी मिळवत आहेत. आजही आम्हाला कोणी आयोजक मिळाल्यास हे कार्यक्रम करावेत, असे मनात आहे.

***

२४.
संगीतातील नवमतवाद- एक स्मरणरंजन

आणखी एक उपक्रम मध्यंतरी मी केला, त्याचे शीर्षक होते- 'संगीतातील नवमतवाद : एक स्मरणरंजन'. आम्ही पूर्वी आमच्या महाविद्यालयात लहान वर्गांमध्ये मराठीतल्या बंदिशी- म्हणजे पदे शिकवत असू. साहित्य सम्राट तात्यासाहेब (न. चिं.) केळकर, कवियत्री संजीवनी मराठे, वि. सी. गुर्जर, आनंदराव टेकाडे, श्री. धोंगडे असा गाजलेल्या रचनाकारांच्या रचना घेऊन पं. विनायकबुवांनी त्या विविध रागांमध्ये बसवल्या होत्या. तसेच पं. ना. मो. खरे या पं. विनायकबुवांच्या गुरुबंधूंनी सर्व रागांतील लक्षणगीते तयार करून दिली होती आणि पं. विनायकबुवांनी ती स्वर-तालबद्ध केली होती. अशी बरीचशी लक्षणगीते व प्रसिद्ध कवींनी लिहिलेली काव्ये आम्ही लहान मुलांकडून बसवून घेतली होती. यांतील काही पदे अभ्यासक्रमातील रागांमधील असल्याने मुलांना येत होती, काही नव्याने शिकवली होती. या कार्यक्रमामागील पृष्ठभूमीविषयी पूर्वी सूचन केलेले आहे. त्यामुळे इथे थोडक्यात भूमिका मांडते. उत्तम, प्रासादिक अशा मराठी गेय पदांना आकर्षक तसेच सोप्या चाली दिल्या आणि काव्यातील शब्दांचे सौंदर्य जपत रचना सादर केल्या; तर मराठीत सादर केलेले शास्त्रीय संगीत लोकांमध्ये रुजते, अशी या तत्कालीन नवमतवादाची पृष्ठभूमी होती.

इथेही पदे सादर करताना राग समयचक्राचे अवधान ठेवले होते. त्या रागातील गाजलेले नाट्यपद मी थोडे गाऊन दाखवत असे. श्रोत्यांपैकी कोणी एखादे सिनेमातले किंवा भावगीत सांगितले, तर तेही मी दोन-तीन ओळी गाऊन दाखवीत असे किंवा श्रोत्यांमधली एखादी व्यक्तीदेखील उभे राहून गाऊन किंवा गुणगुणून दाखवत असे. यामुळे कार्यक्रमात श्रोत्यांचा सहभाग वाढत असे. त्यानंतर जे पद वा लक्षणगीत सादर करायचे, त्याचा भावार्थ थोडक्यात सांगून

पद प्रस्तुत केले जाई. ते म्हणणारी विद्यालयातली लहान मुलेच असत. उदा.- बिलावलातले पद म्हणण्यापूर्वी 'वसुधा तल रमणीय सुधाकर' या नाट्यपदाच्या काही ओळी म्हणायच्या, कधी एखाद्या लहान मुलीकडून म्हणून घ्यायच्या आणि नंतर अल्हैया बिलावलातील 'सदया मम प्रभु राम दयाघन' ही रागदारीत बसवलेली रचना म्हणायची. विद्यालयातली ४-५ मुले मिळून पदे म्हणत; तबलजी, पेटीवादक साथ करीत. अशा प्रकारे सर्व मुलांना गायला वाव मिळे. रागाची माहिती खेळकर पद्धतीने सांगायची- पदाचा वा लक्षणगीताचा काही वैशिष्ट्यपूर्ण भाग असेल, त्याविषयी बोलायचे आणि मग बंदिश म्हणायची. राग मालकंसमधील 'जा भय न मम मना' या नाट्यगीताच्या काही ओळी म्हटल्यावर एकदा श्रोत्यांमधील एक वृद्ध गृहस्थ उठून म्हणाले- अहो बाई, तुमचे सासरेच हे पद म्हणत. छान म्हणत. वीर रसाचे प्रगटीकरण होत असे- हे ऐकल्यावर आम्हाला आनंद होत असे. माझी सहशिक्षिका सौ. माधवी सरदेसाई हिने मुलांकडून पदे बसवून घेतली होती. एखाद्या नाट्यपदाच्या ओळी तीदेखील म्हणून दाखवत असे. यामुळे मुलांमध्ये उत्साह वाढून कार्यक्रम रंगण्यास वेळ लागत नसे. कै. वि. सी. गुर्जर, संजीवनी मराठे यांना ओळखणारे श्रोते त्यांची रचना संपूर्ण म्हणून दाखवत, तेव्हा फार छान वाटे. आपण ज्यांच्या रचना सादर करतो, त्यांना ओळखणारी मंडळी श्रोत्यांमध्ये असणे, ही बाब महत्त्वाची असे.

त्या सुमारास श्री. पुरुषोत्तम दारव्हेकरांचे 'कट्यार काळजात घुसली' हे नाटक गाजत होते. आम्ही धानी रागाचे स्वर म्हणून दाखवले की, श्रोत्यांमधील एखादी मुलगी त्या नाटकातले पं. वसंतराव देशपांडे यांनी गायलेले 'घेई छंद मकरंद' हे गाणे धानी रागातले आहे का, असे विचारी. मग मी 'हो' म्हणून त्या पदाच्या काही ओळी म्हणत असे. नंतर मुले रागाची बंदिश म्हणत. अशीच श्रोत्यांची पावती खमाज रागाचे वेळी मिळत असे. त्या रागाचे स्वर सांगितले की, पं. छोटा गंधर्वांनी गायलेले 'या नव नवल नयनोत्सवा' हे पद याच रागातले ना- असा प्रश्न श्रोत्यांमधून येई आणि मी 'हो, बरोबर आहे' असे सांगितले की-'बाई, म्हणून दाखवा ना-' अशी फर्माईश होत असे. पं. गंगाधरपंत लोंढे या 'गंधर्व नाटक मंडळी'तील प्रसिद्ध गायक नटाने त्या काळी 'धन्य आनंद दिन, पूर्ण मम कामना' ही नाट्यपदाची ध्वनिमुद्रिका फार सुंदर शैलीत गायली होती. मी वृंदावनी सारंग रागाची माहिती सांगून रागाचे स्वरूप म्हणून दाखवले की, श्रोत्यांमधील कोणी तरी या पदाची आठवण हमखास देत असे. मग त्या पदाच्या काही ओळी

गाणे, एखाद-दुसरी तान म्हणणे- हे ओघानेच होत असे. महाराष्ट्रात नाट्यसंगीतामुळे शास्त्रीय संगीतासाठी श्रोत्यांचे कान तयार झाले, रागांची ओळख झाली, हे विधान या कार्यक्रमात पुरेपूर प्रत्ययाला येत असे. सुप्रसिद्ध बुजुर्ग गायिका हिराबाई बडोदेकर यांचे पटदीप रागातले पद आहे- पिया नाही आये. मी पटदीपाची माहिती सांगितल्यावर या पदाच्या एक-दोन ओळी थोड्या आळवून, आलापीच्या अंगाने म्हटल्या की श्रोत्यांना फार आवडत असे; कारण माझ्या तोंडून हिराबाईंचे पद ऐकताना श्रोते मनाने भूतकाळात शिरून हिराबाईंचे गाणे आठवू लागत. म्हणून कार्यक्रमाचे 'स्मरणरंजन' हे शीर्षक रास्तच होते. मातृभाषेतून मांडलेला रागांचा तपशील किती सोपा वाटतो, हे सांगताना मी काही वेळा संपूर्ण लक्षणगीत गद्यात म्हणून दाखवत असे- गाती शुभगुणी कल्याण राग, निशि आदि याम. रात्री पहिल्या प्रहरात कल्याण राग म्हणतात- असा अर्थ मी सांगू लागले की, श्रोत्यांमधील कोणी तरी माझ्या बरोबरीने ते शब्द म्हणत असे.

टी.व्ही.च्या बऱ्याच चॅनलवर त्या वेळी 'बजे सरगम' हे भारतरत्न पं. भीमसेन जोशींनी लोकप्रिय केलेले देस रागातले गाणे दाखवले जात असे. याचा एक चांगला परिणाम असा झाला की, आमच्या कार्यक्रमात देस रागाचे स्वर गुणगुणायला सुरुवात झाली की श्रोते विचारत- पं. भीमसेनजींनी गायलेले 'बजे सरगम' हे देस रागातले पद आम्ही ऐकले आहे; आम्ही म्हणू का ते? मग दोन-चार ओळी समूहरूपाने म्हटल्या जायच्या आणि कार्यक्रम अधिक प्रभावी वाटायचा.

अशा प्रकारे स्मरणरंजन म्हणून वृद्धांना हा कार्यक्रम आवडत असे आणि त्यातील इतर बरेच तपशील रंजक व माहितीपूर्ण वाटल्याने उरलेल्या सर्व वयोगटांतल्या श्रोत्यांना कार्यक्रम आवडत असे.

शैक्षणिक स्वरूपाचे कार्यक्रमसुद्धा थोडे स्मरणरंजनाच्या शैलीत मांडल्यावर रसपूर्ण होऊ शकतात, हे यामुळे सिद्ध झाले. भैरव, अल्हैया बिलावल, आसावरी, सारंग, भीमपलासी, धानी, खमाज, पटदीप, मांड, देस, यमन, भूपाली, केदार, कामोद, हमीर, बागेश्री, मालकंस वगैरे रागांतील पदे गाऊन भैरवीने कार्यक्रमाची सांगता होई. त्यात २५ रागांहून अधिक रागांचे प्रस्तुतीकरण करणे व त्यात मराठी भाषेचे शब्दलालित्य, गाण्यातील स्वरांचे नादमाधुर्य प्रकट करणे आणि हे सर्व रसपूर्ण रीतीने लहान मुलांकडून गाऊन घेणे- हा अतिशय अवघड भाग होता; पण माझ्या सहशिक्षिकेसह मी तो यशस्वीरीत्या करत असे.

तराणा- एक बहुपेडी गीतप्रकार

श्रीराम संगीतिका, संगीतातील नवमतवाद अर्थात् संगीताचे मराठीकरण- यासारखाच एक उपक्रम मी मध्यंतरी केला आणि अजूनही करते. तो म्हणजे, तराण्यावरील कार्यक्रम. हिंदीत या कार्यक्रमाचे शीर्षक असते- 'तराना : एक बहुआयामी गीतप्रकार', तर मराठीत- 'तराणा : एक बहुपेडी गीतप्रकार'. दिल्ली, आग्रासारख्या ठिकाणी, शिवाजी विद्यापीठात, पुण्याच्या गांधर्व महाविद्यालयात हे कार्यक्रम केले. विद्यापीठांमध्ये कार्यक्रम करताना शास्त्रीय माहिती भरपूर सांगत- सांगत तराणे सादर केले; तर कटकला अखिल भारतीय गांधर्व महाविद्यालय मंडळाच्या अधिवेशनात अधिक रंजक रीतीने कार्यक्रम प्रस्तुत केला. साधारणपणे ३०-३५ तराणे एका वेळी म्हणणे, या गोष्टीचे लोकांना अप्रूप वाटते. तराण्याच्या सर्व छटा मी दाखवत असते. लयीचे वैविध्य असलेले तराणे, सरगमयुक्त तराणे, त्रिवट हा थोडा अवघड प्रकार, दुपटीचे काम करून सादर केलेले, पं. विनायकबुवा करीत तसे 'दिर्दिर्'चे काम असलेले तराणे- असे विविधरंगी तराणे प्रस्तुत करून मी कार्यक्रमात रंगत आणण्याचा प्रयत्न करते. माझी साथ करायला बहुतेक कार्यक्रमात सौ. अंजली वाकलकर (माझी धाकटी बहीण) असते.

सकाळच्या भैरव, बिभासच्या तराण्यांनी सुरुवात, मग आसावरीतला तराणा- हा तराणा ४० वर्षांपूर्वी शिकलेल्या एक बाई कार्यक्रमाला आल्या होत्या- म्हणाल्या, "समेची समेपासून, समेची कालापासून वगैरे दुप्पट करणार ना?" तराणा सुरू करण्यापूर्वी हा प्रतिसाद अतिशय उत्साहवर्धक होता. पुढे दिवसाच्या प्रहराप्रमाणे सारंग, मुलतानी वगैरेतील तराणे आम्ही म्हणत असू. काही द्रुत एकतालातले तराणे लोकांना फार आवडत. उदाहरणार्थ- बिलासखानी तोडीला तराणा. मग तो वाढवून म्हणण्याचा आग्रह होई. मी सांगत असे की, यामुळे दिलेल्या वेळापेक्षा कार्यक्रमाचा वेळ जास्त होईल, पण श्रोत्यांची त्याविषयी तक्रार नसे.

आग्रा येथील 'दयालबाग विश्वविद्यालय' येथे तराण्यांविषयी माहिती सांगताना प्रास्ताविकात मी सूचना केली होती की, आपणा मंडळींना इतके तराणे ऐकण्याची सवय नसल्याने कंटाळा येऊ शकतो. तसे झाल्यास मोकळेपणाने सुचवा. आणि मी साधारणपणे मध्यंतराची वेळ आल्यावर तसे विचारले- कार्यक्रम आटोपता घ्यायचा का? पण आश्चर्याची गोष्ट अशी की, संगीताखेरीज इतर विषयांचे प्राध्यापक आले होते, त्यांनी उठून सांगितले- असे कार्यक्रम सहसा ऐकायला मिळत नाहीत; तरी तुमचा संपूर्ण कार्यक्रम सादर करा, कोणतीही

काटछाट करू नका, तसेच मध्यंतर करू नका.

आम्हाला आपल्या कार्यक्रमाच्या रंजकतेची खात्री पटली आणि १।। तासाच्या वर तो कार्यक्रम झाला. संगीत विभागातल्या मुला-मुलींनी नंतर काही प्रश्न विचारले, एखादा तराणा शिकवा, असेही सांगितले आणि मी तिथे एक तराणा शिकवला.

कटकला कार्यक्रम करताना मनात थोडी धाकधूक होती, कारण ओडिशा प्रांत संगीताच्या दृष्टीने थोडा मागासलेला आहे. आता तेथे बऱ्यापैकी संगीताचा प्रसार झाला आहे. अखिल भारतीय गांधर्व महाविद्यालय मंडळाची परीक्षा केंद्रेही आहेत. पण ठुमरी-दादरे ऐकणे वेगळे आणि तराणे ऐकणे वेगळे. त्यामुळे तिथेही मी मध्यंतरापूर्वी विचारले की, कार्यक्रम संक्षिप्त करू का? मोठे ऑडिटोरियम होते, श्रोत्यांचे चेहरे दिसावेत, म्हणून उभी राहून मी श्रोत्यांना उद्देशून बोलले; पण श्रोत्यांनी कोरसमध्ये- कम मत करिये, पूरे तराने सुनाइये- अशी प्रतिक्रिया दिली. तराण्यांविषयीच्या दंतकथा, थोडा इतिहास असे सर्व सांगून मधे श्रोत्यांच्या प्रतिक्रिया जाणून घेत हा कार्यक्रम केला आणि नंतर दोन वर्षांनी पुन्हा कटकला गेलो असताना तो कार्यक्रम स्मरणात असल्याचे श्रोत्यांनी सांगितले, तेव्हा खरोखर आनंद वाटला.

अहमदनगर येथे 'बंदिश' या संस्थेतर्फे कार्यक्रम होता. तिथे एका श्रोत्याने 'यललि, यललि' अशा तऱ्हेची वेगळी अक्षरे असलेला तराणा म्हणायची फर्माईश केली. मग आम्ही मुलतानीचा तराणा द्रुत एकतालात म्हटला आणि त्याच्या अंतऱ्यातील 'यललि यललि यलि यलाल' या अक्षरांवर वेगवेगळ्या तऱ्हेची 'कामगत' केली. एका कार्यक्रमात सुरुवातीच्या प्रास्ताविकानंतर श्रोत्यांपैकी एकाने विचारले- सर्व तराणे तुम्ही म्हणणार, का काही ध्वनिमुद्रित केलेले पण ऐकवणार? मी सांगितले- आम्ही सर्व तराणे स्वत: म्हणणार. श्रोता म्हणतो- ३० तराणे एका बैठकीत पाठ म्हणणे कसे शक्य आहे? मी म्हटले- वेळेची मर्यादा नसेल, तर आणखीही म्हणता येतील. या संभाषणानंतर कार्यक्रम सुरू झाला आणि त्या श्रोत्याने वहीत नोंद केली, तेवढी संख्या झाली. कार्यक्रम संपल्यावर त्या गृहस्थाने विचारले- ''जर आणखी वेळ असता तर तुम्ही किती तराणे म्हणू शकला असतात?'' मग मी त्यांना आमचे मूळ स्क्रिप्ट दाखवले आणि ''गाळलेले सर्व तराणे मी म्हणू शकते'', असे सांगितले. त्यांचे समाधान झाले आणि ते म्हणाले की, ''मी पुण्याला आलो तर तुमच्या घरी तुम्ही ते तराणे मला ऐकवाल का?'' मी म्हटले- ''अवश्य ऐकवीन.'' असेही किस्से घडतात!

उ. निसार हुसेन खाँसाहेब जसे तराणे म्हणत, ते तराणे ज्यांची तनायत-तान अंग- तयार असेल, त्यांनाच म्हणता येतात. पं. विनायकबुवांनी तराण्यात जी 'दिर्‌दिर्'ची कामगत लोकप्रिय केली, तो तराणा सादर करण्याचा दुसरा प्रकार. हा तपशील सांगितल्यावर दोन ठिकाणच्या कार्यक्रमात श्रोत्यांनी मला डॉक्टरी तपासणीची गोष्ट सांगा- अशी फर्माईश केली. दोन्ही ठिकाणचे श्रोते वृद्ध होते. तो किस्सा असा आहे की, पं. विनायकबुवा भारत सरकारतर्फे सांस्कृतिक शिष्टमंडळासह रशियाला गेले होते, त्या वेळी पं. रविशंकर-देखील त्या कलाकारांमध्ये होते. तिथे गु. बुवांचे 'दिर्‌ दिर्' ऐकल्यावर रशियन श्रोत्यांना वाटले की यांनी एखादे यंत्र घशात बसविले असावे, त्याशिवाय हा चमत्कार घडणे शक्य नाही. मग गु. बुवांनी त्यांना डॉक्टर करवी तपासणी करण्यास सांगितले. तपासणीत अर्थातच यंत्र वगैरे काही निघाले नाही. ही गोष्ट जुन्या जमान्यातील लोकांनी ऐकलेली असते, पण त्यांना ती पुन्हा ऐकण्याची इच्छा असते. म्हणून पुढे मी प्रत्येक कार्यक्रमात ही गोष्ट सांगायचा प्रघात पाडला. पं. विनायकबुवांच्या नावाची, त्यांच्या नैपुण्याची अशी पूर्वपुण्याई माझ्यासाठी फार मोलाची ठरली.

कै. मदनलाल व्यास या बुजुर्ग संगीत समीक्षकांचे तराण्यासंदर्भातले चिंतन, पं. मल्लिकार्जुन मन्सूरांच्या पुस्तकातील तराण्यासंबंधीचे उल्लेख, उ. अमीरखाँ साहेबांचे तराण्यातील अक्षरांसंबंधीचे चिंतन (ती अक्षरे निरर्थक नाहीत, त्यांना अर्थ आहे.) हे सर्व दोन तराण्यांच्या मधल्या निवेदनात मी सांगते आणि सौ. अंजली त्या वेळी पुढच्या तराण्याचे स्वर आलापरूपाने घेत-घेत हळूहळू पुढील तराण्याच्या रागाची वातावरणनिर्मिती करत असते. 'संगीतातले वर्ण नादयुक्त हवेत, सार्थ नसतील तरी चालेल' हे प्रसिद्ध संगीतज्ञ आचार्य विवेक गोखले यांचे मत मी प्रत्येक कार्यक्रमात आवर्जून सांगते. त्यांच्या नागपूरमध्येही सांगितले होते आणि त्यावर स्थानिक मंडळींनी पसंतीची दाद दिली होती.

भूपाली रागातला गु. पं. विनायकबुवांनी रेकॉर्डमध्ये गाऊन प्रसिद्ध केलेला त्रिवट आम्ही म्हणतोच, तसेच मंद्र सप्तकाचे प्राधान्य असलेला पूरियातला- सहसा कोणी म्हणत नाहीत असा- त्रिवट देखील आम्ही म्हणतो. विलंगसारख्या रागातले मुलायम, तर सोहनीसारख्या रागातले चंचल, तार सप्तकाचे प्राधान्य असलेले तराणे आम्ही म्हणतो. हिंडोलसारख्या तराण्यातली एकपटीपासून सहापटीपर्यंतची स्वररचना, सम-विषम लयीत असलेली- श्रोत्यांना उलगडून दाखवत-दाखवत म्हटली म्हणजे त्यातले सौंदर्य सर्वांना कळते आणि रचनाकाराच्या

प्रतिभेला दाद द्यावीशी वाटते. या पारंपरिक तराण्यातच माझा स्वरचित सरस्वती रागातला तराणा श्रोत्यांची पसंती मिळवून जातो.

अशा प्रकारे चढत्या रंगतीतल्या कार्यक्रमाची भैरवीतल्या तराण्याने सांगता होते, मात्र श्रोत्यांची गर्दी नंतरही काही पृच्छा करत थांबलेली असते.

झपताल- ग्वालियर घराने की क्रीडास्थली

या शीर्षकाने एक कार्यक्रम मी दिल्लीत 'सम' या संस्थेच्या निमंत्रणावरून केला. पद्मभूषण डॉ. शन्नो खुराना व पद्मश्री भजन सोपोरींशी परिचय झाला, तो या कार्यक्रमाचे वेळीच. इंडिया हॅबिटॅट सेंटरच्या सभागृहात झालेल्या कार्यक्रमात काही झपताल मी सादर केले. जोड म्हणून कधी त्रितालातली, तर कधी द्रुत एकतालातली बंदिश किंवा तराणा म्हटला. ग्वाल्हेर घराण्याच्या झपतालाची विशिष्ट लय असते. शिवाय बोल घेऊन केलेल्या छोट्या ताना, सरगम, तिहायांनी समेवर येणे या गोष्टी खूप आकर्षक वाटतात. कधी २।। मात्रेचा उठाव, तर कधी समेपासून सुरूहोणारी बंदिश, बंदिशीप्रमाणे तिला अनुरूप अशी बोलबाट, तनायत- या सर्व ग्वाल्हेरच्या संस्कारांतून मिळालेल्या गोष्टी मी पेश केल्या होत्या. दीड मात्रेचा उठाव, ५ मात्रांची आमद असे वेगवेगळे झपताल श्रोत्यांना वैविध्यातला आनंद देतात. दुर्गा, खंबावती, देस, सिंदूरा, केदार, श्री, बागेश्री, जयजयवंती, कामोद, पूरियाधनाश्रीसारख्या रागांत किती तरी झपतालांची तालीम मला गुरुजनांकडून मिळाली आहे. त्यांतले निवडक झपताल मी मांडते. प्रत्येक कार्यक्रमाच्या वेळी वेगवेगळे झपताल घेत असते.

या कार्यक्रमाचे वेळी हार्मोनिअमवादक तालात पक्का असणे, ही अनिवार्य बाब असते. दीड मात्रा, अडीच अशा बंदिशीच्या उठावाच्या जागा असल्याने जर एखादे वेळी हार्मोनिअमवादकाने संगत करताना थोडीशी चूक केली, तर ते कार्यक्रमाच्या रंगतीच्या दृष्टीने इष्ट नसते. पण जर योगायोगाने असा (तालात थोडा कच्चा) हार्मोनिअमवादक रंगमंचावर आपल्यासोबत असेल, तर आपण त्याची ही उणीव श्रोत्यांच्या लक्षात न येईल अशा प्रकारे प्रत्येक वेळी 'समे'वर येण्याचे बंधन स्वतःवर घालून घेणे इष्ट असते. ही तारेवरची कसरत मी एका कार्यक्रमात केली आहे आणि कार्यक्रमानंतर दर्दी श्रोत्यांकडून त्याबद्दल पसंतीची पावतीदेखील मिळवली आहे.

***

२५.
साम संगीत

आणखी एक कार्यक्रम मी बरीच वर्षे करीत आहे. तो म्हणजे, सामवेदातील संगीताविषयीचा कार्यक्रम. हिंदीत हा कार्यक्रम 'साम संगीत : शास्त्रीय संगीत की गंगोत्री' या नावाने मी करते. मराठीत 'साम संगीत : शास्त्रीय संगीताची गंगोत्री' या नावाने सादर करते. काही वेळा 'साम संगीत व अभिजात संगीत- तौलनिक विचार' या स्वरूपात हा कार्यक्रम करत असते. जसे श्रीराम संगीतिकेतल्या राम-सीता विवाहावरील कार्यक्रमातील पहिले पद 'श्रीराम कथा संगीत सुधा' लोकप्रिय होते, तसेच सामातील 'ओम्नाइ आयाही वोइतोयाइ' ही शब्दरचना लोकांना पुन:पुन्हा ऐकायची असे. म्हणून कार्यक्रमाच्या प्रारंभी व शेवटी काही सामे मी म्हणत असे. त्या साम संगीताविषयी काही तपशील...

डॉ. ग. ह. तारळेकरांशी १९८० पूर्वीच परिचय झाला होता. पण सामवेदातील संगीताचा अभ्यास करण्यासाठी मी त्यांच्याकडे गेले १९९० मध्ये. शेतकी कॉलेजजवळ त्यांचा बंगला होता, नाव होते SANS SAUCI (बहुधा निश्चिंत असा या शब्दाचा अर्थ त्यांनी सांगितल्याचे स्मरते.)

डॉ. तारळेकर एक निगर्वी, नि:स्पृह, विद्वान गृहस्थ होते. संस्कृत व संगीताचे गाढे व्यासंगी. 'संगीत रत्नाकर' या नि:शंक शार्ङ्गदेवरचित संस्कृत ग्रंथाचे सटीप भाषांतर तीन भागांत त्यांनी केले. महाराष्ट्र साहित्य संस्कृती मंडळातर्फे प्रकाशित झालेल्या या ग्रंथाचा मला खूप उपयोग झाला. एम.ए. ला असताना टिळक महाराष्ट्र विद्यापीठात मी त्यांची विद्यार्थिनी होते. पण सामवेदातील संगीताच्या अभ्यासासाठी घरी जायला सुरुवात केल्यावर ती. दादा तारळेकरांशी परिचय वृद्धिंगत झाला. त्यांच्याकडे सामवेदाच्या पुष्कळ ध्वनिफितींचा संग्रह होता. सध्या प्रचलित असलेल्या जैमिनीय, कौथुम व राणायणीय याखेरीजही इतर

अनेक शाखांच्या ध्वनिफिती त्यांच्याजवळ होत्या. त्यांचे स्वरांकन करण्यासाठी प्रथम त्यांनी मला बोलावले आणि नंतर मी त्या अभ्यासात रमले.

सर्वप्रथम पुणे विद्यापीठाच्या वर्धापनदिनी दि. १० फेब्रु.१९९२ रोजी संस्कृत विभागात मी सामवेदातील संगीतावर प्रात्यक्षिकासह व्याख्यान दिले. इथले व्याख्यान इंग्लिशमध्ये होते. श्रोत्यांची सामगायनाविषयीची उत्सुकता मी प्रथम इथेच अनुभवली. सामवेदातले स्वर, त्यांचे अवरोही असणे, कुठल्याही आधीच्या वा नंतरच्या स्वराची आस किंवा कण न लावता गायलेले खडे स्वर- या सर्व बाबी श्रोत्यांच्या कुतूहलाचा विषय होत्या. विभागप्रमुख डॉ. सरोजा भाटे यांनीही मधे प्रश्न विचारल्याचे स्मरते.

ऋग्वेदाची प्राचीनता : सामवेदाचा अभ्यास करताना त्याचे प्राचीनत्व ही बाब अभिमानास्पद वाटते. वैदिक वाङ्मय हे जगात सर्वांत प्राचीन मानले जाते. या वाङ्मयात आर्यांचा धर्म, तत्त्वज्ञान, विद्या, कला यांचा उगम व समग्र ऊहापोह आहे. व्याख्यानाचे वेळी एखादा श्रोता वेदवाङ्मयाच्या प्राचीनतेविषयी जिज्ञासेने प्रश्न विचारत असे- किती शे वर्षे जुने आहे हे वाङ्मय? मग मी सांगत असे- किती शे नाही, किती हजार असे विचारा. मग मी स्पष्टीकरण देत असे- वेदांमध्ये सर्वांत जुना वेद कोणता. तर ऋग्वेद, आणि तो इ. स. पूर्व ४००० वर्षे जुना, म्हणजे आजपासून सुमारे सहा हजार वर्षे जुना आहे. आणि यानंतर जर एखाद्या श्रोत्याच्या चेहऱ्यावर थोडी चलबिचल दिसली, तर मी लगेच खुलासा करत असे- मॅक्डोनल्डसारख्या प्रसिद्ध पाश्चात्त्य पंडितालासुद्धा ही कालगणना मान्य आहे, लोकमान्य टिळकांनाही मान्य होती!

साहित्य : मग पुढचा प्रश्न- त्या वेळी इतर देशांतही साहित्य निर्माण झालेच असेल! पुन्हा मी खुलासा करत असे- मिस्र देशातील पिरॅमिड्समध्ये ममीज म्हणजे प्रेतांबरोबर ठेवलेल्या वस्तूंच्या याद्या तेवढ्या त्या काळातल्या उपलब्ध आहेत. त्यांना 'पॅपिरस रोल्स' असे म्हणतात. याखेरीज कथा, कादंबऱ्या, कविता इ. काहीही साहित्य त्या काळी इतर देशांत लिहिले गेलेले नाही.

सामवेदाची प्राचीनता : ऋग्वेदातील काही हजार गेय (गाण्यास योग्य अशा) ऋचा निवडून सामवेदाची निर्मिती झाली. हे सामवेदातील संगीत आपल्या प्रचलित भारतीय संगीताचे मूळ आहे. त्यामुळे आपल्या भारतीय संगीताची परंपराही पुष्कळच प्राचीन आहे.

एका कार्यक्रमात एका जाणकार श्रोत्याने एक प्रश्न विचारला होता-

ऋग्वेदाप्रमाणे सामवेदाचे ब्राह्मण ग्रंथ वगैरे आहेत, का तो फक्त गायनाचा वेद आहे? असा प्रश्न क्वचितच विचारला जातो. त्यामुळे मला आश्चर्य वाटलेच, त्याचबरोबर इतके अभ्यासपूर्ण प्रश्न विचारणारे श्रोते असू शकतात याचा आनंदही झाला. मी त्यांना सविस्तर उत्तर देताना सांगितले- प्रश्न फार चांगला आहे. सामवेद गेय असलेला वेद असला तरी त्याची ८ ब्राह्मणे आहेत, प्रातिशाख्य स्वरूपाचे वाङ्मय आहे, छांदोग्य उपनिषदासारखे वाङ्मय आहे; लाट्यायन, श्रौतसूत्र, ग्राह्यायन यांसारखे सूत्रवाङ्मयदेखील आहे. (बहुधा श्रोत्याचे समाधान झाले असावे).

सामवेदातील ऋचाच का गेय मानल्या गेल्या?- हा प्रश्न साधारणपणे सर्व कार्यक्रमांमध्ये विचारला जातो. ऋग्वेदातील गेय अशा ऋचा सामवेदात समाविष्ट केल्या गेल्या. ठरावीक अक्षरांनी युक्त चरण असलेल्या ऋचा गाण्यासाठी योग्य ठरतात. नियमबद्ध जुळणी असेल तर चाल लावणे, ती गाणे सोपे पडते- असा आजच्या काव्यगायनाच्या संदर्भातला अनुभव आहे. छंदबद्ध, प्रासयुक्त असे काव्यच गाण्यासाठी घेतले जाते. तसाच प्रकार ऋचांच्या बाबतीत आहे. यजुर्वेदातले मंत्र तसे नाहीत, म्हणून सामवेदात त्यांचा समावेश केला गेला नाही. अनियंत्रित वाक्यरचना असलेले असे ते मंत्र आहेत.

ऋग्वेदात उदात्त, अनुदात्त व स्वरित असे तीन स्वर होते. सामगानात स्वरांची संख्या वाढली.

सामवेदाचे माहात्म्य : कालदृष्ट्या जरी सामवेदाहून ऋग्वेद प्राचीन असला, तरी सामवेदाच्या गेय स्वरूपामुळे तो देवांना अधिक प्रिय झाला. यासंबंधातलं प्रसिद्ध उदाहरण म्हणजे श्रीमद्भगवद्गीतेतलं भगवान श्रीकृष्णाचं वचन-

वेदानां सामवेदोऽस्मि। (मी वेदांतील सामवेद आहे.)

तैत्तिरीय संहितेत असं म्हटलंय...

अयज्ञो वा एष:। योऽ सामा (२.५.८)

अर्थात् ज्या यज्ञात सामगायन होत नाही, तो यज्ञच नव्हे.

प्राचीन यज्ञकर्मांचा उद्देश देवांना संतुष्ट करणे हा होता आणि ती तुष्टी सामवेदातील ऋचांच्या गायनाने होते, अशी श्रद्धा जनमानसात होती. त्या श्रद्धेमुळेच वरील दोन्ही अर्थवादात्मक वाक्ये म्हटली गेली.

वेद-पुराणांत आपल्या प्रतिपाद्य मताच्या पुष्टीसाठी अशी अतिशयोक्तीपूर्ण अर्थवादात्मक वाक्ये पुष्कळ आहेत; त्यातलं तत्त्व तेवढं ग्रहण करायचं!

सामवेदाच्या श्रेष्ठतेविषयी असंच एक वचन तैत्तिरीय ब्राह्मणात आलं आहे-

ऋग्भ्यो जातं वैश्यं वर्णमाहु:, यजुर्वेदं क्षत्रियस्य आहुर्योनिम्।

सामवेदो ब्राह्मणानां प्रभूति: ।।

आपल्या जुन्या समाजरचनेत ब्राह्मणांचं स्थान सर्वोच्च असे, त्यामुळे सामवेदाची श्रेष्ठता सिद्ध करण्यासाठी म्हटले गेले- ऋग्वेदापासून वैश्य वर्ण निर्माण झाला, यजुर्वेद हा क्षत्रिय वर्णाचा जनक आणि सामवेदापासून ब्राह्मण निर्माण झाले.

सामवेदातील ऋचांच्या गायनाचे यज्ञात किती महत्त्व होते याचा आणखी एक पुरावा तैत्तिरीय संहितेत मिळतो. तिथे म्हटले आहे- देवा वै नर्चि, न यजुष्यश्रयन्त. ते सामनि एवाऽश्रयन्त।। (२.५.७) अर्थात् केवळ पठणात्मक अशा यजुर्मंत्रांच्या किंवा ऋग्वेदातील ऋचांच्या ठिकाणी देव पूर्णतया आश्रय करून राहत नाहीत, तर ते गानरूप अशा सामाच्याच ठिकाणी पूर्णपणे आश्रय करून राहतात.

भगवान श्रीकृष्ण गीतेच्या ९व्या अध्यायात म्हणतात- ऋक्सामयजुरेव च (१७ वा श्लोक)

संस्कृतच्या अभ्यासकाला सांगायला नको की इथे 'अहम्' हे पद अध्याहृत आहे. वाक्याचा अर्थ- मीच ऋक्, साम व यजुर्वेद आहे. पण श्रीकृष्ण एवढंच म्हणून थांबलेले नाहीत. लगेच १०व्या अध्यायात ते म्हणतात-

वेदानां सामवेदोऽस्मि (२२वा श्लोक)

अर्थात, मी वेदांमधला सामवेद आहे.

शतपथ ब्राह्मणात एक विधान आहे-

नासामा यज्ञोऽस्तीत्याहु: (१४.१.१) सामाशिवाय यज्ञ नाही, असं म्हटलं गेलंय. छांदोग्य उपनिषदात(१.१.२) म्हटले आहे की, वाणीचे सार म्हणजे ऋचा, ऋचेचे सार साम (आणि सामाचे सार उद्गीय अर्थात् ओंकार). याच छांदोग्य उपनिषदात एक विधान आहे-

सामवेद एव पुष्पम् (छां.उ.३.३.१)

वेद म्हणजे ज्ञानाचा प्रचंड वृक्ष असून त्या वृक्षावरील सर्वांत सुंदर पुष्प म्हणजे सामवेद.

सामवेदाच्या लोकप्रियतेचा निदर्शक एक सर्वपरिचित असा श्लोक आहे-

नाहं वसामि वैकुण्ठे, योगिनां हृदयेऽपि न।

मद्भक्ता यत्र गायन्ति तत्र तिष्ठामि नारद।।

मी वैकुठांत राहत नाही, योगिजनांच्या हृदयातही माझा वास नसतो. जिथे माझे भक्त गात असतात तिथेच मी राहतो.

साम हा शब्द कसा बनला– 'सा' म्हणजे पठनाताक ऋचा आणि 'अम' म्हणजे आलापात्मक स्वर.

एक वृद्ध गृहस्थ (बहुधा वेदपठण करणारे असावेत) उठून म्हणाले– तुम्ही गायनाच्या प्रांतातल्या, त्यामुळे पठणाला महत्त्व कमी व गायनाला अधिक महत्त्व– असे तुमचे मत असणार!

मी लगेच म्हटले– फार चांगला मुद्दा आहे हा. आपण थोडे विस्ताराने पाहू या.

वेदव्यासांनी वैदिक वाङ्मयाचं संहितीकरण करून त्याचे १) ऋग्वेद, २) यजुर्वेद, ३) सामवेद आणि ४) अथर्ववेद असे चार विभाग केले. यातील फक्त सामवेद असा होता की, जो पाठ्य व गेय अशा दोन्ही स्वरूपांनी युक्त होता; इतर तिन्ही वेद पाठ्य स्वरूपाचे होते. सामगायनाची अक्षरे आलापामुळे लांबवली जातात आणि विकृत होतात, म्हणून गायनापूर्वी शुद्ध स्वरूपात त्याचं पठण केलं जातं. त्यामुळे त्याचं पाठ्यरूप गौण व गेयरूप मुख्य आहे.

अर्थात मी गाणारी आहे म्हणून सामवेदाच्या गायनाला जास्त महत्त्व आहे असं म्हणत नसून, त्याचं परंपरेनं चालत आलेलं स्वरूपच मुळी तसं आहे. आणि तत्कालीन म्हणजे प्राचीन काळच्या मीमांसक मंडळींनीदेखील सामगायनात 'अग्न' शब्दाचे 'ओग्नाई' असे रूप होणे ही विकृती मानली नाही, ती क्रिया आहे असे म्हटले; ते ऋचांवर होणारे संस्कार आहेत, असे म्हटले. वास्तविक पाहता, मीमांसक हे पारंपरिक कर्मकांडाचे अभिमानी, पण यज्ञविधीतच नृत्य-गीत-वादनाचा समावेश होता, हे ते विसरत नाहीत.

सामवेद जरी ऋग्वेदातील ऋचांपासून निर्मित असला तरी यज्ञीय दृष्टिकोनातून पाह्यल्यास यजुर्वेदसंहिता व सामवेदसंहिता यांचा गट यज्ञीय संहिता म्हणून पडतो आणि दुसरा गट ऋग्वेद व अथर्ववेद संहितांचा मिळून तयार होतो. यज्ञात ऋग्वेदातील ऋचा म्हटली जातेच. 'होता' हा ऋत्विज ती ऋचा म्हणतो. पण तीच ऋचा जेव्हा सामगायन करणारा एखादा ऋत्विज म्हणतो, तेव्हा दोन्हींतील अंतर स्पष्ट होते. आणि हे अंतर म्हणजेच 'सामगान' या शब्दाने आपण ज्याचा बोध करून घेतो, तो सामवेद.

यज्ञीय संहिता (पहिला गट– यजु.संहिता व साम.संहिता) यज्ञाशी साक्षात

संबंध असलेली संहिता आहे. कर्मकांडांच्या विनियोगासाठी ती प्रयुक्त होते. (मात्र ऋग्वेद फक्त तेवढ्यासाठी नाही, म्हणून तिन्ही मिळून कर्म इ. चे संकलन होते.)

ऋग्भिः शंसन्ति, यजुभिर्यजन्ति, सामभिस्तुवन्ति अशी यज्ञाची प्रणाली आहे. ऋग्वेदातील ऋचांनी देवांना प्रशंसापूर्वक आवाहन करायचे- यजुर्मंत्रांनी हविर्भाग अर्पण करायचा (आहुती देणे) आणि सामाचे गायन करून त्यांचे स्तवन करायचे- अशी ही पद्धत असते.

वैदिक वाङ्मयाचा प्रधान विषय यज्ञधर्म असल्याने यज्ञकर्माचा उद्देश देवांना संतुष्ट करणे, हा होता. संगीताचं संवर्धन, पोषण आणि उपबृंहण म्हणजे वाढ किंवा विकास या यज्ञसंस्थेमुळे झाला, यात शंका नाही. पण मूळ हेतू देवांची तुष्टी हा होता, संगीताचा विकास हा प्रधान हेतू नव्हता.

आणि इथेच लौकिक संगीत आणि सामसंगीतातील मुख्य तफावत स्पष्ट होते. शिवाय- 'देशे देशे जनानां यद् रुच्या हृदयरञ्जकम्। गानं च वादनं नृत्यं तद्देशीत्यभिधीयते।।' अशी लौकिक संगीताची व्याख्या आहे. तसंच लौकिक संगीताचं स्वरूप परिवर्तनशील असतं. प्रांतोप्रांती लोकांच्या रुचीनुसार रंजक बनलेलं संगीत साहजिकच लोकरुचीनुसार वेळोवेळी बदलत राहणार आणि देवांची तुष्टी हेच उद्दिष्ट असलेलं संगीत बदलण्याची शक्यता नाही; लोकांचं रंजन हा मुद्दाच तिथे नाही. अर्थात वेदकाळीदेखील लौकिक संगीतात प्रवीण असलेले गंधर्व वगैरे लोक होतेच. तैत्तिरीय आरण्यकात अकरा गंधर्वगणांची यादी दिली आहे-

'स्वान, भ्राट, अंधारिर्बंभारिः। हस्तः सुहस्तः। कृशानुर्विश्वावसुः। मूर्ध्वन्वान्सूर्यवर्चाः। कृतिरित्येकादश गंधर्वगणः।'(१.९.३.)

हे गंधर्वगण म्हणजे स्वतंत्रपणे व्यावसायिक असलेल्यांचा समूह असावा. वैदिक वाङ्मयात- गीतरूपाः वाचः गाः- म्हणजे गानरूप वाणी- तान् धारयाति इति गन्धर्वः- त्यांना धारण करतो, तो 'गंधर्व'- अशी व्याख्या दिली आहे. यांच्यापैकी काही जण सोमवल्ली विकण्याचा व्यवसाय असलेले गंधर्व होते. विश्वाची, घृताची, उर्वशी, मेनका वगैरे अप्सरांची नावेही याच संहितेत दिली आहेत. या गंधर्वांच्या पत्नी होत्या आणि यातील काही गायन, नृत्याचा व्यवसाय करत, असेही अनुमान आहे.

मात्र या मंडळींना सामगायकांसारखी प्रतिष्ठा व मान नसे. यज्ञात सामगायन करणारे म्हणून सामगायकांना सामग असे म्हणत. उत्तम गाणारे म्हणून आणि उच्च

रवाने गाणारे म्हणून त्यांना उद्गाते म्हटले जाई. छंद गाणारे म्हणून छंदोग असेही नाव त्यांना दिले गेले होते. गंधर्वांपैकी काही जण सामग ऋत्विजांहून सरससुद्धा असत–अर्थात गायनकौशल्यापुरतेच. पण नारद, तुंबक यांच्यासारखे ऋत्विज अपवाद स्वरूपानेच; पण गंधर्वांहून श्रेष्ठ गायकी गाऊ शकत, असेही उल्लेख आहेत. गंधर्वांना इंद्रसभेत, उत्सवामध्ये, शिव–पार्वतींसमोर हजेरी लावता येई; यज्ञात नाही.

आर्चिक व गान : ग्रंथस्वरूपात सामवेदाचे हे दोन विभाग आहेत. म्हणजेच सामवेदाच्या अशाही दोन संहिता आहेत. आर्चिक संहिता व गान संहिता. पूर्वार्चिक व उत्तरार्चिक असे आर्चिकाचे पोटभेद आहेत, तर पूर्वगान व उत्तरगान हे गानसंहितेचे पोटविभाग आहेत.

सामगायक उद्गाते तीन ऋचांच्या आधारावर सामाची रचना करून गातात. याविषयी एक रंजक कथा ऐतरेय ब्राह्मणात आहे. त्यानुसार 'सा' म्हणजे पठणात्मक ऋचा ही 'अम' या आलापात्मक स्वराकडे जाऊन म्हणाली– आता तुम्ही–आम्ही (मी) मिळून दांपत्य होऊ या.(इथे थोडेसे वेगळे वाटते आहे ना? म्हणजे नेहमी पुरुष पुढाकार घेऊन लग्नाविषयी स्त्रीला विचारतो.) तर 'अम' म्हणाला–छे, तुझ्यापेक्षा माझी योग्यता खूपच जास्त आहे. मग दोन ऋचा मिळून अमाकडे गेल्या, तरी तो म्हणाला, अजूनही माझीच योग्यता जास्त आहे. मग तीन ऋचा मिळून त्याच्याकडे गेल्या, तेव्हा त्याने त्यांच्या विवाहाच्या प्रस्तावाला होकार दिला. ही सामाच्या निर्मितीची म्हणून रंजक कथा आहे; पण मुळात तीन ऋचांचे एकत्रितपणे गायन होते, या वस्तुस्थितीवरून रचलेली ती लाक्षणिक कथा आहे आणि ती तत्कालीन पुरुषश्रेष्ठत्वाच्या व बहुधा बहुपत्नीत्वाच्या प्रथेकडे संकेत करते.

आता आपण 'पुरा किल सामवेदस्य सहस्रभेदा आसन्' या वाक्याचा शोध घेऊ या. पुराणात आणि अन्यत्रही 'पूर्वी म्हणे सामवेदाच्या हजार शाखा होत्या', असे उल्लेख मिळतात. यावरून पूर्वी सामवेदाचा प्रचार पुष्कळ होता; त्याचा विस्तार–प्रसार खूप झाला होता, असे म्हणता येते. हळूहळू अपकर्ष होऊन बऱ्याच शाखा लुप्त झाल्या. पुराणात या अपकर्षाविषयी एक कथा आहे–अनध्यायाच्या काळात सामाच्या काही शाखांचं अध्ययन चालू राहिलेलं इंद्राने ऐकले आणि रागावून त्याने आपल्या वज्राने त्या शाखा कापून टाकल्या. ही उघड–उघड रूपक कथा वाटते. वेदाध्ययनाची काही पथ्यं असतात, त्यांतल्याच

एका पथ्याचा हा उल्लेख आहे- अनध्यायाच्या काळात अध्ययन करणे- हा तो उल्लेख. खरे तर म्लेंच्छांची आक्रमणे, यज्ञसंस्थांचा लोप होणे वगैरे कारणांमुळे सामगायनाच्या संधी कमी होत गेल्या, स्वाभाविकपणे शाखा कमी होत गेल्या असाव्यात. थोडा काळ मागे गेल्यास तेव्हा सात्यमुग्र, कालीय, खल्वल, महाखल्वल अशा काही शाखांचं सामगायन अस्तित्वात होतं. पण हल्ली कौथुम- जी गुजरातमध्ये प्रचलित आहे ती, राणायणीय जी दक्षिणेत ऐकायला मिळते ती आणि जैमिनीय- तमिळनाडूत प्रभावी असलेली- अशा तीनच सामगायन शाखा अस्तित्वात आहेत. इतरत्रही थोड्याफार प्रमाणात वरील तिन्ही शाखांचे ऋत्विज आढळतात.

कौथुम शाखेचे स्वर सध्याच्या भैरवी थाटातल्या कोमल स्वरांशी साम्य असलेले आहेत. दक्षिणेतल्या विद्वानांच्या मते, राणायणीय शाखेचे स्वर त्यांच्या 'खरहरप्रिया' या मेलाचे सप्तक असलेले आहेत. आपले काफी थाटाचे सप्तक असेच आहे, पण यातील रिषभ काफीच्या रिषभापेक्षा (चतु:श्रुतिक रिषभापेक्षा) थोडा उतरा आहे; मात्र बेसूर नाही. त्या शाखेचे ऋत्विज तो नेमका तसाच- त्याच उंचीवर दर वेळी लावतात. डॉ. ग. ह. तारळेकरांकडेसुद्धा वरील तिन्ही शाखांचेच ध्वनिमुद्रण जास्त प्रमाणात मी ऐकले; इतर शाखांचे कमीच होते.

सामगायकांची शैली व सामगायनाचे तपशील : यज्ञामध्ये मुख्य दिवशी तीन गायक सामगान करतात. त्यांच्यातील एक मुख्य असतो, त्याला उद्गाता म्हणतात; दुसऱ्या दोघांपैकी एक प्रस्तोता आणि दुसरा प्रतिहर्ता या नावांनी ओळखले जातात. ते दोघे उद्गात्याला साह्य करतात. सामगीताचे ५ भाग असतात- १) प्रस्ताव, २) उद्गीथ, ३) प्रतिहार, ४) उपद्रव आणि ५) निधन. काही विद्वानांच्या मते ५ भाग असे असावेत- १) हिंकार, २) प्रस्ताव, ३) उद्गीथ, ४) प्रतिहार आणि ५) निधन. दोन्ही पद्धतींत फारसा फरक नाही.

हिंकार 'हुम्' अशा शब्दोच्चारानं म्हणतात आणि तो 'ॐ' या प्रणवाक्षराचाच पर्याय असतो. तो तिघांनी मिळून म्हणायचा असतो, गायचा असतो.

१) प्रस्ताव- सामगायन ज्या ऋचेच्या आश्रयाने करायचे असते, त्या ऋचेच्या पहिल्या चरणास प्रस्ताव किंवा प्रारंभ म्हणतात आणि तो प्रस्तोता या दुसऱ्या ऋत्विजाने गायचा असतो.

२) उद्गीथ- हा सामगीतातील मुख्य विभाग किंवा अवयव असतो. याचं गायन उद्गात्यानं करायचं असतं आणि तो गाण्यापूर्वी ॐकाराचा उच्चार

करायचा असतो.

३) प्रतिहार– हा अवयव प्रतिहर्त्यानं गायचा असतो.

४) उपद्रव– हा उद्गात्यानं गायचा असतो.

५) निधन– हा शेवटचा विभाग तिघांनी मिळून गायचा असतो. अंतर्निधन हा अवांतर विभाग असल्यास तोही तिघांनी गायचा.

ही माहिती सांगितल्यावर आश्चर्यकारक रीतीने एका कार्यक्रमात एक संस्कृतप्रेमी श्रोता उठून म्हणाला– उत्तररामचरितात आत्रेयीच्या तोंडी वाक्य आहे– अस्मिन्नगस्त्यप्रमुखाः प्रदेशे भूयांस उद्गीथविदो वसन्ति ।

फार आनंद झाला मला. हा संदर्भ बरोबर होता. 'उत्तररामचरितम्' या भवभूतीच्या नाटकात अगस्त्यऋषींच्या आश्रमाच्या आसपासच्या परिसरात बरेचसे उद्गीथ जाणणारे राहत असल्याचा उल्लेख आहे.

सामगायकांची बैठक : सामगायक आसनमांडी घालून बसतात. डावी मांडी खाली आणि उजवी वर ठेवतात. दृष्टी क्षितिजावर केंद्रित असते. समप्रमाण उंचीवर आपापली मस्तके ठेवतात– असे लाट्यायन सूत्रानुसार म्हणता येते. (लाट्या. सू. १–११–२२ व २३)

सामगायन करणाऱ्या गायकांमध्ये गायत्री व गाथी असे दोन भेद आहेत.

विशिष्ट देवतेची स्तुती ज्यात केली जाते, अशा ऋक्समूहाला गाथा म्हणतात. त्या गाणारे ते 'गाथी' म्हणून संबोधले जातात. यात एक पोटभेद आहे. ज्या गाथांमध्ये राजेरजवाड्यांसारख्या मानवांचे स्तवन केलेले असते, त्यांना 'नाराशंसी' असं म्हटलं जातं. इथे या संदर्भात एक रूपकात्मक कथा आहे. त्यानुसार वेदातला शमल भाग (वाईट भाग) म्हणजे नाराशंसी आणि अन्नातला विकृत भाग म्हणजे सुरा.

वेद गाणाऱ्या ऋत्विजांनी 'नाराशंसी' म्हणजे मानवस्तवन असलेलं काव्य गायचं नसतं. त्यांनी कोणाकडे जेवावे, कोणाकडे जेवू नये याविषयीही बरेच निर्बंध असतात.

नाराशंसी गाणारा आणि सुरापान करणारा– या दोन्ही वर्गांकडून ऋत्विजानं द्रव्याचं दान स्वीकारू नये, असाही नियम आहे.

सामाचे स्वर : हा अत्यंत महत्त्वाचा भाग आहे. सामाचे स्वर आणि आपले आज प्रचलित असलेले स्वर यांत थोडा फरक आहे आणि खरे सांगायचे झाल्यास, सामवेदीय स्वर कसे गायले जात, हे सांगणारी मौखिक परंपरा दुर्दैवाने

आपल्याकडे नाही. मी 'सामसंगीत – शास्त्रीय संगीताची गंगोत्री' या शीर्षकाने अनेक कार्यक्रम केले– विद्यापीठामध्ये इंग्रजीत, इतरत्र हिंदी व मराठीत. माझे मार्गदर्शक डॉ. तारळेकर यांनी 'नारदी शिक्षे'त दिलेल्या ऋचांच्या (डोक्यावरील) आकड्यांचे स्वरांत रूपांतर करून गायन करण्याविषयी सूचना दिल्या होत्या. तदनुसार मध्यम स्वरासाठी १ हा आकडा, असे धरून त्याप्रमाणे सामे स्वरबद्ध करून मी गात/ म्हणत असे. मात्र या गायनासाठी मला कोणा सामगायकाचे मार्गदर्शन मिळाले नाही. त्यामुळे त्या काळी ते स्वर कसे लावले जात, यासाठी आपल्यापाशी आज कुठलेच प्रमाण नाही. डॉ. ग. ह. तारळेकरांनी एवढे सांगितले होते की, स्वराला कुठल्याही इतर स्वराचा कण, स्पर्श इत्यादी लावायचा वा द्यायचा नाही; खडा सूर म्हणायचा. त्यामुळे ते गायन थोडे रुक्ष होते. त्यातील कोमल स्वर इत्यादी हे आपल्या कोमल स्वरांशी जुळत नाहीत. ते स्वर काफी थाटाचे होते, असे काही विद्वानांचे मत आहे; तर काहींच्या मते, ते स्वर आसावरी थाटासारखे आहेत. पण निर्णायक असे मत देता येत नाही. सामगायनात गेय तत्त्व कमी वाटे, त्यामुळे रंजकता येत नाही.

नागपूरला १९९१ मध्ये डॉ. मधुकर आष्टीकरांनी सर्व भारतातील वैदिकांचे संमेलन भरवले होते. त्यात सर्व ऋत्विज गात्रवीणेचा उपयोग करून पठण करीत होते, सामगायन करणारी मी एकटीच होते. अभूतपूर्व असा मेळावा होता वेदपठण करणाऱ्यांचा! माझ्या वेगळ्या कार्यक्रमामुळे बऱ्याच लोकांनी व्याख्यानानंतर बरेच प्रश्न विचारले. काही प्रश्नांना डॉ. तारळेकरांनीदेखील उत्तरे दिली. पण मुख्य जिज्ञासा होती ती अशी की, आकड्यांचे स्वरात रूपांतर कसे केलेत? मी एक ऋचेचा चरण लिहून त्यावर आकडे टाकून मग त्या आकड्यांचे स्वरलिपीत रूपांतर करून ऋचेचा चरण त्याप्रमाणे लिहून दाखवत असे.

या संमेलनातला एक वेधक भाग असा की, आधी मराठीत भाषण द्या, असे कळविले. मात्र कार्यक्रमाचे वेळी अपेक्षेपेक्षा गर्दी झाली. त्यांत बहुभाषिक होते. मग संयोजक आम्हाला उतरवलेल्या ठिकाणी आले आणि विनंती करू लागले की, व्याख्यान हिंदी भाषेत द्या. डॉ. तारळेकरांना काळजी वाटू लागली. खोलीच्या बाहेरच्या बाजूस टी.व्ही. आणि वर्तमानपत्रांचे प्रतिनिधी मुलाखतीसाठी गर्दी करू लागले होते. मी डॉ. तारळेकरांना म्हटले– दादा, तुम्ही पत्रकारांशी बोला, तोपर्यंत मी हिंदीत थोडी टिपणे तयार करते. त्यांना आश्चर्य वाटले. पण शिक्षणाच्या निमित्ताने माझे वास्तव्य बराच काळ उत्तर हिंदुस्थानात झालेले

असल्याने मराठी मातृभाषा, तर हिंदी पितृभाषा म्हणता येईल अशी स्थिती आहे. त्यामुळे थोड्या वेळात तयारी करून मी ती. दादांसह पत्रकारांशी बोलायला सिद्ध झाले. प्रास्तविक त्यांनी केले होते, मग वेदसंगीताची तांत्रिक माहिती मी दिली. त्या आयत्या वेळच्या हिंदी भाषणामुळे नंतर हिंदीत कार्यक्रम करताना ती टिपणे उपयोगी पडली.

मी व्याख्यानापूर्वी सामगायनाचे स्त्री–पुरुषांकडून करून घेतलेले ध्वनिमुद्रण ऐकवते. त्याने एक प्रकारची वातावरणनिर्मिती होते. आता साम–संगीतातला उरलेला भाग म्हणजे त्या गायनाला वाद्यांची साथ असल्यास ती वाद्ये कोणती होती आणि त्या वेळी नृत्य केले जात असे का? पैकी पहिला भाग– वाद्ये–सामाला गात्रवीणा असा जो उल्लेख आधी आला आहे, ती वीणा– म्हणजे उजव्या व डाव्या हाताची सर्व बोटे लांब पसरून स्वरस्थापना खालीलप्रमाणे करत असत– अंगठ्याने बोटाच्या दुसऱ्या, तिसऱ्या पेराला स्पर्श करायचा. यातील स्वरांचा क्रम असा– अंगठ्याच्या वरचे पेर क्रुष्ट किंवा पंचमाचे, त्या खालचे पेर मध्यमाचे. तर्जनीचे वरचे पेर गांधारासाठी, मधल्या बोटाच्या वरच्या पेरावर रिषभ, अनामिका– अंगठी घालण्याचे बोट – यावर षड्ज आणि कनिष्ठिकेवर मंद्र निषाद व मंद्र धैवत (अतिस्वार्य). अंगठा व कनिष्ठिका सोडून इतर बोटांची वरची पेरेच फक्त स्वरस्थापनेसाठी वापरायची. सामे म्हणताना ज्याप्रमाणे स्वर येतील त्याप्रमाणे अंगठ्याच्या अग्रभागाने स्पर्श करायचा आणि अंगठ्यावरील दोन्ही स्वरांना तर्जनीने स्पर्श करायचा असा नियम होता. अंगठ्याखेरीज इतर बोटांची खालची पेरे स्वरस्थापनेसाठी नाहीत (अपवाद अतिस्वार्य किंवा मंद्र धैवताचा. हा स्वर कमी वापरात येतो)

हे जे गात्रवीणेचे वर्णन दिले आहे, त्यातून स्वर-ठेका-ताल यांपैकी कशाची निर्मिती होत नाही. ही स्वरलिपीच्या चिन्हांसारखी– म्हणजे म्हणताना स्वर दाखविण्यासाठीची पद्धत आहे.

दुसरी वीणा दारवी वीणा : ही दारू अर्थात लाकडाची वीणा होती. तिचे शरीराशी साम्य दर्शविले जाई. उदाहरणार्थ– वीणेचा वादकाच्या डाव्या खांद्यावर टेकवला जाणारा भोपळा हे जणू मानुषी (मनुष्याच्या) वीणेचे मस्तक, वीणेचा अंतर्भाग पोकळ असणे हे मनुष्याच्या पोटाशी साधर्म्य, माणसाची जीभ स्वरोत्पत्तीला कारणीभूत असते, तशी वीणेच्या ठिकाणी हातांनी केले जाणारे वादन ही स्वरोत्पत्तीस कारण होणारी गोष्ट. वीणेच्या तारा व हातासह लांब अंगुली (बोटे). अशा प्रकारे

गात्रवीणा

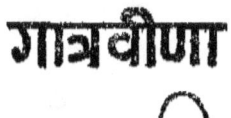

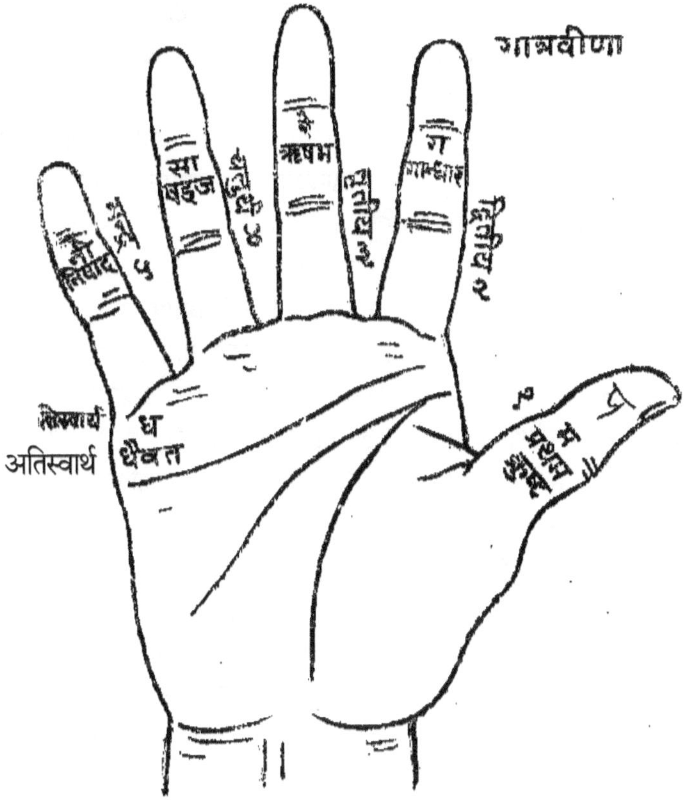

गात्रवीणा
सा
षड्ज
ऋषभ
ग
गान्धार
चतुर्थ ४
तृतीय ३
द्वितीय २
ध
धैवत
अतिस्वार्थ
म
प्रथम

हे साधर्म्य दाखविले जाई.

या दारवी म्हणजे काष्ठवीणेने अवरोही क्रमाने वादन होत असे आणि ही गायनाच्या साथीसाठी वापरली जाणारी वीणा होती. पूर्वी कंठसंगीताला साथ म्हणूनच स्वर-वाद्य आणि ताल-वाद्य उपयोगात आणले जाई. दुंदुभी, तूणव ही दोन नावे तालवाद्यांच्या संदर्भात घेतलेली दिसतात. ती सर्व वाद्ये (वीणा धरून) वनस्पतिजन्य म्हणजे वृक्षनिर्मित होती, असा उल्लेख सापडतो. एकूण वर्णनावरून लाकडाचा बुंधा किंवा ओंडका पोखरून त्यावर पशूंचे चामडे ओढून बसवून त्यावर लाकडाच्या दांडीने प्रहार करून तालवाद्य वाजविले जात असावे.

पुढे वेदकाळानंतरचा सूत्र किंवा सौत्र वाङ्मयनिर्मितीचा काळ येतो. या सौत्रकाळात वेदकालातील वाङ्मय विकास पावले. त्या काळी तालवाद्यांचा विकास झाला असण्याची शक्यता आहे. आघाटी, घाटलिका व कांडवीणा इत्यादी वीणांच्या साह्याने गायनाची साथ होत असे, असे उल्लेख तैत्तिरीय संहितेत (६.१.४) आहेत; तसेच दुंदुभी व तूणव वाद्यांचेही. ती साथीसाठी (तालवाद्य म्हणून) वाजवली जात, असे उल्लेख आहेत. निश्चित अशी लेखी प्रमाणे (डॉक्युमेंटेशन) नसल्याने अनुमानानेच ऋग्वेदसंहिता, तैत्तिरीय ब्राह्मण यांतील उल्लेख पाहून काही आडाखे बांधले गेले असावेत.

नृत्य : एक वर्षापर्यंत चालणाऱ्या सोमयागांच्या समूहाला सत्र असे नाव आहे. त्यातल्या यज्ञसमाप्तीच्या आदल्या दिवशी जो सोमयाग करतात, त्याला महायाग म्हणतात. या यज्ञाच्या वेळी १०० तारांचं वाण नामक वाद्य (वीणा या गटातलं) वाजवलं जाई. यज्ञकर्त्या यजमानांच्या पत्नी विविध प्रकारच्या स्तंबल, पिच्छोला नावाच्या वीणा वाजवत. पिच्छोला ही सुषिर गटातली- फुंकून वाजवायची वीणा होती. कांडवीणा नामक गजाने वाजवायची वीणा असे. त्या स्त्रिया या वीणा आलटून-पालटून वाजवत असत. भूमिदुंदुभी म्हणजे तालवाद्य गटातले वाद्य होते. जमिनीत खड्डा खणून त्यावर जनावराचे कातडे ताणून बसवून ही दुंदुभी म्हणजे ढोल-मृदंग यासारखे वाद्य वाजवत असत.

राजा जर एक वर्ष राज्यकारभारापासून दूर राहून यज्ञयाग करत असेल, तर त्याच्या राज्यावर परचक्राचे भय असे. मग सर्व वाद्यांच्या वादनातून त्या यजमान राजाचे स्तवन करणे, हा भाग असे. जमिनीत जी ध्वनिरूप वाणी प्रविष्ट झालेली असते, ती यज्ञकर्त्या राजाला प्राप्त होते- अर्थात तो तिच्यावर जय मिळवतो, अशी यामागची मूळ कल्पना आहे. (कृष्ण यजुर्वेद, तैत्तिरीय संहिता ७.५.९) आणि अशीच कल्पना सामवेदातही आहे.

अशा प्रकारे सामगायकांबरोबर साथीची वाद्ये म्हणून तंतुवाद्ये, सुषिर वाद्ये व अवनद्ध (दुंदुभी) वाद्येही वाजवली जात. यज्ञकर्त्यांच्या पत्नीही वाद्ये वाजवीत. दासी नृत्ये करीत. दीर्घकाळ चालणाऱ्या यज्ञांमध्ये विशेषकरून दासींची नृत्ये असत. अग्नीच्या स्थापनेसाठी ओटे बांधले जात, त्यांना 'धिष्ण्य' असे नाव असे. दक्षिणेकडे जो ओटा असे, त्याला 'मार्जालीय' असे म्हणत. त्याच्याभोवती प्रदक्षिणा घालत घालत, 'इदं मधु, इदं मधु' असे तोंडाने म्हणत-म्हणत दासी नृत्य करत असत. हे दीर्घकाळ चालणारे सत्ररूपी यज्ञकर्म मधासारखे अतिशय

मधुर आहे, असा त्याचा भावार्थ आहे. नाचताना उजवा पाय त्या दासींनी जमिनीवर आपटायचा, अशी प्रथा होती. देवतांना प्रिय असलेले मध हे अन्न त्यांना अर्पण करणे, हा हेतू असे. त्या दासी पदाघाताने यजमानाविषयी या पृथ्वीतलावर आदरभाव निर्माण करून ठेवत असत, असे म्हटले जाई. दासींनाही देवांचा प्रसाद व कृपा प्राप्त होत असे.

सामसंगीत व प्रचलित संगीतात बरीचशी साम्य स्थळे आहेत. मंद्र स्वरात प्रात:सवन करावं, मध्य स्वरात माध्यंदिन सवन करावं आणि तार स्वरात तृतीय सवन करावं- असे सोमयागासाठीचे निर्देश आहेत. आजच्या संगीताच्या संदर्भात पाहू गेल्यास सकाळी अर्धा स्वर कमी ठेवून रियाज करावा; कारण प्रात:काली कफाचे आधिक्य असते, असे म्हणतात.

सामगीताचे ५ विभाग असत. आपल्या धृपद गायनात नोम्‌तोम्, स्थायी, अंतरा, संचारी व आभोग असे पाच विभाग असतात. पूर्वीची व आजची स्वरसंख्या सारखीच (७ स्वर) आहे, तसेच स्वरनामांमध्येही सादृश्य आहे. सामगानातला प्रथम स्वर म्हणजेच वेणू या वाद्यातला मध्यम स्वर आहे, असे स्पष्टीकरण 'नारदी शिक्षा' या प्राचीन शिक्षा ग्रंथात दिले आहे.

मंद्र, मध्य, तार ही स्वरस्थाने समान आहेत, हे वर आलेच आहे. प्रात:काळी खालच्या स्वरात गावे, असेही निर्देश असल्याचे नमूद केलेच आहे. या संदर्भात श्रोत्यांची नेहमी मागणी असे की, व्याख्यानात ही स्वरस्थाने गाऊन दाखवावीत व आजच्याहून ते स्वर वेगळे कसे, ते सांगावे. ही पुनरुक्ती होत असे, कारण आधी म्हणजे व्याख्यानाच्या सुरुवातीस ज्या ऋचा मी गाऊन दाखवत असे, त्यात स्वर स्थिर असत आणि मागच्या-पुढच्या स्वरांचा संदर्भ न देता गायलेले असत. म्हणून आधी सामातले स्वर आणि मग लौकिक संगीतातले आजचे स्वर मी पुन्हा म्हणून दाखवत असे आणि हे स्वरज्ञान 'नारदी शिक्षे'तून मी मिळवले आहे, हेही सांगत असे. सामगीतांची सुरुवात वेगवेगळ्या स्वरांनी केली जाते आणि 'प्रत्येकं षड्‌जभावेन' (म्हणजे ज्या वेगवेगळ्या स्वरांनी सामगीताची सुरुवात असेल, तो प्रत्येक स्वर तिथे षड्‌ज मानायचा.), असं सूत्र त्यामागे असल्याचं काही विद्वान ऋत्विजांचं म्हणणं आहे. आपल्याकडे धृपद हा गीतप्रकार प्रचलित होण्याआधी मूर्च्छना हा भाग जातिगायनात होता, त्याचे बीजरूप 'प्रत्येकं षड्‌जभावेन' या सूत्रात स्पष्टपणे दिसून येते. हल्ली आपण राग जरी षड्‌जाला आधारस्वर मानून गात असलो; तरी मध्यम व पंचम या स्वरांना

षड्ज मानून भजने, ठुमऱ्या, दादरे इत्यादी गीतप्रकार गायले जातात.

मूर्च्छना अवरोही क्रमाने दाखवल्या जात, त्यामागेही पूर्वीचे अवरोही सप्तक होते याचा संबंध असू शकतो.

संवादकल्पना : साम गाणाऱ्या तीन मुख्य ऋत्विजांना ६ उपगाते साथ करत, ते उपगान मंद्र स्वरात 'हो' अशा उच्चाराने होत असे. ही आपल्या संवादकल्पनेची बीजरूपातली कल्पना असू शकते. 'उद्‌गीथ' या सामगानातील महत्त्वाच्या विभागात 'ओ'कार किंवा 'ओम्'काराने गायन करणे, हे प्रचलित आलापगायनाचे बीजरूप असू शकते, असे विद्वानांचे मत आहे.

आज जसे जुन्या परंपरेचे (पालखीचे भोई असावेत तसे) व नवी रचना करणारे, नवी घराणी निर्माण करणारे प्रतिभाशाली कलाकार असतात; तसेच जुन्या ऋचा जुन्या छंदात गाणारे, त्याच ऋचा नव्या छंदात किंवा बदलून गाणारे ऋत्विज होते. नवीन ऋचा रचणारे, नव्या छंदात त्या गाणारे ऋत्विजही होते.

गायकांचे गुण-दोष : असे प्रकरण 'संगीत रत्नाकरा'त चर्चिले गेले आहे. याचे मूळ सामसंगीतात उपलब्ध आहे. 'लाट्यायन' सूत्रात असे निर्देश आहेत- १) साम गाताना 'अग्रस्त' असे गावे, म्हणजे अक्षरं खाऊ (गाळू) नयेत. २) विस्कळितपणा नसावा. ३) 'अविलंबित' म्हणजे मध्य लयीत शब्दोच्चार करावेत. ४) गायन 'अनंबूकृत' असावे- म्हणजे गाताना तोंडातून थुंकीचे तुषार उडू देऊ नयेत. ५) छातीतून निघणाऱ्या दमदार आवाजात सामे गावीत. ६) गातांना दात खाऊ नयेत, दातांचा आघात शब्दांवर होऊ देऊ नये.

वरील निर्देश वाचताना 'रत्नाकरा'तील 'संदष्टोद्‌धृष्टसूत्कारिभीतकम्पितशङ्किता:' इत्यादी चरणाने सुरू होणाऱ्या गायकांच्या दोषांची यादी स्वाभाविकपणे आठवते. माझ्या दोन कार्यक्रमांमध्ये मी हा अनुभव घेतला. सामगायकांच्या दोषांची वरील वर्णने ऐकून श्रोत्यांनी 'संगीत रत्नाकरा'त नि:शंक शार्ङ्गदेवाने यापासून स्फूर्ती घेतली असावी, असे उभे राहून सांगितले होते.

आता आपण सामाच्या स्वरलिपीशी प्रचलित भातखंडे व पलुस्कर पद्धतीच्या स्वरलिपीमधील साम्यस्थळे ताडून पाहू या- सामवेदिक स्वरलिपीत अनुदात्त स्वरासाठी आडवी रेघ असते. भातखंडे स्वरलिपीत ही खूण कोमल स्वरासाठी घेतली आहे, तर पलुस्कर स्वरलिपीत एक मात्रेसाठी हीच खूण आहे.

साम स्वरलिपीत उदात्त स्वरासाठी कोणतेच चिन्ह नाही आणि भातखंडे व पलुस्कर या दोन्ही स्वरलिपींत शुद्ध स्वरासाठी कोणतेच चिन्ह नाही- हा

निव्वळ योगायोग निश्चितच नव्हे. हा साम लिपीचा प्रभावच मानायला हवा. या ठिकाणी खूपसे श्रोते हात वर करून बसल्या जागेवरून आपली संमती दर्शवीत असत. खरे तर उदात्त म्हणजे उंच स्वर, अनुदात्त म्हणजे खालचा आणि हे दोन्ही जिथे मिळतात, एकत्र येतात ते स्थान स्वरित स्वराचे; पण प्रत्यक्षात उदात्ताला षड्ज मानले जाते आणि लक्षणीय बाब ही की, तो कोमल स्वर नाही.

सामवेदिक स्वरलिपीत स्वरितावर उभी रेघ असते, भातखंडे पद्धतीत तीव्र मध्यमावर उभी रेघ असते आणि पलुस्कर पद्धतीत तार सप्तकासाठी उभी रेघ हे चिन्ह वापरतात.

अवग्रहासाठी 'ऽ' हे वैदिक स्वरलिपीतले चिन्ह आहे आणि भातखंडे व पलुस्कर दोन्ही स्वरलिपींमध्ये ते अवग्रहासाठीच प्रयुक्त होते.

ताल : सामवेदिक स्वरलिपीत ताल नाहीत, मात्र अंतर्लय आहे. सामवेदिक स्वरलिपींत विभागसमाप्तीसाठी दोन दंड '।।' आहेत आणि पर्व समाप्तीसाठी एकेरी '।' दंड असतो. आजच्या दोन्ही स्वरलिपींमध्ये ही चिन्हे आहेत. भातखंडे स्वरलिपीत स्थायी व अंतऱ्याच्या शेवटी एकेरी दंड असतो.

पलुस्कर स्वरलिपीत काव्यलेखन (स्वरलिपीच्या आधी दिलेले काव्य) आरंभी स्थायी संपवताना एकेरी दंड व अंतऱ्याचे शब्द समाप्त करताना दोन दंड असतात. तसेच स्वरलेखनाचे वेळी दोन्ही स्वरलिपीत आर्वतन समाप्तीचा निदर्शक म्हणून एकेरी दंड असतो.

इथपर्यंत दोन्ही स्वरलिपी (प्रचलित) व साम स्वरलिपीतली साम्य व भेद स्थळे थोडक्यात दर्शवली आहेत. त्यातून हे निश्चितपणे प्रतिपादता येते की, साम स्वरलिपीतील चिन्हांचा वापर पुढीलांनी केला आहे.

जाता-जाता सामसंगीताविषयीची माहिती देणाऱ्या प्रमाणभूत अशा ग्रंथांचे उल्लेख करते. नारदीय शिक्षा, पाणिनि शिक्षा, यजुर्वेद प्रातिशाख्य असे ग्रंथ प्रामुख्याने आहेत. शिक्षाग्रंथ मुख्यत: वैदिक स्वरांचं आणि त्यासंबंधीच्या व्याकरणाचं विवेचन करतात. प्रातिशाख्येही बहुतांशी याच स्वरूपाचे ग्रंथ म्हणता येतील.

नारदीय शिक्षेत सामगायनाच्या स्वरांचं थोडं विस्तृत वर्णन आहे, म्हणून संगीताच्या दृष्टीने अन्य शिक्षाग्रंथांपेक्षा या छोट्याशा ग्रंथाला विशेष महत्त्व आहे. प्रातिशाख्यात उदात्ततर, उदात्तसम, अनुदात्ततर, अनुदात्तसम असे स्वरिताचे चार उच्चार सांगितले आहेत. म्हणजे ऋग्वेदातील उदात्त, अनुदात्त, स्वरित व प्रचय हे चार भेद वाढून यजुर्वेद प्रातिशाख्यात स्वरिताचे चार उच्चार आणखी आले. पण

हे स्वर गाऊन दाखविणारी परंपरा आज आपल्याकडे नाही.

'नारदीय शिक्षे'त आजच्या लौकिक संगीतातील षड्ज, रिषभादी स्वर हेच सामगायनातील प्रथम, द्वितीय इ. नावांनी ओळखले जाणारे स्वर आहेत, असे नि:संदिग्धपणे सांगून; शिवाय वेणू या वाद्यास आधार धरून प्राचीन आणि अर्वाचीन स्वरांचे स्पष्टीकरण दिले आहे. 'नारदीय शिक्षा' हे छोटेसे पुस्तक आहे. प्राचीन परंपरेप्रमाणे सर्व पुस्तक पद्यरूप आहे. दोन भाग किंवा प्रपाठकात मिळून एकूण २३० श्लोक आहेत. शास्त्रीय ग्रंथात काव्यालंकारांचा उपयोग करून विषय स्पष्ट करणे, ही गोष्ट विरळाच! त्या दृष्टीने हा शिक्षाग्रंथ वैशिष्ट्यपूर्ण आहे.

'दह्यात जसे तुपाचे अस्तित्व, लाकडात जसे अग्नीचे अस्तित्व, तशी स्वरात श्रुती विद्यमान असते.'

'विरळ सावलीतून उन्हात जातानाचा सांधा जसा स्पष्टपणे जाणवत नाही, तसे एका स्वरातून दुसऱ्या स्वरावर धक्का न देता जावे.' अशा सुंदर उपमा देऊन विषय स्पष्ट करण्याचे वैशिष्ट्य या ग्रंथात दिसते.

काही शंका

सामसप्तक हे मध्यमारंभक सप्तक आहे, त्यामुळे क्रम- मगरेसानि़ध़प़ असा हवा, पण तो क्रम प्रारंभी नि़ध़प़ ऐवजी ध़नि़प़ असा होता- हे सामसंगीतातले एक गूढ आहे. श्रुतिविषयाचे गाढे अभ्यासक पं. बा. गं. आचरेकर यांच्या मते, संगीतात जसे घराण्यांचे भेद आहेत तसा हा प्रकार असावा. नंतरच्या काळात निधप असा क्रम झालेला दिसतो. गात्रवीणेत अंगठ्यावर दर्शविलेला क्रुष्ट स्वर क्रमाने पहिला का शेवटचा, याविषयीही प्राचीन मते दोन प्रकारची आहेत. मात्र निश्चितपणे आजमितीस काही सांगता येत नाही. एखादा लुप्त दुवा भविष्यात प्रकट झाल्यास ही गूढे उकलण्यास मदत होऊ शकेल.

कनिष्ठिकेच्या पहिल्या पेरावरील अतिस्वार्य हा स्वर सामात विशेष वापरात नाही. सामात मगरेसानि हे स्वर जास्त प्रयोगात आलेले दिसतात, क्वचित धैवत घेतला गेला आहे. तसेच, अंगठ्यांच्या पहिल्या पेरावरील पंचम वापरात घेतलेला दिसत नाही.

या सर्व शंकांचे निरसन करणारी प्रमाणे भविष्यात सापडतील, अशी आशा करू या.

***

२६.
संगीतविषयक लिखाण आणि संगीत समीक्षा

भारतीय इतिहासाचे एक ठळक वैगुण्य म्हणजे डॉक्युमेंटेशन किंवा दस्तावेजीकरणाचा अभाव. आपल्या संगीतातही आपल्या या दोषाचे वा उणिवेचे प्रतिबिंब दिसून येते. भारतातील प्राचीन काळातल्या नोंदी पाहावयास गेले असता, निराशाच पदरी येते.

अगदी वेदकाळात जाऊन पोचल्यास चार वेदांपैकी सामवेदाची महती संगीतासाठी वर्णिलेली आहे. सामातील ऋचा गेय होत्या; किंबहुना, असे म्हणू या की, ऋग्वेदातील गेय ऋचांचा संग्रह म्हणजे सामवेद. सामवेदातील ऋचांच्या गायनाने देवांना यज्ञासाठी आवाहन, त्यांना हविर्भाग देणे, त्यांची तुष्टी या गोष्टी प्रमुख होत्या. सामवेदाचे सप्तक अवरोही होते. मुख्यत्वे ३-४ स्वरच त्यांत प्रयुक्त केले जात. हा सर्व तपशील आता सर्वांना ज्ञात आहेच. पण सामवेदातील संगीत हे संगीतासाठी मुख्यत्वे प्रयुक्त झालेले गायन नाही. प्रत्युत, यज्ञविधी रीतसर व्हावेत यासाठी ते मंत्रगायन केले जाई. त्यातील स्वर स्थिर होते; त्यांना आंदोलने नसत, पुढच्या-मागच्या स्वरांचा संदर्भ देऊन ते स्वर म्हणत नसत. आणि सांगीतिक सौंदर्यासाठी ते मंत्रपठण/गायन नव्हते. त्यामुळे यासंदर्भात समीक्षेचा प्रश्नच उद्भवत नाही.

पुढे झालेला महत्त्वाचा ग्रंथ म्हणजे भरताचे नाट्यशास्त्र. इ.स.पू. २०० ते इसवी सन २०० या कालखंडात पुरा झालेला हा ग्रंथ. कालनिर्णयाचा प्रश्न आपल्याकडे नेहमीच जटिल राहिलेला आहे. शिवाय एवढ्या दीर्घ कालखंडात पुऱ्या झालेल्या ग्रंथाला एककर्तृत्व असणे शक्यच नाही. (इथे हा मुद्दा प्रस्तुत नाही, हा भाग वेगळा.) या ग्रंथात नाट्यविषयक लेखन प्रमुख आहे आणि नाट्याच्या अनुषंगाने आलेले संगीताविषयीचे लेखन आहे. पण ते इतके परिपूर्ण

आहे की, आजच्या घडीलाही आपण भरताने सांगितलेल्या तपशिलांपेक्षा वेगळी उपलब्धी प्राप्त केलेली नाही, असे म्हणावे लागेल.

या ग्रंथात समीक्षा हा विषय नाही; संगीताची सर्वांगाने चर्चा जरूर आहे– तशी ती नाटकाचीही आहे आणि सांगोपांग आहे.

नंतरच्या ग्रंथांपैकी रत्नाकर (शार्ङ्गदेव), बृहद्देशी (मतंग), शिक्षाग्रंथांपैकी नारदीय शिक्षा, स्वरमेल कलानिधी (रामामात्य), रागविबोध (सोमनाथ), संगीत दर्पण (दामोदर) आणि असे कैक ग्रंथ झाले. भरताप्रमाणे मांडणी व गृहीतके आणि संगीतशास्त्राचा ऊहापोह या ग्रंथांमध्ये आहे; समीक्षेविषयी काही नाही.

सामान्यत: भातखंड्यांचा काळ येईपर्यंत हीच परिस्थिती आहे. भातखंड्यांना संगीतशास्त्राची नीट मांडणी करणे आणि संगीताच्या प्रत्यक्ष (प्रायोगिक) शिक्षणासाठीची तयारी म्हणून क्रमिक पुस्तकमालिकेचे ५ भाग लिहिणे (हिंदुस्थानी संगीतपद्धतीविषयी शास्त्रग्रंथांची ४ भागांची मालिका), यात फार काळ घालवावा लागला. संगीत विद्यालये काढणे, चालवणे, संगीत परिषदा भरवणे ही कार्येदेखील त्यांनी केली; पण समीक्षाविषयात त्यांनी विशेषसे कार्य केले नाही. त्यांच्यानंतर सुमारे वीस वर्षांनी जन्मलेले गोविंदराव टेंबे हेच समीक्षेच्या संदर्भातले पहिले नाव म्हणायला हवे. एक दुरुस्ती इथेच करते– ती म्हणजे, श्री. केशवराव भोळ्यांनी तत्कालीन 'वसुंधरा' साप्ताहिकात १९३२ च्या सुमारास 'आजचे लोकप्रिय गायक' अशी लेखमाला लिहिली होती, तिचे संकलन १९३३ मध्ये 'आजचे प्रसिद्ध गायक' या नावाने प्रकाशित झाले होते. ते साप्ताहिक मो. ग. रांगणेकरांचे होते. शिवाय तत्कालीन 'रत्नाकर' मासिकात केशवरावांनी पं. बखलेबुवा, गोहरजान वगैरे कलाकारांवर काही लेख लिहिले होते. त्यामुळे टेंबे यांच्याआधी रसग्रहणात्मक असे सांगीतिक लिखाण श्री. भोळ्यांनी केले, असा ग्रांथिक पुरावा उपलब्ध आहे.

सन १९३८ च्या ऑगस्टपासून १९३९ च्या नोव्हेंबरपर्यंत सुमारे वर्षाहून जास्त काळ श्री. गोविंदराव टेंबे यांनी 'मनोहर' मासिकात 'माझा संगीतव्यासंग' या शीर्षकाने आस्वादक लिखाण केले. त्याचे पुढे पुस्तक झाले व शीर्षक तेच राहिले.

तात्पर्य– शास्त्रीय विवेचनपर रागचिकित्सा, वादीसंवादी इत्यादी गोष्टींखेरीज संगीतविषयक वाङ्मयात काही लिहिले गेले नव्हते; ते प्रथम १९३२ मध्ये भोळ्यांनी व १९३८ मध्ये टेंब्यांनी लिहून आस्वादक, रसग्रहणात्मक लिखाणाचा

श्री गणेशा केला. गोविंदरावांचं विशेष महत्त्व असं की, स्वत: ते प्रत्यक्ष संगीतसाधक होते. तशी केशवरावांनीही संगीताच्या क्षेत्रात भरपूर मुशाफिरी केली. मात्र ते संगीत-दिग्दर्शक म्हणून अधिक प्रसिद्धीस आले. गोविंदराव नट, मराठी बोलपटांचे संगीत-दिग्दर्शक, नाट्यसंगीताचे दिग्दर्शक, संगीतिका लिहिणारे, उत्तम हार्मोनिअमपटू होते.

केशवराव भोळ्यांच्या लिखाणात अधिक रसग्रहण, चिकित्सा, आस्वादक वृत्ती, परीक्षणात्मक विवेचन असे चौफेरपण आहे. मात्र या दोघांनी संगीताच्या क्षेत्रात हे वेगळे दालन उघडून दिले. एखाद्याच्या आवाजाची जात कशी होती, हे सांगताना केशवराव चपखल शब्दांनी ती जात कानांसमोर जणू उभी करतात- भास्करबुवांचे गाणे स्वरांची पीळदार खेच करून भरलेले, विलंबित लयीत कसलेले असे अस्ताई अंतरे असलेले होते. बखलेबुवांच्या अस्ताई अंतऱ्याबद्दल आणखी एक उल्लेख वाचनात आला. विद्वत्तापूर्ण असूनही रसयुक्त, भारदस्त असूनही ढंगदार असा अस्ताई अंतरा बाळकृष्णबुवांच्या नंतर मैफलीत सरसपणे कोणी भरत असतील, तर ते भास्करबुवाच!

परखडपणे चिकित्सा करणे, हाही भोळ्यांचा विशेष. गोविंदराव टेंब्यांनी व गुंडोपंतांनी (वालावलकर) बुवांच्या (भास्करबुवांच्या) गायकीच्या काही तऱ्हा गळ्यापेक्षा पेटीतून जास्त सरसतेने काढल्या. दोघांनीही आवाजाची जोपासना फारशी केलीच नाही. (गोविंदराव टेंब्यांबद्दल असे स्पष्टोद्गार काढणारे विरळाच!)

पं. विष्णू दिगंबरांबद्दल केशवराव लिहितात, ते कसे मर्मग्राही आहे... कलावंतांच्या व्यसनांचा, लहरी छांदिष्टपणाचा विष्णुबुवांच्या मनावर फार परिणाम झाला. अशा भ्रष्ट वातावरणातून संगीतकलेचे विमोचन करण्याच्या हेतूने प्रयत्न करता-करता पंडितजींनी व्यक्तींऐवजी कलेच्या पावित्र्यासंबंधी भलत्याच अतिरेकी समजुती करून घेतल्या व आपल्या गायकीला शृंगाररसापासून अलिप्त ठेवले.

प्रथम श्रेणीच्या गायकांनी व्यसने केली, ती कलेच्या व्यासंगावर सतत लक्ष केंद्रीभूत व्हावे म्हणून... त्यांच्या कलेत व्यसनांनी बिघाड झाला, अशी उदाहरणे थोडी सापडतील.

केशवरावांचे हे विधान सर्वांना पटणार नाही; कारण अगदी अलीकडच्या १०-२० वर्षांत व्यसनाधीन होऊन कलेला उतरती कळा लागलेले, प्रसंगी जीव घालवून बसलेले कलाकार बरेच दिसू लागले आहेत, हे मान्य. पण त्यांनी विष्णुबुवांच्या संदर्भात त्यांना जे वाटले, ते नेमकेपणाने सांगितले आहे, हे

नि:संशय. त्यांच्याशी मतभेद असलेली मंडळी आहेत; पण इथे मला केशवरावांचे अभिव्यक्तीतले सामर्थ्य, एवढ्यापुरतेच सांगायचे आहे.

सुगम संगीतात त्यांनी यशस्वी मुशाफिरी केली. त्याचे तपशील 'माझे संगीत' (रचना आणि दिग्दर्शन, मौज प्रकाशन गृह, प्रकाशन १९६४, प्रथमावृत्ती) मध्ये विस्तृतपणे दिलेले आहेत.

'अस्ताई' या पुस्तकात गणपतराव भाटे, मिराशीबुवा यांच्याविषयीची भोळ्यांची वर्णने संक्षिप्त पण मुद्देसूद आहेत. उ. अब्दुल करीमखाँचे श्रुतिविषयक विचार, त्यांचे तंबोरे बनविण्याच्या तंत्राविषयीचे कसब, तबल्याची चाट-थाप सारख्या सुरात वाजण्यासाठी त्यांनी शोधलेली युक्ती- यांतील काहीच केशवरावांच्या नजरेतून सुटलेले नाही. त्याचबरोबर, केसरबाईंचा दमश्वास भरपूर व गाण्यातली सहजता त्यांना अतिमेहनतीने प्राप्त झाली आहे, त्यांच्या गाण्यातला स्वरविस्तार चीजांच्या स्वररचनेला धरून होत नसल्यामुळे (विशेषत: तानांमध्ये) रागांचे स्वरूप शुद्ध राहत नाही... या दोघींनी (मोगूबाई व केसरबाई) दिलेल्या रेकॉर्ड्‌समध्ये याबद्दल भरपूर पुरावा उपलब्ध आहे... अशी विधाने भोळे करतात आणि याला धृपदगायक वजीरखाँ यांची साक्षही काढतात. वजीरखाँचे विधान त्यांनी उद्‌धृत केले आहे. ''तुम्ही ख्यालियांनी ताना मारून आमचे राग बिघडवून टाकले आहेत.'' -हे ते विधान. भोळे म्हणतात की, चुकीची तालीम आणि स्वरज्ञानाचा अभाव यामुळे या गायिका चुकीचा विस्तार करतात. पं. केशवराव भोळे अशी विधाने ठामपणे करतात व पुरावेदेखील देतात. त्याचबरोबर हिराबाईंच्या गाण्याविषयीचे त्यांचे तपशील- खाँसाहेब वहीदखाँ यांच्या शिष्या हिराबाई बडोदेकर (यासुद्धा कसे तरी शब्दोच्चार करतात) यांच्यासारखी सुरेल स्वरांची खेच करून पद्धतशीर अस्ताई अंतरा भरणारी गायिका महाराष्ट्रातच काय, पण अखिल भारतात सापडणे कठीण! अगदी केसरबाई व मोगूबाईही त्यांच्या विलंबित, सुरेल गायनापुढे निष्प्रभ ठरल्या आहेत- आणि जोपर्यंत हिराबाई अशाच पद्धतीने गात आहेत तोपर्यंत प्रभावी ठरतील. हिराबाईंचे स्वरालाप माणसाला देहभान विसरायला लावतात. म्हणजे भोळे फक्त स्तुती करत नाहीत; हिराबाई सुरेलपणे स्वरांची खेच सुंदर करतात, त्याचबरोबर त्यांचे शब्दोच्चार चांगले नाहीत, हेही म्हणतात. पण त्या सुरेल आलापचारीने श्रेष्ठ असल्याचे ते मान्य करतात. पं. बाळकृष्णबुवांच्या शिष्यांमध्ये भाटेबुवा गाण्यात रंग फार चांगला भरत; पण त्यांना आवाजाची देणगी नव्हती, हे नमूद करून केशवराव म्हणतात- बुवांच्या सर्व शिष्यांत

मुसलमान गवय्यांची रसीली वृत्ती भाटेबुवांमध्येच दिसून येई. आणखी एक निरीक्षण त्यांनी नोंदविले आहे- भास्करबुवां (बखले) प्रमाणेच गाणे ऐकवायला भाटेबुवा केव्हाही तयार असत; तसा अस्ताई अंतरा सांगण्यासही! हिराबाईंच्या भगिनी सरस्वतीबाई यांना हिराबाईंनी तयार केले, त्या त्यांच्यासारखा भास गाण्यात निर्माण करतात. उ. अल्लादिया खाँचे पुतणे नत्थन खाँ यांची तालीम बरीच वर्षे घेऊनही सरस्वतीबाईंच्या गाण्यावर त्या गायकीचा परिणाम दिसत नाही, हे सांगून भोळे स्वत:चे मत सांगतात- नत्थन खाँकडून मिळालेल्या चीजांची तालीम शुद्ध स्वरूपात मिळालेली वाटत नाही.

केशवरावांची 'प्रभात'मधील कारकीर्द गाजली. त्यांनी 'अमृतमंथन'मधल्या गाण्यांसाठी किती मेहनत घेतली, कशी माहिती गोळा केली, वाद्यांची निवड का व कशी केली- हे सर्व तपशील फार अभ्यासपूर्ण आहेत.

नंतरच्या काळात मात्र बऱ्याच लेखकांनी सांगीतिक लिखाण केले. यात पं. वामनराव देशपांडे हे एक प्रमुख नाव आहे. त्यांच्या 'घरंदाज गायकी' या पुस्तकाने शास्त्रीय संगीताच्या समीक्षेचा प्रारंभ झाला, असे म्हणणे योग्य होईल. त्यांची ग्रंथसंपदा विपुल आहे. आलापिनी, महाराष्ट्राचे संगीतातील कार्य ('महाराष्ट्राज काँट्रिब्युशन टू म्युझिक' या पुस्तकाचा मराठी अनुवाद), याखेरीज विविध पुस्तकांना त्यांनी दिलेल्या दीर्घ प्रस्तावनादेखील लक्षणीय आहेत. पं. कुमार गंधर्वांच्या 'अनूपरागविलास' (भाग १) या पुस्तकातील त्यांची दीर्घ प्रस्तावना त्यांनी कुमारजींचा, त्यांच्या रचनांचा किती अभ्यास, व्यासंग केलाय, हे दर्शविणारी आहे.

'घरंदाज गायकी'मध्ये शास्त्रीय लिखाणाची अभिजात संगीतासंदर्भात असलेली वानवा त्यांनी खेदपूर्वक नमूद केली आहे. त्यामुळे नव्याने या विषयावर लिहू इच्छिणाऱ्या व्यक्तीचा मार्ग कठीण होऊन बसतो, असेही त्यांनी म्हटले आहे. या संदर्भात त्यांनी प्रो. बी. आर. देवधर यांनी 'संगीत कला विहार' मासिकांच्या माध्यमातून जे लिखाण केले, त्याचा स्वत: वामनरावांना उपयोग झाला, असे म्हटले आहे. मात्र त्यांच्या काळापर्यंत देवधरमास्तरांच्या लेखांची पुस्तके झाली नव्हती, त्यामुळे वामनरावांना 'संगीत कला विहार'चे बारा वर्षांचे अंक धुंडाळावे लागले. आता देवधरांची पुस्तके उपलब्ध असल्याने पुढील मंडळींना लेखनासाठी संदर्भ मिळविणे सोपे जाईल.

श्री. वामनरावांनी 'घरंदाज गायकी' या १९६१ मध्ये प्रकाशित झालेल्या

पुस्तकात स्वर, घराणी, आवाजावर घराण्यानुरूप केले जाणारे संस्कार, घराण्यातील रीतभात, कायदे, तीन पिढ्यांचे आवश्यक असे सातत्य, घराण्याच्या मूळ गायकाच्या म्हणजे संस्थापकाच्या आवाजधर्माला सुसंगत असे स्वरालंकार व तानांचे त्या-त्या घराण्यात प्रचलन असणे- इत्यादी मूलगामी बाबींचा अतिशय विस्ताराने ऊहापोह केला आहे. पन्नास वर्षांपूर्वीच्या या लिखाणात पुरेशी सुस्पष्टता आहे, विचारांचा गोंधळ नाही. पुष्कळदा परखडपणे आपली मते मांडली आहेत. पं. केशवराव भोळे यांच्याप्रमाणेच नाट्यसंगीताविषयीची विधाने आहेत. उदा.- ''मोठ्या गायक-गायिकांच्या वरदहस्ताने, सौंदर्यस्पर्शाने नाट्यसंगीत पल्लवित झाले आणि त्यांच्याच प्रभावामुळे नाट्याचार्यांनी नाटक भ्रष्ट केले, दिग्दर्शकांना चळ लागला, प्रेक्षकांनी ताळ टाकला व टीकाकार मूक झाले.''

तात्पर्य असे की, श्री. वामनराव देशपांड्यांसारख्या व्यापार-उद्योगक्षेत्रातल्या एका हिशेब तपासनीसाचा पेशा (त्यांच्या पूर्वकथनातील उद्गार) करण्यात आयुष्याची ३० वर्षे घालविलेल्या माणसाने अभिजात संगीताविषयी इतका तपशील मांडणे, हे अभिमानास्पद आहे. त्यांच्या 'आलापिनी' या पुस्तकातले लिखाणही भरपूर तपशील असलेले, माहितीपूर्ण आहे; मात्र या पुस्तकाचे स्वरूप 'संगीतकारांच्या व्यक्तिविषयक गायकीची स्वरूप चित्रणे' ('थोडा खुलासा आणि आभार'मधून); याखेरीज महाराष्ट्राचे संगीतातील कार्य Maharashtra's Contribution to Music चा मराठी अनुवाद- अनुवादक श्री. ह. देशपांडे या आपल्या पुस्तकात महाराष्ट्रातील थोर गायक, महाराष्ट्रात झालेले संगीतविषयक संशोधन, ग्वाल्हेर, आग्रा वगैरे गायकीसंबंधी लेख, इतर काही- तंजावरची राजवट, नाट्यसंगीत, पं. वि. दि. पलुस्कर, हरिकथा कालक्षेपम्-कीर्तन-हरिकीर्तन इत्यादी विषयांचे सखोल निरूपण, विवेचन त्यांनी केले आहे.

श्री. वामनराव देशपांड्यांनंतर अनेक नावे समीक्षेच्या क्षेत्रात आढळतात. पैकी बहुप्रसव लेखक म्हणून डॉ. अशोक रानडे यांचे नाव अग्रक्रमाने समोर येते. त्यांनी सर्वप्रथम 'संगीताचे सौंदर्यशास्त्र' हा अपूर्व ग्रंथ लिहिला. त्यानंतर त्यांची बरीच पुस्तके आली. पैकी 'संगीत विचार' या बृहद्ग्रंथास राज्य शासनाचा पुरस्कार आहे. त्याखेरीज १८-२० पुस्तके त्यांच्या नावावर आहेत. त्यांच्याविषयी आपण नंतर पाहूच. पण वयाने ज्येष्ठ असलेली बरीच माणसे त्यांच्यापूर्वी या समीक्षेच्या क्षेत्रात कार्यरत होती, आहेत. पैकी अरविंद मंगरूळकर, कृ. द. दीक्षित, दत्ता मारूलकर, गोपाळकृष्ण भोबे, रामकृष्ण बाक्रे, मा. कृ. पारधी,

प्रो. बी. आर. देवधर ही माणसे आणि डॉ. रानडेही आज हयात नाहीत. पं. बबनराव हळदणकर हे बुजुर्ग चिंतक आहेत. आग्रा घराण्याच्या गायकीवर त्यांचे प्रेम आहे आणि ते त्या घराण्याचे गायक, गुरू आहेत. रचनाकार म्हणूनही ते परिचित आहेत. 'जुळू पाहणारे दोन तंबोरे' हे त्यांचे पुस्तक प्रसिद्ध आहे. यात जयपूर व आग्रा गायकींचे सखोल विवेचन आहे. या दोन्ही घराण्यांत बबनरावांनी स्वत: शिक्षण घेतले आहे. पं. वामनरावांनी मांडलेली अर्धवर्तुळाची संकल्पना– एका टोकाला लयप्रधान आग्रा, दुसऱ्या टोकाला स्वरप्रधान किराना आणि स्वर व लय यांचा मेळ- मध्यावर ग्वाल्हेर (स्थूल मेळ) आणि जयपूर (सूक्ष्म मेळ) अशी ती संकल्पना आहे. आणि बबनरावांनी ती अमान्य असल्याचे साधार प्रतिपादित केले आहे. याखेरीज दोन्ही घराण्यांची बलस्थाने, त्याचप्रमाणे योग्य तिथे टीका असा हा ग्रंथ आहे. समीक्षा म्हणून ग्रंथाचे महत्त्व नक्कीच मानायला हवे. 'घरंदाज गायकी'नंतर असा चिकित्सक ग्रंथ बहुधा हाच आहे. पं. बबनरावांचे दुसरे पुस्तक इंग्रजीतले Ragas as sung in Agra Gharana 'रागों के रंग आग्रेके संग' असे आहे. यात सीडी- एमपी-थ्री समाविष्ट आहे. सकाळ, दुपार, संध्याकाळ, रात्रीचे मिळून या पुस्तकात एकूण ३४ राग दिले आहेत. तोडीसारख्या रागाच्या विवेचनात स्वरांची आंदोलनसंख्यादेखील नमूद केली आहे. ही एक अमूल्य देणगी पं. बबनरावांनी संगीतजगताला दिली आहे. आजही बबनराव विद्यादान करीत आहेत.

डॉ. श्रीरंग संगोराम हे हिंदीचे प्राध्यापक म्हणून निवृत्त झालेले व्यक्तिमत्त्व; पण छंद म्हणून संगीताच्या क्षेत्रात त्यांनी केलेली मुशाफिरी अत्यंत डोळस अशी होती. गायन, सतार व तबला या तिन्हींचे शिक्षण त्यांनी घेतले असल्याने त्यांच्या समीक्षेला प्रयोगाचा आधार प्राप्त झाला आहे. निरनिराळ्या संगीतविषयक (सांगीतिकांच्या) गौरव ग्रंथांचे संपादन, वृत्तपत्रीय लेखन, 'आस्वादक संगीत समीक्षा'सारखे चिकित्सापूर्वक केलेले लिखाण, डॉ. रातरंजनकर यांच्या 'संगीत परिभाषा' या मराठी पुस्तकाचा हिंदीत अनुवाद, गानवर्धन संस्थेच्या 'मुक्त संगीत संवादा'चे संपादन, त्यातील 'शास्त्रीय संगीतातील बोलीतत्त्व' हा सुंदर लेख- असे बरेच लिखाण डॉ. संगोरामांच्या नावावर जमा आहे. डॉ. संगोराम विद्येच्या क्षेत्रात बराच काळ वावरले, शिवाय ज्ञानाच्या कक्षा विस्तारलेल्या आणि बरेच पैलू असलेलं व्यक्तिमत्त्व; त्यामुळे 'यंत्रयुगाचा संगीतावर होणारा परिणाम', तसेच 'आधुनिकतावादाचा लोकांवर बसू लागलेला पगडा यामुळे

संगीतावर झालेला परिणाम' अशा प्रकारचे सर्वंकष लिखाण त्यांनी केले. याखेरीज नाट्यसंगीत, बालगंधर्व ही त्यांची मर्मस्थाने; त्यामुळे नाट्यसंगीत, भावसंगीत यांसारख्या गोष्टींचा धांडोळा त्यांनी समर्थपणे घेतला. त्यांची शब्दकळा ही भाषेच्या अध्यापनाने समर्थ बनली असल्याकारणाने अभिव्यक्तीत सुस्पष्टपणा असे. वाटवे, सुधीर फडके यांविषयीचे त्यांचे लिखाण मनोज्ञ व त्यांच्या दीर्घोद्योगाची प्रचीती देणारे झाले आहे.

प्राध्यापक अरविंद मंगरूळकर हे डॉ. संगोरामांच्या आधीच्या पिढीचे बुजुर्ग. ते संस्कृतचे अध्यापक व गाढे विद्वान. त्यांच्या रसग्रहणाचा, परीक्षणाचा डौल अनोखा आहे. त्यात वाग्वैदग्ध्य आहे, शब्दांची योग्य निवड आहे आणि त्या योगे आपले विचार ते अचूकपणे व्यक्त करतात. आज रूढ असलेल्या मैफलीचा सर्वसाधारण पाया घालण्याचे काम हिराबाईंनी केले. ख्याल- ठुमरी- भजन असे सर्व प्रकार मैफलीत गात राहणे असे स्वरूप त्यांनी मैफलीला दिले. पण यामुळे प्राध्यापक मंगरूळकर हिराबाईंना सर्वगुणसंपन्न ठरवत नाहीत; तर- हमखास घेण्याच्या ज्या जागा हिराबाईंच्या गाण्यात हटकून येत, त्यामुळे ती मैफलीतली युक्ती असल्याचे लक्षात येई, असेही ते म्हणतात. मग ते जणू सारांशरूपाने सांगतात- बाईंचे गाणे मधुर, सुंदर, नेटके, व्यवस्थित पण त्याला लोकोत्तर दीप्ती नव्हती. नायगाऱ्याच्या धबधब्याचा प्रचंडपणा नव्हता.

फैय्याजखाँचे गाणे म्हणजे बादशाही गजराजासारखे, धृपदगायनामुळे स्वरलयीचे सख्य- इथे संस्कृतज्ञ मंगरूळकरांना कालिदासाची 'वागर्थाप्रमाणे संपृक्त' ही उपमा द्यावीशी वाटली. (वाणी आणि अर्थ जसे एकमेकांशी जोडले गेलेले असतात, तसे) पं. रविशंकरांच्या जोडकामात एकीमधून एक अशा छेडीच्या सर्व उपजांमध्ये कार्यकारण भाव असतो, असे ते नमूद करतात. त्यामुळे रसभाव व विचारशक्ती या दोन्हींच्या मंथनातून कलेचा अतिमनोज्ञ आविष्कार दिसतो, असे त्यांचे सूक्ष्म निरीक्षण आहे. कुमार गंधर्वांच्या भजनांविषयी प्राध्यापक मंगरूळकरांनी आस्थेने पण चिकित्सापूर्वक लिहिले आहे. त्यांच्या आवाज लावण्याच्या पद्धतीला मंगरूळकरांनी विविध विशेषणे देऊन वर्णिले आहे. पुस्तकात न दिलेल्या रागरूपांविषयी कुमारांचे चिंतन मंगरूळकरांनी सविस्तर दिले आहे. उदा.- राग 'पारंपरिक' झाले की कधी कधी 'मृत' होतात; त्यांना मग कोणी तरी संजीवनी द्यावी लागते...

बेगम अख्तर, पं. मल्लिकार्जुन मन्सूर, पं. वसंतराव देशपांडे यांच्याविषयी

मंगरूळकरांनी लिहिले आणि ते लिहिताना संगीतविश्वाला अमूल्य असे विचारधन त्यांनी दिले, हे महत्त्वाचे. वसंतराव देशपांड्यांविषयी त्यांचे निरीक्षण सुंदर आहे. त्यांची भाषा व विचार शुद्ध होते. (जे त्यांचे गुरू दीनानाथांनाही साधले नाही- इति मंगरूळकर) नाटकातले संगीत गाताना वसंतरावांनी तारतम्य दाखवले. नाटकात प्रवेश केल्याने त्यांच्या व्यक्तिमत्त्वाला झगझगीत पैलू पडलाच, पण संगीत नाटकालाही त्यांनी चैतन्य दिले. अशा तऱ्हेचे मोजके विचार मंगरूळकर मांडतात. कुमारांचे कर्तृत्व वसंतरावांनी कसे दाखवले आणि मंगरूळकरांनी नेमकं आपल्यासाठी कसं लिहिलं, ते लक्षणीय आहे. "आम्ही सर्व लोक पिढीजात जमीन कसणारे गायक आहोत; पण कुमार कुठली तरी बरड जमीन घेतो आणि तिथून असले काही तरी पीक काढतो की, आम्ही जे कधीही चाखले नाही, खाल्ले नाही."- इथे वसंतरावांचे स्वभाववैशिष्ट्य मंगरूळकरांनी दाखवून दिले आहे.

प्रा. मंगरूळकरांसारखे रसीले लेखक होते कृ. द. दीक्षित. या दोघांचे लेखन समीक्षा सदरातले विशेषसे नाही. पण त्या कलावंताच्या गळ्याची, गायकीची, शैलीची जी सूक्ष्म निरीक्षणे केली; ती लक्षणीय नक्कीच आहेत. श्रोत्यांविषयीचे त्यांचे एक विधान आहे- अभिजात संगीताची आवड पूर्वीपेक्षा हल्ली जास्त आहे, असे सांगणाऱ्यांना पूर्वीच्या उत्तमोत्तम गवयांच्या उत्तमोत्तम रागदारीच्या रेकॉर्ड्स हल्ली ग्राहकाअभावी मिळत नाहीत, ही गोष्ट मुद्दाम सांगायला पाहिजे. हे विधान १९६७ मध्ये छापलेल्या पुस्तकातले आहे आणि आज २०१२ मध्येही त्याची सत्यता तितकीच तीव्रतेने पटते आहे, अशी वस्तुस्थिती दुर्दैवाने आहे. उलट, तत्कालीन जलशांच्या वर्णनांत श्रोत्यांची ऐकण्याची तळमळ आजच्या श्रोत्यांहून जास्तच होती, असे वाटते.

खाँसाहेब अब्दुलकरीम खाँचे गाणे, शंकरभय्यांची साथ; मास्तरांची गाण्याच्या सर्व फॉर्म्सवरील हुकूमत; उ. मंजी खाँ, उ. भुर्जी खाँची विद्यादानाची उदार तळमळ... असे किती तरी तपशील दीक्षितांनी सूक्ष्म निरीक्षणांसह नोंदविले आहेत. बुजुर्ग कलाकारांच्या अखंड, अनिर्बंध मेहनतीचे तपशील नोंदविले आहेत. या सर्व लिखाणात स्तुतीचा शिडकावा मात्र भरपूर आहे. इंग्रजी लेखकांची उद्धरणे, संस्कृत अवतरणे भरपूर असलेली ही गायकांची व्यक्तिचित्रे आहेत. हे सर्व गायक-वादक कलावंत दीक्षितांच्या आवडीचे असल्याने पुस्तकात समीक्षा-चिकित्सेचा रंग कमी आहे.

श्री. वसंत पोतदार, श्री. दत्ता मारूलकर, गोपाळकृष्ण भोबे यांचे

लिखाणदेखील कलाकारांचे गुणवर्णन करणारेच आहे. पोतदारांनी चरित्रे लिहिली, त्यांत भावुक गहिवर अधिक आहेत. शेवटी लेखकाच्या व्यक्तिमत्त्वाचे प्रतिबिंब लिखाणात दिसणे अपरिहार्य. आपल्या आवडत्या कलावंतांविषयी लिहिताना आणखीच गडद गहिवर प्रत्ययाला येतो. मा. कृ. पारधींच्या लिखाणात समीक्षकाची शिस्त दिसून येते, पण त्यांचे लिखाण फार नाही. प्रो. देवधरांनी पं. विष्णू दिगंबरांचे चरित्र ग्रंथात्मक स्वरूपात सिद्ध केले. त्यात तत्कालीन दस्तावेज बराच आहे, पंडितजींच्या कार्याचे योग्य मूल्यमापन आहे. परंतु ही माणसे समीक्षक नव्हेत!

डॉ. अशोक रानडे हे नाव समीक्षाक्षेत्रातील आधुनिक युगातले एक ठळक नाव. यांचे व्यक्तिमत्त्व खऱ्या अर्थाने बहुआयामी म्हणायला हवे. ते क्रियावान पंडित होते. अर्थात गायक कलाकार तर होतेच; पण संगीताच्या शास्त्रातदेखील त्यांनी दीर्घकाळ, गांभीर्यपूर्वक अवगाहन केले. ते व्यावसायिक गायक नव्हते, पण गाण्याची रीतसर तालीम त्यांनी घेतली होती. 'संगीताचे सौंदर्यशास्त्र' हा त्यांचा ग्रंथ त्या काळी माइलस्टोन ठरला होता. धर्मसंगीत, लोकसंगीत यांसारख्या विषयांवरही रानड्यांनी मूलगामी विचार मांडले. अभ्यास करणे, शिकवणे, संशोधन करणे व त्याबद्दल लिहिणे-बोलणे- या सर्वच अंगांनी ते विकसित व्यक्तिमत्त्व होते, असे रानड्यांबद्दल म्हणता येईल. एथ्नोम्युझिकॉलॉजीवर त्यांनी निबंधात्मक पुस्तक लिहिले. 'आवाज साधना' या शास्त्रावर त्यांचे स्वतंत्र पुस्तक आहे. या विषयातील त्यांचा अधिकार सर्वमान्य होता. नाट्यसंगीत, हिंदी चित्रपटगीते, लावणी; इतकेच काय, व्यासपीठ ते रंगपीठ असे भाषणांविषयीचे लिखाण... अशा कैक विषयांवर त्यांनी अभ्यासपूर्वक लिहिले. 'संगीतविचार' या महाराष्ट्र शासनाने पुरस्कार देऊन गौरवलेल्या त्यांच्या विशाल ग्रंथातील विषयांची नुसती यादी पाहिली तरी त्यांच्यातील समीक्षक किती मोठा होता, हे लक्षात येते. संगीत आणि स्वायत्तता, संगीत आणि आधुनिकतावाद, संगीत आणि प्रतीकात्मकता, देवत्व आणि संगीत (एक भारतीय दृष्टिकोन) रंगत्व आणि हिंदुस्थानी संगीत, मिथक आणि संगीत (एक भारतीय दृष्टिकोन), असे २२ विविध विषय या पुस्तकात त्यांनी विचारार्थ घेतले आहेत. यात वाद्यवृंदाबद्दलचा विचार आहे, जनसंगीताचाही आहे; इतकेच काय, संगीताचे न सांगीतिक उपयोग याचाही त्यांनी सखोल विचार मांडला आहे.

डॉ. रानड्यांची समीक्षक म्हणून जी दृष्टी आहे, ती इतरांहून थोडी वेगळी

आहे. काही उदाहरणांवरून हे दाखवता येईल. ‘मला भावलेले संगीतकार’ या त्यांच्या पुस्तकात त्यांनी काही कलाकारांची व्यक्तिचित्रे रेखाटली आहेत. त्यांतील वेगळेपण जाणवण्याजोगे आहे. काही उदाहरणे देण्याचा मोह होतोय. पं. भातखंडे यांनी उत्तर-दक्षिण भारतात जे विविध दौरे केले, त्याला रानड्यांनी ‘क्षेत्रसंशोधन’ म्हटले आहे. या दौऱ्यांमधून भातखंड्यांचा व्यंकटमखींच्या ७२ मेल पद्धतीशी जसा परिचय झाला; तसाच सुब्राम दीक्षित, पं. काशीनाथ ऊर्फ अप्पा तुलसी, राजा सौरींद्रनाथ ठाकूर या मंडळींशी ही परिचय झाला. मनरंग घराण्यातील ३०० बंदिशींचे ध्वनिमुद्रण व स्वरलेखन करता आले. पुढील कार्याच्या दृष्टीने हे क्षेत्रसंशोधनच होते. पं. विष्णू दिगंबर पलुस्करांच्या संगीत-शिक्षणशास्त्रीय साधनेत व अध्ययन-अध्यापनास सहायक ठरणाऱ्या लिखित सामग्रीविषयी संगीताच्या इतिहासात योग्य नोंद घेतली गेलेली नाही. पण डॉ. रानडे यांनी पं. पलुस्करांच्या ६० च्या आसपास पुस्तकांचे योग्य विवेचन केले आहे व पलुस्करांना त्याचे श्रेय दिले आहे. पं. वझेबुवांबद्दलचे रानड्यांचे निरीक्षण- १) चढ्या पट्टीचे गैरफायदे कमी त्रासदायक व्हावेत, म्हणून बुवांनी लय मध्य लयीकडे झुकलेली अशी विलंबित ठेवली. २) आपली वेगळी शैली विकसित करताना बुवांनी आडाचौताल व झपताल जास्त प्रमाणात वापरून तालांची सुफल योजना केली. ३) ‘आ’ काराऐवजी ‘ऑ’कार घेण्यामुळे श्वास थोडा अधिक टिकू शके (वझेबुवांना दम्याचा त्रास असल्याने ही क्लृप्ती केली असावी). ४) शब्दांवर जोर देऊन आघातपूर्ण जागा घेऊन झाल्यावर पुन्हा सुरावटीकडे वळण्यापूर्वी ते किंचित विराम घेत. या तंत्रामुळे स्वराच्या छायेस रेंगाळण्यास वाव मिळे आणि सशब्दता-शांतता असा दृश्य कलेतल्या प्रकाश-छायेच्या खेळासारखा प्रत्यय येई. अशा निरीक्षणामुळे इतर समीक्षकांहून रानडे वेगळे ठरतात.

पं. ओंकारनाथ ठाकूर आवाजात काकुप्रयोगाने सुंदर परिणाम साधत. मॉड्युलेशन तंत्रावर त्यांचे प्रभुत्व होते. अशा प्रकारे बऱ्याच समीक्षकांनी लिहिले आहे, पण डॉ. रानडे म्हणतात- ओंकारनाथजींचा सांगीतिक आशय व तो पोचविण्याची तंत्रे या दोन्ही बाबतींत ते एक प्रमुख मार्गांतर करणारे ठरतात. भावनिक आवाहकता, आवाजाच्या वापराबाबत त्यांनी सादर केलेले प्रभावी लगाव आणि त्याद्वारे ध्वनिगुण वा ध्वनिवैशिष्ट्य या वर्तमानात सर्वांत महत्त्वाच्या ठरणाऱ्या परिमाणाकडे वेधलेले लक्ष ही कामगिरी स्मरणीय आहे.

संगीत नाटक अकादमीने गौरविलेले फार कमी संगीत समीक्षक असतील,

त्यांपैकी डॉ. अशोक दा. रानडे उठून दिसतात. त्यांची विपुल ग्रंथसंपदा, त्यांनी संकल्पना, निरूपण, संगीत देणे या सर्व विशेषांसह सादर केलेल्या कार्यक्रमांची संख्यादेखील बरीच आहे.

सारांशरूपाने म्हणावयाचे झाल्यास– संगीत समीक्षा हे क्षेत्र बरेचसे अस्पष्ट व अस्पृष्टच राहिले; पण श्री. वामनराव देशपांड्यांच्या 'घरंदाज गायकी' या ग्रंथाने खऱ्या अर्थाने समीक्षेस आरंभ झाला आणि डॉ. संगोराम, डॉ. अशोक रानडे यांच्यासारख्या अधिकारी मंडळींनी हा मार्ग प्रशस्त केला.

***

२७.
संगीताचं अर्थशास्त्र

संगीतविश्वातला हा एक अतीव महत्त्वाचा विषय, त्याचे अनेकपदरी रूप; त्याला असलेले विविध पैलू आणि शिवाय मी स्वत: थोडी-बहुत गाणारी व संगीत महाविद्यालयाची चालक- त्यामुळे या विषयावरील माझे विचार एकांगी न व्हावेत, असा प्रयत्न करत लिहिते आहे.

या अर्थशास्त्राचे अनेक पदर आहेत आणि ते आपापल्या परीने महत्त्वाचेही आहेत. उदा.- संगीत विद्यालये, तसेच खासगी शिकवण्या; छोट्या प्रमाणात गर्दी जमविणाऱ्या मैफली आणि प्रचंड जनसमुदाय असलेले संगीत महोत्सव- त्यांच्या प्रसिद्धीचं अर्थशास्त्र, संगीत कलासंस्थेचे वार्षिकोत्सव- यात गुरुपूजन सोहळेही अंतर्भूत आहेत- या आणि अशा अनेक पातळ्यांवर या विषयाची चर्चा करता येईल.

सर्वप्रथम सर्वसामान्यांसाठी माफक फी घेऊन चालवली जाणारी संगीत विद्यालये- यात 'सब घोडे बारा टक्के' पद्धतीने प्रवेश देणे संस्थाचालकांवर बंधनकारक असते. त्यामुळे शिकविण्यातही विशिष्ट उच्च स्तर राखता येत नाही, साहजिकच सर्वसामान्य शिक्षकांची नेमणूक केली जाते. पुष्कळदा येणारे विद्यार्थी- विद्यार्थिनी माफक उद्दिष्ट घेऊनच शिकायला येतात. रागदारी संगीताची तोंड-ओळख, २०-२५ रागांची सर्वसाधारण माहिती- अशा उद्देशाने येणाऱ्या विद्यार्थ्यांचे अशा संगीत संस्थांमध्ये समाधान होते. पण ज्या विद्यार्थ्यांना याहून अधिक हवे असते, ते येथील शिक्षण संपवल्यानंतर अथवा त्याच वेळी इतर एखाद्या गायकाकडे 'समोर बसून शिकणे' या प्रकारे शिकू लागतात.

संगीत विद्यालयांखेरीजही खासगी शिकवण्या घेणारा संगीतशिक्षकांचा वर्ग असतो. ही मंडळी विद्यालयांपेक्षा थोडी जास्त फी घेऊन गाणे शिकवतात.

यात विद्यार्थ्यांच्या सोईच्या वेळा त्यांना मिळू शकतात. या प्रकारच्या शिक्षकांकडे विद्यालयांपेक्षा अधिक गतीने संगीतशिक्षण होते.

यापुढील स्तर म्हणजे, कलाकारांकडे शिकणाऱ्या विद्यार्थ्यांचा वर्ग. इथे ५-६ मुलांच्या गटात किंवा स्वतंत्रपणे शिक्षण चालते. यातही काही गुरुजन (प्रसिद्ध रंगमंच कलाकार) स्वत:चा रियाजच मुख्यत्वे करतात आणि त्या वेळी विद्यार्थी जमेल तसे शिकतात. काही कलाकार व्यवस्थित संथा देतात. येथेही फीची पद्धत वेगवेगळी असते. काही कलाकार कुठल्याही स्वरूपात फी घेत नाहीत; मात्र विद्यार्थी गुरुपौर्णिमेच्या अथवा वार्षिकोत्सवाच्या वेळी जे काही देतील, ते गुरुजन स्वीकारतात. इतर काही कलाकार नियमितपणे व्यवस्थित फी घेतात. यांतील काही कलाकार अतिशय चांगल्या तऱ्हेने विद्यादान करून शिष्यास अक्षरश: घडवतात.

याखेरीज संगीत रिसर्च अकादमी- कोलकता वा तत्सदृश ठिकाणी शिष्यवृत्ती मिळालेली मुले-मुली शिकतात.

या सर्व प्रकारातील सर्वांत कमी फी घेणारी संगीत विद्यालये ही लोकांच्या टीकेला सर्वाधिक पात्र ठरतात. लोकांचा रोष- दरमहा फी घेऊन पुन्हा वार्षिकोत्सवाची फी का घेतली जाते, दरमहा फी जास्तच वाटते- वगैरे शेरे देऊन व्यक्त होतो.

या आक्षेपांवर उलट-सुलट चर्चा होऊ शकते. पण एक समर्थन देता येईल की, शाळा-कॉलेजांमध्ये वार्षिक फी, वार्षिक उत्सव वगैरेसाठीची फी दिली जाते; तद्वत संगीत विद्यालयांसाठी फी देताना जड का वाटावे? तिथेही शिक्षकांना जीविकोपार्जनासाठी पैसे हवे असतात. उत्सवाचे वेळी हॉलचे भाडे, तबला-पेटी कलाकारांचे मानधन, रियाज किंवा प्रॅक्टिससाठी त्यांना वेगळे दिले जाणारे मानधन- या सर्व गोष्टी असतातच. त्यामुळे ते पैसे देताना जड वाटून घेऊ नये.

दुसरा महत्त्वाचा आक्षेप असा असतो की- संगीत विद्यालये पैसे घेतात, त्या मानाने मुलाला गायन/वादन/स्वरवाद्य/तबला वगैरे येत नाही.

यात फक्त शिक्षकाला जबाबदार धरणे योग्य नव्हे, असे मला वाटते. कलाकाराकडे शिकायला जाणाऱ्या मुलाइतकी निष्ठा विद्यालयांप्रति मुले दाखवत नाहीत, हाही मुद्दा आहेच. शिक्षक कमी कुवतीचे असतात, हा मुद्दा मान्य केला; तरी सुरुवातीची मेहनत, सराव हे सर्व जर ते चोख करून घेत असतील, तर तिथे विद्यार्थ्याने मेहनतीत कमी पडता कामा नये- हा मुद्दा पालकांनी ध्यानी घ्यावा आणि मुलाला मेहनत करण्यास प्रवृत्त करावे. नाही तरी संगीत विद्यालयात

प्राथमिक ज्ञान मिळाल्यावर मुलगा पुढे दुसरीकडे शिकायला जाणार, हे ओघाने ठरलेले/अध्याहृत असते. त्यामुळे उभयपक्षी समजूत बरोबर हवी. शिक्षकमंडळींनी टाळाटाळ न करता शिकवावे, हेही ओघाने येते. दोन्ही पक्षांनी आपापले शिकणे-शिकवणे नीट केले, तर पुढे इतरत्र शिकायला जाताना विद्यार्थी बऱ्यापैकी तयार झालेला असेल.

काही वेळा संगीत विद्यालयात शिकलेला विद्यार्थी तेवढ्या शिक्षणावर थांबतो आणि शाळा-महाविद्यालयातले शिक्षण संपल्यावर पुन्हा संगीताकडे वळतो. अशा वेळी थोड्या काळासाठी पुन्हा विद्यालयात सर्वसाधारण सरावासाठी जातो आणि शिक्षक न रागावता, न कंटाळता पुन्हा तेच पूर्वी शिकवलेले धडे शिकवतात.

एकूण, आजच्या घडीला संगीत विद्यालये आवश्यक घटक म्हणून प्रस्थापित झाली आहेत. त्यामुळे परस्पर-निंदा, टीका, आरोप-प्रत्यारोप करण्याऐवजी ही अनिवार्य बाब मानली गेली पाहिजे.

मोठ्या कलाकारांकडे शिकणारे विद्यार्थीदेखील खरे तर चर्चेचा विषय होऊ नयेत. कारण कोणाकडे शिकायचे हे एकदा ठरल्यावर त्या कलाकाराचे कायदे, शिस्त सर्व गोष्टी मान्य करूनच शिकावे लागते; न पेक्षा तिथून बाहेर पडावे लागते.

तेव्हा या मुद्द्यावर चर्चा न करणेच इष्ट वाटते. तसेही याच पुस्तकात अन्यत्र या पैलूवर लिहिले गेले आहे.

आता मुख्यत्वे गायक-वादकांच्या मैफली व त्याचे अर्थकारण- यावर बोलायचे झाल्यास, कलाकारांची बिदागी हा त्यांचा खासगी प्रश्न मानला जातो. एखादी व्यक्ती वा संस्था यांच्या हितसंबंधांपोटी, तसेच स्नेहापोटी कलाकार बिदागी कमी-जास्तही घेतो, हा पूर्णपणे त्याचा निजी मामला असतो.

जेव्हा तिकीटविक्री केली जाते आणि कंत्राटदार कार्यक्रम लावतात; तेव्हा काही वेळा नफा, तर काही वेळा तोटा गृहीत धरून कंत्राटदार तिकिटे लावून कार्यक्रम करतात. त्यासाठी जाहिरात करणे ही हल्ली खर्चिक बाब झाली आहे, कार्यक्रमस्थळांची भाडी वाढली आहेत, ध्वनिक्षेपक व्यवस्थेचा खर्च वेगळा असतो व तो आजकाल कमी नाही. जेव्हा कंत्राटदार तारीख ठरवतो, तेव्हा त्याला त्या विशिष्ट दिवशी किती कार्यक्रम होतील याचा अंदाज येतोच, असे नाही. काही प्रसंगी त्या विशिष्ट दिवशी शहरात अनेक कार्यक्रम असतात, मग कंत्राटदार तोट्यात जातो. ही सर्व गणिते लक्षात घेऊन तिकिटांचे दर ठरविले

जातात. असे हे संगीतातले तिकीटविक्रीचे अर्थकारण असते. ऑगस्टमध्ये सुट्या भरपूर असतात, म्हणून कार्यक्रम लावले; तर आयत्या वेळी पाऊस येतो, आयत्यावेळची तिकीटविक्री होत नाही आणि तोटा होतो. त्यामुळे या विशिष्ट बाबीवर मत मतांतरे आहेत.

✳✳✳

२८.
माझे संगीतविषयक लेखन

नारदीय शिक्षा, भरतनाट्यशास्त्र आणि भरतपुत्राचा ग्रंथ-दत्तिलम

शीर्षक जरा वेगळे वाटते आहे ना लेखाचे? पुण्याच्या 'सकाळ' वृत्तपत्रातर्फे 'स्वररंग' नामक त्रैमासिक निघत असे. त्यात दिलेल्या लेखांची वरील शीर्षके होती. 'संस्कृतोद्भव' या मूळ शीर्षकाखाली काही लेख मी लिहिले होते.

सर्वप्रथम 'नारदीय शिक्षा' या ग्रंथाची ओळख वाचकांना करून दिली होती. ऐतिहासिक दृष्ट्या नारदीय शिक्षा हा ग्रंथ भरताच्या नाट्यशास्त्रापूर्वी लिहिला गेला असावा, असे अनुमान विद्वानांनी काढले आहे. खरे तर शिक्षाग्रंथ म्हणजे वेदांचे वर्णोच्चारण, वैदिक स्वरांचे आघातयुक्त उच्चारण वगैरे तपशील सांगणारे ग्रंथ. सामान्य वाचकाला त्यात रस कसा वाटेल, असा विचार मनात येतो. परंतु असे जे चौतीस शिक्षाग्रंथ आहेत, त्यांत 'नारदीय शिक्षा' हा आगळा-वेगळा ग्रंथ आहे. संगीतदृष्ट्या तर तो खूपच महत्त्वाचा ग्रंथ आहे. उच्च-नीचतेतल्या भेदामुळे स्वरभेद होतात. तसेच वैदिक स्वरशास्त्राचे ज्ञान आवश्यक आहे, ते नसल्यास मंत्र चुकीचा ठरतो आणि अर्थाचा अनर्थ होतो; अशासारखे मूलभूत सिद्धांत या ग्रंथात आहेत, उदाहरणेही दिली आहेत. वाचकांना हा भाग वाचायला आवडला होता आणि 'स्वररंग'च्या वाचकांनी माझ्याकडे त्यांच्या प्रतिक्रिया स्वतंत्रपणे नोंदविल्या होत्या. याचे एक प्रमुख कारण माझ्या मते असे असावे की- एरवी शिक्षा-ग्रंथामध्ये फक्त नियम, सिद्धांत वगैरे चर्चा असते. पण 'नारदीय शिक्षे'त उत्तम अशा उपमा-उत्प्रेक्षांच्या साह्याने विषयाचे विवेचन केले आहे. काही उदाहरणे अशी- दह्यात जसे तुपाचे अस्तित्व असते, काष्ठात(लाकडात) जसा अग्नी असतो; तशी स्वरात श्रुती विद्यमान असतो. हे सुंदर उदाहरण वाचल्यावर स्वरात श्रुती स्पष्टपणे दिसत नाही, पण तिचे अस्तित्व लपलेल्या स्वरूपात असते, हे संगीताच्या विद्यार्थ्याप्रमाणे सामान्य वाचकालाही कळते.

दुसरे उदाहरण– पाण्यातल्या माशांचा किंवा आकाशातल्या पक्ष्यांचा मार्ग जसा आपल्याला कळत नाही; तद्वतच श्रुती स्वरात लपलेली असूनही ती प्रत्यक्ष अस्तित्वरूपाने आपल्याला कळत नाही. तिसरे उदा. विरळ सावलीतून उन्हात जाताना जसा सांधा स्पष्टपणे जाणवत नाही, तशा प्रकारे एका स्वरावरून दुसऱ्या स्वरावर जावे. आपण हल्ली मींड या स्वरालंकाराची व्याख्या अशाच प्रकारे साधारणपणे करतो एका स्वरावरून दुसऱ्या स्वरावर जाताना धक्का न देता अलगद जावे, असे आपण म्हणतो.त्याच प्रकारचे कथन वरील उदाहरणात आलेले आहे.(वैदिक काळातील उपमा, दृष्टांत बहुतांशी निसर्गातील निरीक्षणावर आधारित आहेत, हे सुज्ञ वाचकांच्या लक्षात आलेच असेल.)

वैदिक सात स्वर आणि लौकिक सात स्वर हे एकच आहेत, दोन्हींचे आरंभक स्वर वेगळे आहेत. मार्गी संगीत भुवलोकाचे आहे, देशी संगीत भूलोकाचे आहे– अशासारख्या तपशिलांची माहिती या ग्रंथात दिलेली आहे. ग्राम, मूर्च्छना वगैरे गोष्टींचे पुढे काही रूपांतर, विकास वगैरे होऊन आजचे संगीत निर्माण झाले– या गोष्टी रोचकपणे सांगितल्याने प्राचीन संगीतावरील 'संस्कृतोद्भव' ही मालिका वाचकांना आवडली होती.

याच मालिकेतले पुढचे लेख भरत नाट्यशास्त्र आणि दत्तिलम् या ग्रंथावर होते. भरताच्या नाट्यशास्त्राची महती फार मोठी मानली जाते. पहिला लेख(नारदीय शिक्षा) वाचल्यावर काही परिचितांनी आता नाट्यशास्त्रावर लिहिणार ना, असे विचारले होते. का वाटते लोकांना या ग्रंथाविषयी आकर्षण? मी लेख लिहिण्यापूर्वी संगीत, नाट्य आणि साहित्यक्षेत्रातल्या काही मंडळींशी या ग्रंथाबद्दल बोलले आणि माझ्या मनातलाच विचार मला त्या सर्वांकडून ऐकायला मिळाला. तो म्हणजे– ग्रंथ जरी नाट्यविषयक असला, तरी त्यात वरील तिन्ही क्षेत्रांविषयीचे उदंड तपशील आहेत, त्यामुळे सर्वांना त्या ग्रंथाबद्दल आपुलकी वाटते. खरं तर त्याचा लेखनकाल सुमारे ४०० वर्षे इतका आहे, म्हणजे इसवी सनापूर्वी २ रे शतक ते इसवी सनाचे दुसरे शतक. ही कालगणना आपल्या पौर्वात्य आणि पाश्चात्त्य विद्वानांनीदेखील ग्राह्य धरली आहे. संस्कृतसारखी त्या काळची श्रेष्ठ भाषा ग्रीक ही होती. पण त्या साहित्यातसुद्धा असा सुरेख ग्रंथ झालेला नाही. ४०० वर्षे रचना होत राहिल्याने तो एक संग्रहग्रंथ झाला आहे. भरत हा मूळ लेखक असावा. पहिला मुख्य भाग तेवढा प्राचीन असावा आणि नंतर भरताच्या पुत्रांनी, शिष्यांनी लेखनकार्य पुढे चालू ठेवले असावे. लोकांना ही एक जिज्ञासा

असते की, भरत हे एकच नाव ग्रंथकर्त्यांचे दिलेले आहे; ते कसे? पण आज आपल्याकडे कुठेही वेगळे असे दस्तावेज (डॉक्युमेंट्स) उपलब्ध नाहीत. त्यामुळे भरत हे एखाद्या वंशाचे नाव होते, का भरत हे ह्या प्रकारचे लेखन करणाऱ्यांचे समूहनाम होते, याविषयी काहीच माहिती उपलब्ध नाही. एक मात्र नक्की की, मूळ भरतापूर्वी या देशात फार विकसित अशी संस्कृती अस्तित्वात असावी. त्याशिवाय असा संपन्न वारसा भरताला मिळाला नसता.

या ग्रंथात काव्यशास्त्र(त्या काळी सर्व प्रकारच्या गद्य-पद्य साहित्याला काव्यशास्त्र हेच नाव होते), नाट्य, संगीत- म्हणजे गायन-वादन-नृत्य; शिल्प- म्हणजे वास्तुशिल्पसुद्धा, छंद, व्याकरणादी खूपच विषय आहेत आणि संगीताचा तर सखोल व्यासंगपूर्ण तपशील आहे- जरी नाट्याच्या अनुषंगाने असला तरी. तसेच साहित्याबद्दल म्हणता येईल. भरताच्या आधी एक १२००० श्लोकांचा 'आदिभरत' नामक ग्रंथ होता, त्यापूर्वी 'नाट्यवेद' किंवा 'गांधर्ववेद' नामक ३६००० श्लोकांचा ग्रंथ होता; त्यांतील १२००० श्लोकांचाच 'आदिभरत' ग्रंथ झाला. पण यातील काहीच आता उपलब्ध नसल्याने 'भरतनाट्यशास्त्र' या ग्रंथाखेरीज जुना शास्त्राधार काहीच नाही, अशी स्थिती आहे. व्याकरणकार पाणिनीने केलेल्या उल्लेखावरून अजून थोडी माहिती मिळते, ती अशी की- कृशाश्व आणि शिलाली यांची नटसूत्रे म्हणून काही लिखित ग्रंथ होते, पण ते ग्रंथही आज नाहीत.

वाचक आपल्या सांस्कृतिक ठेव्याविषयी इतके जागरूक असतात की, काही वेळा विस्मय वाटतो. वरील सर्व माहिती वाचल्यावर 'स्वररंग' वाचणाऱ्या एका महिलेने अत्यंत काळजी व व्यथापूर्वक मला फोनवर म्हटले- ''म्हणजे जर 'भरतनाट्यशास्त्र' आपल्यापाशी नसते; तर आपल्याला कुठलीच सांस्कृतिक पार्श्वभूमी नाही, असे झाले असते ना सुधाताई?'' मी बाईंना आश्वस्त केले- ''निराश होऊ नका. कालांतराने या विज्ञानयुगातील आधुनिक साधनांच्या द्वारे कदाचित 'गांधर्ववेद'देखील उपलब्ध होईल; कोणी सांगावे!''

अशा प्रकारच्या उत्स्फूर्त प्रतिक्रियांमुळे लिखाणाला बळ मिळत असते. एक वैशिष्ट्य संस्कृत शास्त्र ग्रंथांमध्ये दिसून येते की, त्यांचे पद्य हे सोपे असते. श्लोकांची रचना, भाषा ओघवती असते आणि त्यामानाने गद्याची प्रकृती गंभीर असते. कदाचित पूर्वी ग्रंथचे ग्रंथ कंठस्थ करीत असत, त्यामुळे असेल- पण नारदीय शिक्षेतल्या श्लोकांचेसुद्धा अर्थ लगेच समजतात.

भरतानंतरचा ग्रंथ आहे 'दत्तिलम्'. आता कोणत्या ग्रंथाविषयी लिहिणार, असे नाट्यशास्त्रावरील लेखाच्या संदर्भात फोन केल्यावर वाचक शेवटी विचारत. त्याचा म्हणजे भरताचा पुत्र दत्तिल याच्या ग्रंथाविषयी लिहिणार आहे, असे म्हटल्यावर वाचकांच्या ज्या प्रतिक्रिया आल्या; त्यांवरून महाराष्ट्रात वाचनसंस्कृती बरीच प्रगत आहे, असे वाटून मला अभिमान वाटला. पहिली प्रतिक्रिया- पण मतंगाच्या पुत्राचे नाव दत्तिल होते, असे आम्ही वाचले आहे. दुसरी प्रतिक्रिया- भरताच्या आधी पण एक दत्तिल होता ना? तिसऱ्या वाचकाने सांगितले- भरताचा मुलगा दत्तिल आणि मतंगाचा पुत्रदेखील दत्तिलच, मग तुम्ही नेमका कोणता दत्तिल त्या ग्रंथाचा कर्ता होता, हे कसे ठरविणार?

वाचकहो, जसे एखाद्या ग्रंथावर खूप भाष्ये लिहिली गेली, खूप टीकाग्रंथ प्रकाशित झाले की, त्या ग्रंथाचे मोठेपण अधोरेखित होते; तसे माझ्या लिखाणाविषयी इतके लोक कुतूहलाने विचारतात, याचा मला खराखुरा आनंद मिळाला. त्याचबरोबर लिखाणाचे सूत्र हाती आले. वरील सर्व प्रतिक्रियांच्या अनुषंगाने मी- बहुमताने कोणता दत्तिल ग्रंथकर्ता मानला जातो आणि का- हे दोन्ही मुद्दे व्यवस्थित मांडले. २४३ पूर्ण श्लोक आणि एक अर्धवट खंडित असा श्लोक- एवढेच हे पुस्तक आहे; शिवाय त्याने नवीन असे काही फारसे लिहिलेले नाही, मात्र एक महत्त्वाचे श्रेय त्याच्या नावावर नोंदवायला हवे. ते म्हणजे, भरताच्या नाट्यशास्त्रातील अवघड व गुंतागुंतीच्या बाबी त्याने सोप्या करून, समाधानकारक रीतीने उलगडून दाखवल्या आहेत. स्वर म्हणजे काय, श्रुतीत व स्वरात फरक काय- यांसारख्या गोष्टी त्याने फार सुटसुटीत व्याख्या देऊन समजावल्या आहेत. इथे मी माझे चिंतन नोंदवते. जेव्हा एखाद्या गोष्टीचे पूर्ण आकलन होते, तेव्हाच ती गोष्ट सोपी करून मांडता येणे शक्य असते. त्यावरून दत्तिलाची प्रज्ञा जागृत होती, आकलनशक्ती उत्तम होती आणि समजावून सांगण्याची धाटणी, त्याचबरोबर मांडणी चांगली होती हे ओघाने आलेच. ''मी गांधर्व शास्त्राचा सारांश सांगणार आहे.'' असे तो आरंभी म्हणतो आणि 'गांधर्व' शब्दाची व्याख्या सांगतो- ''शब्दबद्ध व तालात बांधलेल्या स्वरसमुदायाचा अवधानपूर्वक केलेला प्रयोग म्हणजे गांधर्व.'' त्याचबरोबर सम्यक्बुद्धी वगैरेंचा उपयोग म्हणजे अवधान, असेही त्याने 'अवधान' शब्दाच्या खुलाशादाखल म्हटले आहे.

वाचकहो, वरील व्याख्येला वाचकांनी मनःपूत दाद दिली. ती दाद मला

नव्हती, तर दत्तिलाला होती.

अशा प्रकारच्या लिखाणात दोन प्रकारचे लाभ मिळतात. पहिला म्हणजे-त्या निमित्ताने त्या-त्या ग्रंथांचे पुन्हा नव्याने अनुशीलन, अध्ययन होते आणि लेखनात सोपेपणा आणण्यासाठी वेगळे प्रयत्न करावे लागतात. नंतरच्या वाचकांच्या प्रतिक्रिया समाधान देतात आणि लेखनाची दिशा मिळण्यास लेखनापूर्वीच्या पृच्छा साह्यकारी होतात.

यानंतर मी विविध मसिकांसाठी संगीतविषयक लिखाण केले. एक पथ्य नेहमी पाळले. ते असे की, लेख तांत्रिकेच्या शब्दबंबाळाने घायाळ झालेले नसावेत; तसेच सोपेपणाच्या अतिहव्यासामुळे सुमार दर्जाचे न व्हावेत. भाषा प्रासादिक हवी, पण तंत्राचे अवडंबर नको. सर्वसामान्यांना संगीत ही एक आनंददायक गोष्ट वाटली पाहिजे. मुळात संगीतापासून मिळणारा आनंद हा अलौकिक, स्वार्थरहित असा आनंद असतो. ज्यालाकांट डिसइंटरेस्टेड असे विशेषण वापरतो, तसा आनंद संगीताद्वारे प्राप्त झाला पाहिजे आणि संगीतविषयक लिखाणदेखील संगीताने तो आनंद मिळतो, या तथ्याची पुष्टी करणारेअसावे.

✱✱✱

२९.
माझे आवडते रचनाकार

ऋग्वेदात एके ठिकाणी म्हटलंय-

सक्तुमिव तितुउना पुनन्तो, यत्र धीरा मनसा वाचमक्रत।

धान्य जसे चाळून-पाखडून स्वच्छ केले जाते, तशी ज्ञानी पुरुष वाणी (ही) पारखून तीतले उत्तम, पावन, पवित्र, शुद्ध, निर्मळ, नेमके शब्द शोधून घेतात.

आपल्या संगीतविश्वातदेखील असे अनेक बंदिशकार दिसतात, ज्यांनी आपल्या बंदिशींसाठी शब्द निवडताना असाच चोखंदळपणा ठेवला. पं. वि. ना. भातखंडे फार भाग्यवान ! त्यांना श्रीकृष्ण नारायण रातंजनकरांसारखा शिष्य मिळाला, जो स्वत: संस्कृत-हिंदीमध्ये ओघवत्या रचना करणारा गुणी रचनाकार होता. स्वत: भातखंड्यांना अशी सवय जडली होती की, चांगली बंदिश शिकायला मिळाली की ते तिचे नोटेशन करून ठेवत असत. निरनिराळ्या गवयांकडून त्यांनी १०००च्या आसपास बंदिशी घेतल्या. मनरंग घराण्याचे उ. आशिकअली खाँ (३०० बंदिशी), जयपूर घराण्याचे उ. अहमदअली खाँ (सुमारे ३००), पं. गणपतीबुवा भिलवडीकर (सुमारे ३००) अशा ९००-१००० बंदिशींचे त्यांनी १९०६-०७ च्या दरम्यान ध्वनिमुद्रण व स्वरलेखन केले. स्वत: त्यांनी रचनाही केल्या.

पं. रातंजनकरांच्या रचना 'अभिनव गीत मंजरी'च्या ३ भागांत प्रकाशित झाल्या आहेत. काही रचना फार लोकप्रिय आहेत. मैफली कलाकारांनी त्या गाऊन त्यांना न्याय दिला आहे. बसंतमुखारी, आभोगी, भूपाल तोडी, जोग रागातील रचना मीदेखील मन:पूत गायले व त्या चीजा विद्यार्थांना शिकवल्या. त्या बंदिशी असलेल्या पानांमध्ये खूण म्हणून मोरपीस, गुलाबाचे फूल वाळलेल्या

अवस्थेत असायचे. (त्या प्रिय बंदिशी असल्याची ती खूण)

पं. शंकर अभ्यंकर हे पं. नारायणराव व्यासांचे शिष्य, गायक व सतारवादक; यांनी पं. कुमार गंधर्वांना मानस-गुरू केले आणि 'आराधना' हा आपल्या रचनांचा संग्रह त्यांनाच अर्पण केला. यातील रचना अत्यंत प्रासादिक, आकर्षक व गोड आहेत. कौसी कानडा ह्या रागातील(मालकंस अंग) पं. जगन्नाथबुवांच्या सर्वप्रिय रचना असताना पं. अभ्यंकरांनी 'रूपक' तालात बांधलेली तानेने सुरुवात होणारी बंदिश 'ये मोरी बात' अप्रतिम जमली आहे! मिया मल्हारमधील त्रितालातली 'सननननननन मेहा'मध्ये पावसाचा आभास दर्शविणाऱ्या ध्वनीचे पुनरावर्तन हृद्य वाटते. गौड मल्हारातली 'सच लय सच सूर' ही बंदिश काव्यार्थ (वर्ड कंटेंट) आणि स्वरार्थ अशा दोन्ही दृष्ट्या उत्तम आहे. अशा कैक बंदिशी!

पं. जयसुखलाल शहा यांची प्रसिद्धी त्यांचे प्रथम पुस्तक 'कानडा के प्रकार'ने बरीच झाली. नंतर सारंग, भैरवादीचे प्रकार त्यांनी पुस्तकरूपाने प्रकाशित केले. पारंपरिक व स्वत:च्या रचना त्यांनी दिल्या. पैकी गुंजी कानडा दुसरा प्रकार (पुस्तक 'कानडा के प्रकार') मधील स्वनिर्मित रचना 'गूंज गूंज भंवरा' पाहण्याजोगी आहे. त्यातील नादमयता विलोभनीय आहे.

'रागऋषि' या पदवीने सन्मानित पं. रामाश्रय झा 'रामरंग' यांनी 'अभिनव गीतांजली'च्या ५ भागांच्या मालिकेत उत्तोमत्तम बंदिशी प्रचलित आणि बऱ्याच स्वत:च्या प्रकाशित केल्या आहेत. मारूबिहाग, मधुवंतीसारख्या लोकप्रिय रागांत सुंदर रचना दिल्या आहेत. त्यांचे काव्य व स्वरभाषा दोन्ही अप्रतिम आहेत. मारूबिहागमध्ये 'मन ले गयो'(त्रिताल मध्य लय), मधुवंती 'ए लाल के नैना'(विलं. एकताल) आणि 'पवन पुरवाई' (त्रिताल मध्य लय) सुंदर आहेत. सिहेंद्री मध्यमासारख्या वाद्यसंगीतातील लोकप्रिय रागात त्यांनी बांधलेला झपताल उत्तम रचनाकाराचे उदाहरण म्हणून पाहायला हरकत नाही. पं. सी. आर. व्यासांच्या 'तज रे अभिमान' या चीजेप्रमाणे उत्तम-मध्यम सर्वांच्या ठिकाणी लीन व्हावे, मात्र रागरचना पारखून घ्यावी, असा संदेश या बंदिशीतून दिला आहे. (गुनि को कहे कौन उत्तम मध्यम).

'स्वानंदी' हा राग म्हणजे पं. सी. आर. व्यासांनी संगीतात टाकलेली मोलाची भर आहे. त्यांची बिलासखानी तोडीतली वर उल्लेखलेली 'तज रे अभिमान' सुंदर बंदिश आहे- अर्थाने व रचनेतही सौंदर्याचे लेणे ल्यालेली. पं. जितेंद्र अभिषेकींनी ती गाऊन लोकप्रिय केली. पं. सी. आर. व्यासांचे धनकोनी कल्याण,

सगेरा हे राग रचनादृष्ट्या उल्लेखनीय आहेत.

उ. अमानअलींच्या 'गुणक्री'तील 'रूपका'ने (डमरू हर कर बाजे) अशी हवा निर्माण केली की, त्यामुळे त्यांच्या रचनांकडे लोकांचे लक्ष वेधले गेले. त्यांच्या 'हंसध्वनी'तील 'लागी लगन'ने तर इतिहास घडविला, इतकी ती जनप्रिय झाली.

आमच्याच- म्हणजे पं. विनायकबुवांच्या शिष्यपरिवारातील पं. विनयचंद्र मौद्गल्य आणि पं. द. कृ. जंगम यांच्या रचनांना ती बुवांनी आपल्या 'रागविज्ञान' मालिकेत स्थान दिले. या दोघांनी स्वतःची स्वतंत्र पुस्तकेही यथावकाश प्रकाशित केली. पं. विनयचंद्रांच्या 'गावो गावो मंगल गीत बधाई' या बंदिशीला खूप लोकप्रियता लाभली. यमनी बिलावल (अब लौ भई- त्रिताल मध्य लय) बंदिशीचेही छान स्वागत झाले. पं. जंगम यांच्या बंदिशींपैकी सूर मल्हारातील 'आवन लागी आज सखी री' सुंदर आहे.

या सर्व रचनाकारांपैकी आद्य रचनाकार पं. ना. मो. खरे हे पं. विनायकबुवांचे ज्येष्ठ गुरुबंधू. यांनी बालसंगीत व 'रागविज्ञान' मालिकेसाठी केलेली लक्षणगीते हे त्यांचे खरेखुरे योगदान आहे, संगीताच्या विश्वासाठी! उत्तम प्रकारचे शब्दप्रभुत्व आणि अचूक रागज्ञानाचा मिलाफ या मराठी-हिंदी लक्षणगीतात आहे. आपले व्यक्तिमत्त्व त्यांनी गांधींजींच्या साबरमतीच्या सत्याग्रह आश्रमासाठी समर्पित केले, अन्यथा एक फार मोठा संगीतरचनाकार आम्हास लाभला असता.

पं. नारायणराव पटवर्धन (माझे थोरले दीर) यांच्या काही रचना 'रागविज्ञान' मालिकेत आहेत, त्यावरून त्यांच्या बुद्धिप्रधान रचनाकौशल्याची चुणुक पाहावयास मिळते. परजमधील 'प्यारे मेरे गरवा में' (त्रिताल मध्य लय), रामकलीतील मध्य लय त्रितालातील 'ऐसो मान न कीजे' या रचना अवश्य पाहण्याजोग्या आहेत. पं. विनयचंद्रजींचे मोठे बंधू पं. बुद्धदेव विद्याशंकर यांची 'रागेश्री'तील रचना त्यांचे तात्त्विक विचार दर्शविणारी आहे, सुंदर आहे; मात्र फक्त काव्य त्यांचे व स्वरबद्ध केली आहे पं. वि. ना. पटवर्धनांनी. 'रसपिया' या कविनामाने पं. बबनराव हळदणकरांनी केलेल्या रचना त्यांच्या शिष्यांनी गाजविल्या आहेत.

याखेरीजदेखील बरेच रचनाकार आहेत- पं. स. भ. देशपांडे हे पं. विनायबुवांचेच शिष्य. मधुकंसातील त्यांची 'आई चांदनी रात शरद की' ही रचना आमच्या परिवारातील डॉ. सौ. वीणाताई सहस्रबुद्धे यांनी अफाट लोकप्रिय केली. पं. स. भ. चांगले गायक, गुरू व रचनाकार होते. या सर्वांनंतर नाव माझे

आहे. माझ्या काही रचना पं. विनायकबुवा पटवर्धनांनी 'रागविज्ञाना'च्या ७व्या भागात छापल्या, याचा मला सार्थ अभिमान आहे. पुढे २०११च्या एप्रिलमध्ये मी माझ्या 'संगीत रागविज्ञान' मालिकेचा प्रथम भाग छापला आणि दुसरा, तिसरा व चौथा भागही छापून प्रकाशित केला; त्यांत माझ्या निवडक रचना आल्या आहेत. पं. शंकर अभ्यंकरांसारख्या बुजुर्ग रचनाकारांनी त्यांतील काही नावाजल्या आहेत. वरील सर्व श्रेष्ठ-ज्येष्ठ संगीत रचनाकारांहून मी या संदर्भात खूप लहान आहे, पण पूर्वसूरींच्या रचनांमधून प्रेरणा घेऊन मी काही रचना केल्या आहेत, एवढेच!

अशा लेखांना मर्यादा नसते; ती घालावी लागते, एवढेच इथे नमूद करावेसे वाटते. तसेच मी उल्लेख केलेल्या रचना वानगीदाखल आहेत, आणखी अनेक सुंदर रचना त्या-त्या रचनाकारांनी केल्या आहेत.

३०.
काही मैफली- स्मरणातल्या

सन १९६० नंतरचा काळ. संगीताच्या क्षेत्रात आजच्यासारखी व्यावसायिकता आली नव्हती. अप्पा बळवंत चौकातलं 'लक्ष्मी क्रीडा मंदिर'... संगीताचे फार सुरेख कार्यक्रम या हॉलमध्ये ऐकले. सवाईची सुरुवातीची काही वर्षे याच हॉलमध्ये कॉन्फरन्स भरायची. तेव्हा तीन दिवस वगैरे कार्यक्रम होत नव्हते.

उत्तमोत्तम गायक-गायिका 'लक्ष्मी क्रीडा'त येत. तीन तासांची मैफल असे, तर २०० ते ४०० श्रोते असत बहुधा. राग तब्येतीत आळवले जात, पण पावणेदोन तास झिंझोटी- असली फॅशन गाण्यात यायची होती. सर्वश्री भीमसेनजी, वसंतराव, बसवराज, माणिकबाई, अभिषेकी, संगमेश्वर गुरव सर्व मंडळी प्रेमाने येत असत. काही मैफली 'गरवारे'ला होत.

याच लक्ष्मी क्रीडा मंदिरात ९० च्या दशकांत एक सुंदर मैफल ऐकली. (१२-१०-९१) अश्विनी भिडे-देशपांडेंची. रात्री ९.३० ला मैफल सुरू झाली. बिहाग, भूप नट गायल्या- मग मध्यंतर आणि मालकंस, भिन्नषड्ज वगैरे. डॉ. अरविंद थत्ते संवादिनीवर आणि श्री. सुभाष कामत तबल्यावर.

एक सकाळची मैफल- स्थळ तेच लक्ष्मी क्रीडा. गायक पं. जितेंद्र अभिषेकी. शिवमत भैरवमध्ये 'डारडार पातपात' हा ख्याल झूमऱ्यात फार छान रंगवला. नंतर आम्ही जो ख्याल म्हणतो 'आज मौजूद' त्याचा त्रिताल करून गायले (नंतर काही वेळा मध्य लय त्रिताल इतरांकडूनही ऐकला), मग खट तोडी- 'धनधन री'- विलं. त्रितालात गायले. हिंडोल बहारमध्ये मध्य लय त्रिताल 'कोयलिया बोलत' म्हटला. ललितचा द्रुत ए. ता. जोगिया होरी- मग मध्यंतर. नंतर देवगंधार 'रैन के जागे' वि. एकतालात. 'जावो जोरी न करो' द्रुत त्रितालात,

मग 'गुंतता हृदय हे,' मग 'नाही पुण्याची मोजणी' ही तेव्हा त्यांनी स्वरबद्ध केलेली लोकप्रिय रचना म्हणून शेवटी 'शिव के मन शरण हो' ही भैरवी. मागे शौनक, हेमंत पेंडसे, शेखर कुंभोजकर होते. ही मैफल दि. ६ नोव्हेंबर ९४ ला डॉ. दामले पती-पत्नींनी आयोजित केली होती.

त्या काळी भरगच्च गाणे देणाऱ्या मैफली, श्रोते सुप्रसन्न, संख्या बेताची पण डेकोरम फार सुंदर असे. मला आठवतंय- एक सकाळची मैफल एस.पी.त होती. जौनपुरीच्या चीजेचा अंतरा गायिकेने चुकीच्या मात्रेपासून सुरू केला होता. श्रोत्यांच्याही लक्षात आले होते. पण त्या तबलजीला म्हणाल्या, "अरे भाई, क्या हो रहा है?" पण कोणी काही बोलले नाही. मैफल पुढे चालू राहिली, रंगली. नंतर तबलजीही प्रकटपणे काही बोललेले ऐकण्यात आले नाही. कलाकाराची स्टाइल! सोडून द्यायचे. त्याचा अधिकार मान्य करायचा.

'सुरेल सभे'च्या रजनीकांत कर्णिकांनी त्या काळी ९०च्या दशकात मालिनीताई, संजीव अभ्यंकर या कलाकारांना प्रसिद्धी दिली. रजनीकांत कर्णिकांकडे मालिनीताई उतरत असत त्या काळात, असे आठवते. पं. उल्हास कशाळकरांची मैफल १९९२ च्या जूनमध्ये सुरेल सभेने संध्याकाळी ऐकवली. भीमपलासीतला तिलवाड्यातला ख्याल 'पलकन लागी', मग चक्क 'बिरज में धूम' हा त्रिताल गायले. मग खास त्यांचा राग जैताश्री 'जबसे पीयू', मग 'मान मन राम शरण' (पं. अनंत मनोहर जोशी यांची चीज) गायले. गाणे सुंदर झाले.

दि. ३ जाने. ९३ ला सुरेल सभेने सायं. मालिनीताईंची मैफल आयोजित केली होती. अप्रतिम मैफल झाली. ग्वाल्हेरचे सर्वपरिचित पूरियाधनाश्री, भूप गायल्या; मग मध्यंतरानंतर हमीर, मग मिश्र खमाजचा टप्पा, मग भैरवी.

याआधी ऑक्टो. ९२ ला 'सुरेल सभे'ने संजीव अभ्यंकर यांची मैफल ठेवली. सकाळचे राग. रामकली 'आज राधे तोरे बदन पर' आणि त्रिताल, भटियार रागामध्ये पं. जसराजजींचा 'जगत रैन का सपना' (एकताल), मग 'अठ खेलत चलत मंद' (द्रुत एकताल) नंतर आणखी एक पद- 'नमामि त्वं उद्‌जलम्।'

सुरेल सभेच्या मैफली 'गरवारे'ला होत. पुष्कळदा गजरे वगैरे देत असत. कर्णिक पती-पत्नी स्वागताला असत. बारमाही श्रोते, वर्षात ४ ते ६ मैफली. त्यांत मालिनीताई, संजीव अभ्यंकर हे नक्की असत.

या काळात एका कलाकाराचे गाणे मनमुराद ऐकायला मिळे. गायक-वादक जुगलबंद्या नंतरच्या, पण वादकांच्या जुगलबंद्या होत असत. पं. व्ही. जी.

जोग-हरिप्रसादजी ही लोकप्रिय अशी जुगलबंदीची जोडी.

पुणे फेस्टिव्हलला या सुमारास म्हणजे सप्टेंबर १९९१ मध्ये उ. बिस्मिल्लांनी (१३-९ ला) प्रथम केदार वाजवला होता. सुंदर प्रस्तुती! नंतरचे आठवत नाही. दि. १४ सप्टें.ला पं. रविशंकरांनी जोगेश्वरी भरपूर वाजवला. नंतर मांज खमाजमध्ये आविर्भाव-तिरोभावांचे अप्रतिम रंग भरले. कुमार बोस तबलासाथीला आणि पार्थसारथी नामक शिष्य सरोदवर साथ करत होता. त्या काळात पं. रविशंकर परदेशात-भारतात येऊन-जाऊन असत. हल्ली उ. जाकीर हुसेन येतात, तसेच. १५ सप्टें.ला हेमामालिनी व त्यांच्या वृंदाने रामायण कथेवर नृत्य सादर केले होते. नृत्य-संगीत सर्व उत्तम होते.

दि. १७ सप्टें.ला भरतनाट्यम्‌ची पेशकारी नीता सूद (बहुधा हेच नाव होते) यांनी 'इंद्रधनु' या शीर्षकाने केली होती. छान झाला कार्यक्रम.

इथेच पं. बंडोपंत सोलापूरकरांचे क्लेरोनेट आणि श्री. रमाकांत परांजपेंचे व्हायोलिनचे सहवादन ऐकले. प्रथम बागेश्रीत विलं व मध्य-द्रुत वाजवून नंतर काही तरी (लाइट) सुगम वाजवले होते. जुगलबंदी रंगली होती. नेहरू स्टेडियमवर खूप गर्दी असे तेव्हा, नृत्याला तर विशेषकरून आणि हेमामालिनींनी इथे कैक वर्षे नृत्य सादर केले होते.

शेवटच्या दिवशी पुणे फेस्टिव्हलला कुमार गंधर्वांचे गाणे झाले. गौड मल्हार म्हटला त्यांनी आणि तार सप्तकात कोमल गंधार लावला. धृपद गायक असा प्रयोग करतात. पण ख्यालगायनात तो नवीन वाटला. अर्थात कुमारांना, बालगंधर्वांना सामान्य फूटपट्ट्यांनी मोजायचेच नसते. कधी उ. अल्लादियांनी बालगंधर्वांच्या अशा प्रयोगांना 'तुला सर्व माफ आहे' असा जणू अमर संकेतच सदासर्वकाळासाठी दिला होता. अर्थात बालगंधर्वांना, कुमारांना कुठे आर्ष प्रयोग करावेत याचे भान होते! त्यानंतर कुमारांनी जलधर बसंती हा राग म्हटला होता. याच मैफलीत पं. हरिप्रसाद चौरसियांचे झिंझोटी रागाचे दीर्घ वादन ऐकले होते. रूपक कुलकर्णी बासरी साथीला आणि उ. अल्लारखाँचा दुसरा मुलगा तौफिक कुरेशी तबल्याला होता.

पुणे फेस्टिव्हलचे सर्व कार्यक्रम आनंद देऊन गेल्याचं आठवतं.

प्रसिद्ध गायिका पद्मविभूषण गंगूबाई हनगल यांनी आपल्या गावी मालिनी राजुरकरांचा कार्यक्रम झाला तेव्हा केलेली मदत अजूनही मालिनीताईंना स्मरते. तिथे सिल्कच्या साडीचं- (तीदेखील काठा-पदराची असावी) प्रस्थ असे, तर

गंगूबाईंनी मालिनीताईंना तशी साडी नेसायला दिली. स्वत:ला बरे नसताना त्यांचं गाणं ऐकायला शेवटपर्यंत थांबल्या; अन्यथा मालिनीताई चांगलं गात नाहीयेत, म्हणून गंगूबाई उठून गेल्या- असं इंप्रेशन लोकांचं झालं असतं, असं नंतर त्यांनीच मालिनीताईंना सांगितलं. हुबळी-धारवाडच्या लोकांची गंगूबाईंना चांगली पारख होती. नंतर मालिनीताई नावाजल्या गेल्या, हा भाग वेगळा! सवाई गंधर्व संगीत महोत्सवात मालिनीताई प्रथम गायल्या तेव्हा त्यांची मुलगी अगदी लहान होती. त्यावरून 'सवाई'मधील तत्कालीन बुजुर्ग मंडळींनी टोमणे, कॉमेंट्स वगैरे प्रकार केले; पण गंगूबाई मालिनीताईंना धीर देत राहिल्या. आज परिस्थिती अशी आहे की सवाईच्या ३, ४ किंवा ५ दिवसांपैकी एका दिवसाची अखेर मालिनीताईंच्या गाण्याने होते. इथे वेगळ्या घराण्याची होतकरू मुलगी असूनही गंगूबाईंनी तिला पुढे आणण्यासाठी आपले वजन मायेने खर्च केले. चांगुलपणाचा आढळ सर्व काळी होत असतो, हेच खरं! फक्त हल्ली संधिसाधूपणा, स्वार्थ यांचं प्रमाण वाढलंय, हेही खरं!

गुरूंच्या औदार्याची एक आठवण पं. मनोहर कासलीकरांची. उ. बडे गुलामअलींना १५ रु. गुरुदक्षिणा कासलीकर देत. इतकी अल्प दक्षिणा देऊनही रोजच्या राइसप्लेटचे ५ आणे उस्ताद बडे गुलामअलीच देत असत.

सरला भिडे या एक गुणी गायिका, तशा लवकरच गेल्या. पण आपली स्मृती संगीतजगात सोडून गेल्या. उत्तम परफॉर्मर सहसा उत्तम सप्रयोग व्याख्याने करू शकत नाही, पण सरलाताई त्याला अपवाद होत्या. कजरी, होरी, चैती, सावन वगैरे सर्व प्रकार त्या छानच गात. खूप चांगली तालीम मिळाली होती त्यांना. शोभा गुर्टूंकडे त्या शिकल्या, आणखीही गुरू केले असतील. रागदारीची पक्की तालीमही त्यांनी घेतली होती. ठुमरी-दादऱ्यासाठीचा स्वरलगाव त्यांनी मेहनतीने कमावला होता. खूप लोकांकडून गाणे मिळविले होते. गानवर्धन संस्थेने जून ९२ मध्ये त्यांना आमंत्रित केले होते. त्यांनी उपशास्त्रीय संगीतातील सुमारे ९-१० प्रकार चांगल्या प्रकारे समजावून सांगितले होते आणि गाऊनही दाखवले होते. कच्ची व पक्की होरी, कजरी- त्यातील दादऱ्याची कजरी हा वेगळा प्रकार- सावन, झूला, बारमासा ह्या सर्व प्रकारांना योग्य न्याय दिला होता त्यांनी. फार सुरेख कार्यक्रम ऐकल्याचे समाधान मिळाले होते!

याआधी ४-५ वर्षे पं. वि. रा. आठवले यांनी असेच ठुमरी-दादऱ्यावर सप्रयोग व्याख्यान दिले होते. मी तेव्हा सौ. कुसुमताई शेंडेंकडे ठुमरी, दादरे वगैरे

शिकायला जात असे. आठवल्यांचे व्याख्यान त्यांनाही खूप आवडले होते. त्यांना घरी जेवायला बोलावले होते कुसुमताईंनी, काही मार्गदर्शनही त्यांना आठवल्यांकडून हवे होते; पण मी कुसुमताईंना म्हटले, ''तुम्ही स्वत: शोभा गुर्टूंची तालीम घेतली आहे. तुम्ही हे गीतप्रकार शिकवता. आठवले पेशाने प्राध्यापक असल्याने लेक्चर व त्यात थोडे गाणे हा कार्यक्रम चांगला करतात; पण तुम्हाला शिकवायला ते तयार होणार नाहीत, कारण तुम्ही स्वत: जाणकार आहात, तुम्हाला शिकण्याची गरज नाहीये.''

तसेच झाले. कुसुमताईंची उच्छा फलद्रूप झाली नाही. कारणे इतरही असतील. पण त्या उत्तम गायिका होत्या, उपशास्त्रीय संगीत तयारीने गात. सध्या निवृत्त आयुष्य जगत आहेत.

कोणत्या कलाकाराला केव्हा व कशी दुसऱ्या कलाकाराच्या गाण्याची तालीम मिळावी असे वाटते, याचे मजेदार उदाहरण या प्रसंगाने आठवले. ती. मामांनी सांगितलेली आठवण आहे. उत्तरेत बहुधा दिल्लीला त्यांचे गाणे होते. खूप श्रोते जमले होते, ते गायले छान, कार्यक्रम रंगला. श्रोत्यांमध्ये प्रसिद्ध ठुमरी गायिका बेगम अख्तर होत्या. त्या कार्यक्रमानंतर ती. मामांना भेटल्या आणि नवलाची गोष्ट म्हणजे ती. मामांना म्हणाल्या, ''मला हे गाणे शिकवा.'' मामांनी ती गोष्ट मजेतच घेतली व म्हणाले, ''अख्तरीबाई, तुमच्या अंगावर आज जे शेरभर सोनं आहे, तसं माझ्या गाण्यानं नाही तुम्हाला मिळणार.'' गोष्ट हसण्यावारी गेली आणि बहुधा गाण्याचा तात्कालिक परिणाम म्हणूनच अख्तरी बेगम तसे म्हणाल्या असतील. पण यातून माझ्यासारख्याला वेगळाच बोध होतो. त्या वेळी बाई ठुमरी गायिका म्हणून प्रसिद्धी पावलेल्या असूनही ती. बुवांच्या रंगलेल्या मैफलीने बेगम अख्तरींच्या कलावंत मनाला ती शैली, ते गाणे आत्मसात करावेसे वाटले- ही कलाकाराची मानसिक भूक म्हणावी का? त्याला जन्मभर विविध गानशैलींचा मोह पडतो, त्या आत्मसात कराव्याशा वाटतात!

याच सुमारास म्हणजे २३ ऑगस्ट ९३ ला टिळक स्मारक मंदिराच्या प्रेक्षागृहात किशोरीताईंचे एक रंगलेले गाणे ऐकले होते. सकाळी ८ ते सव्वाबारा- भरगच्च मैफल. जयतचा रूपक 'मोरा रे' छान रंगवला. नंतर बहादुरीचा विलं- त्रिताल 'महादेव' म्हटला, मध्य लयीतली चीज नाही म्हटली. नंतर ककुभ बिलावल गायल्या. लक्ष्मीबाई जाधव म्हणतात (आणि जयपूरचे इतर गायकही म्हणतात) तीच 'देवता' ही चीज होती, पण रागस्वरूप लक्ष्मीबाईंहून थोडे वेगळे

मांडले होते. फार छान मैफल.

नंतर त्यांनी त्या काळातसुद्धा १ लाख बिदागी घेतली वगैरे चर्चा चालल्या होत्या. तिकिटेही १५०/-, १००/- ७५/- आणि ५०/- अशी होती. पण मला या चर्चांमध्ये रस घ्यावासा वाटत नाही. देणारे (संयोजक) देतात, घेणारे घेतात. आपण श्रोते म्हणून तिकीट काढून गेलो, निर्भेळ गानरस चाखला, तृप्त झालो; तिथे विषय संपवावा.

यानंतर लगेचच ५ सप्टेंबर- शिक्षकदिनी सुरेल सभेने पं. जसराजजींचे गाणे आयोजित केले होते. रविवार होता, श्रोते भरपूर. तेव्हा जसराजजी भक्तिसंगीत वगैरे गात नसत. पूर्ण मैफल! सकाळी ८.३० ला मैफल सुरू झाली. बिलासखानीतील विलं एकताल 'श्री कामेश्वरी' (तेव्हा गाजत असलेला ख्याल), 'जाजा रे जा कगवा' हा मध्य लयीतला त्रिताल गायले होते जसराजजी. छान वठला बिलासखानी, नंतर गुजरी घेतला त्यांनी- 'चलो सखि सौतन के घर जैये.' मध्य लय त्रिताल गाऊन द्रुत एकतालात 'बरसन लगे मेहा' अशी चीज होती. नंतर मध्यंतर झाले. नंतर परमेश्वरीचा भास वाटेल असा जयवंती तोडी त्यांनी घेतला. रे ग कोमल, धैवत शुद्ध असे स्वरूप होते. विलं. त्रितालात ख्याल म्हटला आणि द्रुत त्रितालात 'चित लागो मेरो' अशी चीज गायले. मग मियां की तोडीत विलं एकतालात 'उस नगरी में' आणि 'अछनी अछनी पग' हा मध्य त्रिताल त्यांनी म्हटला. पुन्हा 'अल्ला जाने मौला जाने' द्रुत त्रिताल आणि शेवटी देसी रागात परंपरागत ख्याल 'मोरा मन हरलीनो' वि-एकताल गायले. पुढे बहुधा मी घरी निघून आल्याने त्रिताल वगैरे ऐकला नाही.

त्या काळच्या भरगच्च मैफली, भरपूर गाणे, फॉर्ममध्ये असलेले कलाकार, गाण्याप्रति त्यांची लगन, निष्ठा... आणि हळूहळू परिस्थिती पालटत गेली. कलाकार स्वतःला फार मोठे समजू लागले. त्यांचे आढेवेढे, मूड्स यांच्या कथा कानावर येऊ लागल्या. त्याच वेळी नवोदित कलाकार गाण्याच्या क्षितिजावर उदय पावत होते, स्वतःला सिद्ध करू पाहत होते. चक्रनेमिक्रमेण जुन्या कलाकारांचा अस्त आणि नव्यांचे आगमन हे चालूच राहणार.

३१.
स्वर-परिवर्तन (मॉड्युलेशन)

वैशिष्ट्ये, क्षमता आणि मर्यादा

मानवी कंठाचे सामर्थ्य हा एक विशाल परिघ असलेला विषय आहे. विचार करू लागले की, त्याच्या आवाक्याचा अंदाज जणू दूर-दूर जाऊ लागतो.

तसे पाहिल्यास पक्ष्यांच्या स्वराची तारता (Pitch), त्यांच्या आवाजाची फेक, त्यांची पोच हे सर्व पुष्कळदा मानवी कंठाहून अधिक असते. पण त्याच वेळी मानवाजवळ जी मॉड्युलेशनची किमया आहे, तिच्या तुलनेत पक्ष्यांच्या स्वराची क्षमता सीमित वाटते. याला त्यांच्या बुद्धीचा सीमित आवाका आणि कदाचित त्यांच्या कंठसामर्थ्याच्या मर्यादाही कारणीभूत असू शकतील.

पण भावाभिभूत होऊन ओंकारनाथ ठाकूरांनी म्हटलेले भजन- मैया मोरी, मै नहिं माखन खायो- ऐकताना कृष्णाच्या आवाजातली विनवणी, आर्तता, प्रेम, लडिवाळपणा, काकुळत हे सर्व भाव आवाजाच्या विशेष मॉड्युलेशनमुळे कळून येतात. एक साधा-सरळ मानवी कंठ काय किमया घडवू शकतो, त्याचे हे सुंदर उदाहरण. 'जोगी मत जा' म्हणताना 'तू नको रे जाऊस' या एका वाक्यरूप कथनासाठी ओंकारनाथांनी आपला गळा जणू पणाला लावलाय, असं वाटतं! त्यात त्या विरक्त होऊ पाहणाऱ्याला अडविण्यासाठी काय-काय मोर्चेबंदी आपल्या कंठसामर्थ्याने ते करतात, तो फक्त श्रवणाचाच विषय आहे! दुःख, आग्रह, आर्तता, निरुपाय, विनम्रता, विनवणे... सर्व काही त्या 'जोगी' या शब्दाच्या पुनरावृत्तीतून निनादत असते.

हे स्वर-परिवर्तन किंवा मॉड्युलेशन याला भारतीय परंपरेने स्वरकाकु असे नाव दिले आहे. याचे ६ प्रकार सांगितले आहेत. आज विज्ञानाच्या परमोत्कर्षाच्या काळात माईकमुळे आपल्या आवाजातील सूक्ष्मातिसूक्ष्म छटा

श्रोत्यांपर्यंत पोचवणे शक्य झाले असल्याने स्वरकाकूंचा वेगळा विचार होणे आवश्यक आहे.

या विषयाचे दोन-तीन पदर आहेत. आपण उदाहरणासाठी एक-दोन गायकांची गानप्रस्तुती डोळ्यांसमोर ठेवल्यास या विषयाचे मर्म समजून घेणे सुकर होईल.

पं. ओंकारनाथ ठाकूरांचे नाव आलेच आहे. त्याआधीच्या पिढीतले अत्यंत गोड व सुरेल गळा लाभलेले किराना घराण्याचे बुजुर्ग गायक अब्दुल करीम खाँसाहेब यांच्या उपलब्ध शास्त्रीय-उपशास्त्रीय संगीताच्या ध्वनिमुद्रिकांचा अभ्यास केल्यावर असे जाणवते की, या कलावंताचा आवाज जात्याच दुर्मिळ कोटीचा होता, हे सत्य आहे; पण त्या आवाजाला मोल्ड करून किंवा त्यात योग्य ती लवचिकता आणून, त्यातून भावभावनांची पखरण करण्याची हातोटी खाँसाहेबाना साधली होती. त्यांच्या 'गोपाला, करुणा क्यों न आवे' किंवा 'जमुना के तीर' या ध्वनिमुद्रिकांच्या श्रवणाने कळून येते की, मुळातला आवाज आर्तता असलेला आहेच; पण स्वरपरिवर्तनाची किमया वापरून खाँसाहेबांनी ही आर्तता अधिक तीव्र (इंटेन्स) केली आहे. सुगम संगीताचा परिघ हा स्वरपरिवर्तनासाठीचा खास विभाग. सुधीर फडके यांच्यासारख्या नामवंत संगीत-दिग्दर्शक-गायकाने या विभागात भरीव कार्य केले. गायनाचार्य पं. विष्णू दिगंबरांचे शिष्यत्व लाभलेल्या पं. वामनराव पाध्ये या बुजुर्ग गायकाचे शिष्य असलेले सुधीर फडके ऊर्फ बाबूजींना ग्वाल्हेर घराण्याची खास तालीम मिळाली होती. त्यांच्या गाण्यात व संगीतदिग्दर्शनात या तालमीचा प्रभाव दृग्गोचर होतो. आवाजाचे मार्दव, प्रसंगी कठोरपणा (कैकेयी संदर्भातील पद हे एक उदा. 'माता न तू वैरिणी'), 'सखि मंद झाल्या तारका'सारखी सदैव टवटवीत राहिलेली गाणी, 'दैवजात दुःखे भरता'सारखा सुंदर वैराग्य उपदेश- या विविध भावच्छटांच्या प्रकटीकरणात बाबूजींनी वापरलेले आवाजाचे स्वन-रंग अद्‌भुत आहेत. त्यांनी ज्या गायक-गायिकांना चाली दिल्या, त्या संगीतदिग्दर्शनातदेखील मॉड्युलेशन करून घेण्याचे त्यांचे व ती आपल्या गळ्याहून प्रकट करण्याचे त्या-त्या कलाकाराचे कौशल्य दिसून येते.

सौ. माणिक वर्मा हे शास्त्रीय व उपशास्त्रीय संगीतातले एक प्रतिष्ठित नाव. प्रथम माणिक दादरकर या सुगम संगीत गाणाऱ्या गायिका म्हणूनच प्रसिद्धी पावल्या. हिराबाई दादरकर हे त्यांच्या मातोश्रीचे नाव. आपल्याला शास्त्रीय

संगीताची गायिका म्हणून नाव मिळवता आले नाही, पण आपल्या मुलीने ते मिळवावे- या तीव्र इच्छेपोटी घरासमोरील भारत गायन समाजात त्यांनी मुलीला घातले. नंतर किराना घराण्याचे पं. सुरेशबाबू माने, लग्नानंतर मुंबईत वास्तव्य झाले असता आग्रा घराण्याचे पं. जगन्नाथबुवा पुरोहित, काही काळ पं. बसवराज राजगुरू यांच्याकडे मार्गदर्शन मिळवून माणिकताईंनी आपली अभिजात गायकी समृद्ध केली. सुधीर फडके व इतर संगीत-दिग्दर्शकांच्या हाताखाली गायल्या.

मुख्य गोष्ट अशी की- किराना आणि आग्रा घराण्याची गायकी गळ्यातून प्रकट करणाऱ्या माणिकताईंनी 'त्या चित्त चोरट्याला'सारख्या मराठी गझला म्हणताना आवाजातील स्वरकाकूचे जे अद्‌भुत सौंदर्य दाखविले, त्याने मराठी भावसंगीत समृद्ध झाले. गीतरामायणातील त्यांनी गायलेली गाणी, 'अमृताहुनी गोड'सारखे अभंग, 'सावळाच रंग तुझा'सारखी भावगीते या सर्वांतून त्यांनी आवाजाचे विविध स्वनरंग दाखवले. व्ही. जी. जोगांच्या व्हायोलिनच्या साथीत त्यांनी जोगकंस, भटियारसारख्या अभिजात रागांच्या ध्वनिमुद्रिका दिल्या आणि त्याच माणिकताईंनी मराठी भावसंगीताला पुरेपूर न्याय दिला.

मालती पांडे हे असेच सुगम संगीतातले प्रसिद्ध नाव. 'त्या तिथे, पलीकडे, तिकडे' या अफलातून भावगीतात त्यांच्या आवाजाचा पोत विलक्षण सुरेख आहे. 'कशी रे तुला भेटू मला वाटे लाज, लौकिक तुझा मोठा आणिक घरंदाज', 'कुणिही पाय नका वाजवू', 'खेड्यामधले घर कौलारू', 'लपविलास तू हिरवा चाफा' या अजरामर भावकाव्यात मालतीबाईंच्या आवाजाच्या मॉड्युलेशन्सनी दर्द गहिरा झाल्याची जाणीव प्रकर्षाने होते.

जानकी अय्यरांची 'माती सांगे कुंभाराला', 'परदेशी साजण घरी आले', 'उमटली रामाची पाऊले', 'होणार स्वयंवर तुझे आज की' ही गाणी ऐकल्यास उत्कंठा, भक्ती, वैराग्य या विविध भावभावनांचे प्रकटीकरण स्वरपरिवर्तन करून त्यांनी चरम उत्कर्षपूर्वक घडविले आहे, हे जाणवते. भारतरत्न लता मंगेशकरांना अद्‌भुत कंठ लाभला, त्या दैवी स्वराचे विविध स्वनरंग त्यांनी सर्व भारतीय भाषांमधील गाण्यांत प्रकटविले. सुरुवातीची गाणी 'ठंडी हवाएँ,' 'दुनिया करे सवाल', 'बहारें फिर भी आएगी', 'कहीं दीप जले कही दिल', 'तुम न जाने किस जहाँ में खो गए', 'जब प्यार किया तो डरना क्या', मराठीतील- 'या चिमण्यांनो परत फिरा रे', 'एका तळ्यात होती', 'एकाच या जन्मी जणू फिरूनी नवी जन्मेन मी', 'भय इथले संपत नाही' या सर्व हिंदी-मराठी गीतांत एकच एक

आवाजाचा रंग नाही; विविध स्वरपरिवर्तने आहेत, हे स्पष्टच आहे.

आशाबाईंचे 'मी मज हरपुनि', 'चांदणे शिंपीत जाशी', 'केव्हा तरी पहाटे' या दवभरल्या भावकाव्यात आवाजाची ती सुप्रसिद्ध 'आशा स्पर्शा'ची गाज, आवाजाचे विविध उधळलेले स्वनरंग प्रकट करत नाही का? नाट्यगीतांमध्ये पं. दीनानाथांची सय आणून देताना गाज तर आहेच, पण अभिजात संगीताचा घाटही त्यात मिसळलाय.

वाचकहो, श्रोतेहो- आवाजातील स्वरकाकूंमुळे संगीताला काय वैभव प्राप्त होते, हे वरील काही उदाहरणांवरून आपल्यापर्यंत नक्कीच पोचले असेल. हल्ली-हल्ली सौ. आरती अंकलीकरांच्या 'मी राधिका, मी प्रेमिका'ने या परंपरेला पुढे नेण्याचे सामर्थ्य त्यांच्यात आहे, हे दर्शवून दिले आहे. तसेच प्रख्यात शास्त्रीय-उपशास्त्रीय व पॉप गायिका शुभा मुद्गल यांनीही या प्रांतात यशस्वी पाऊल टाकून स्वरकाकूंचा प्रभाव गहिरा केला आहे.

या संपूर्ण लिखाणात ठुमरी-दादऱ्यातून मिळणाऱ्या गहिऱ्या स्वर-परिवर्तनाचे, स्वरवैविध्याचे दर्शन राहून गेले आहे. पण बेगम अख्तर, बाई रसूलनबाई, सिद्धेश्वरीबाई, शोभा गुर्टू व त्यांच्या आधीच्या गायिका, पुरुष गायकांमधले गझलसम्राट मेहंदी हसन व इतर सर्व गझलगायक या मंडळींच्या अद्वितीय स्वरपरिवर्तनाचा उल्लेख आवश्यक आहे. पण मी मर्यादित परिघ समोर ठेवून स्वरपरिवर्तनाचे क्षेत्र दर्शविण्याचा प्रयत्न केला आहे.

***

३२.
सुगम संगीत (लिटल चॅम्पस्)

हा आमच्या महाराष्ट्राच्या खास प्रीतीचा प्रांत! मला बालपणी ऐकलेली जी. एन. जोशी, वाटवे, सुधीर फडके, लताबाई, आशाबाई वगैरेंची जुनी गाणी अजून आठवतात. 'रानारानात गेली बाई शीळ' या जी. एन. जोश्यांच्या भावगीताने एक काळ गाजवला. जे. एल. रानडे त्याच काळातले. नंतर 'कसा गं बाई झाला... राधे तुझा सैल अंबाडा', 'शेजारच्या घरात आलास पाहुणा तू' वगैरे भावगीतांनी वाटव्यांनी स्त्री-पुरुषांना वेड लावले होते. बबनराव नावडीकर थोडे नंतरचे आणि मग सुधीर फडक्यांचा काळ. त्यांची व आशाबाईंची द्वंद्वगीतेदेखील खूप गाजली. त्याच्या थोडे नंतर रवी दाते वगैरे मंडळी, श्रीधर फडके, हृदयनाथजी आणि किती तरी. या लोकांच्या आगे-मागे बरेच गायक-गायिका झाल्या. सुमन कल्याणपूर, कृष्णा कल्ले आणि किती तरी. पण जे सिनेसंगीतात, तेच थोडं बहुत भावसंगीतातही झालं. सुरुवातीच्या त्या काळात भावाचं गहिरेपण हे ठळक वैशिष्ट्य आणि त्यामुळे शब्दोच्चार असे की, त्यातला अर्थ श्रोत्यांच्या हृदयापर्यंत पोचे. त्या गाण्यांची मोहिनी अशी की, गणेशोत्सवात ठिकठिकाणी वाटवे, नावडीकरांच्या भावगीतांचे कार्यक्रम होत आणि अलोट गर्दी होई.

पण त्या काळातला मोजका वाद्यमेळ नंतरच्या कंठाळी भावसंगीतात फार मोठा झाला. परकीय वाद्यांचा वापर बेसुमार वाढला आणि कदाचित तत्कालीन सिनेसंगीताचाही प्रभाव असू शकेल, पण भावसंगीत कर्कश झाले, मुलायमपणा कमी झाला. लयीची झिंग मुख्य बनली. जशी सिनेसंगीताच्या सुवर्णयुगातली गाणी अजूनही लोकांना आवडतात, तशीच जुनी भावगीतेही आवडतात. हल्ली सुगम संगीताच्या कार्यक्रमात या गीतांना पसंती मिळते.

आयुष्याचा वेळ संथ होता; तेव्हा सुगम गीतेही संथ, भावपूर्ण शब्दांचं

प्राधान्य अधोरेखित करणारी होती. नंतर-नंतर बदल होत गेले, नावीन्याच्या नावाखाली भरमसाट वाद्यमेळ समाविष्ट झाला, हार्मनीचं प्रेम वाढू लागलं आणि भाव दर्शविणारे शब्द गौण होऊन पायाने ताल धरून जलद लयीत गाण्याच्या चालींची संख्या वाढली.

का होते आहे असे? एखादे वेळी वाटते चक्रनेमिक्रमाने पुन्हा जुने हवेसे वाटू लागेल. पण आज तरी गाण्याच्या ओळींच्या मधले संगीत वाद्यबंबाळ, गाण्याची चाल चंचल आणि आता जोडीला उभ्याने गीत पेश करणे- उत्तम वेशभूषेसह, असा मामला आहे. दूरदर्शनच्या वाहिन्यांवर होणाऱ्या विविध सुगम संगीताच्या कार्यक्रमातून जाणवतंय की, संगीताची श्राव्यत्व ही काही एकमेव कसोटी आज उरलेली नाही. उभं राहून, अंगविक्षेपांसह, प्रेक्षणीय हावभावांसह भावसंगीत प्रस्तुत करता येणे, हा मुख्य निकष सध्या आहे.

एकूणच बहुधा, भौतिकतेच्या आहारी जाण्याच्या प्रवृत्तीमुळे श्राव्य कला दृक्-श्राव्य कला होऊ लागल्या आहेत.

श्रीनिवास खळे, श्रीधर फडके, यशवंत देव, हृदयनाथ मंगेशकर या आणि अशा आणखी काही संगीतकारांनी भावसंगीताला तारले आहे; त्याची पातळी राखली आहे, हेही खरेच! अन्यथा, मधल्या काही वर्षांत सिनेसंगीत व भावसंगीतात उंच पट्टीत गाऊन घेणे- विशेषत: गायिकांकडून- हे फॅड झाले होते. आणि लोकांची अभिरुची- तिला काय वर्णावे? त्यांना तेच आदर्श वाटू लागते! असो. त्यातूनही मार्ग निघतो आणि तसा तो निघाला. पण आता लय (रिदम्) पायांच्या- किंबहुना, अवघ्या देहाच्या ठेक्यावर गाणे गायले जाते आहे.

सुगम संगीताचं एक नवं दालन म्हणजे लिटल् चँप्स्सारखे हल्लीचे कार्यक्रम.

लहान मुलांच्या लिटल् चँप्स्, इंडियन आयडॉल, सूरक्षेत्रसारख्या अनेक शीर्षकांनी सुरू झालेल्या टी.व्ही. वाहिन्यांवरील गायन स्पर्धा हा आजकालच्या टी.व्ही. प्रेक्षक-श्रोत्यांचा आवडता कार्यक्रम आहे.

या निमित्ताने बरीच साधक-बाधक चर्चादेखील हल्ली होते आहे. लहान मुलांमधील कलागुण हेरून कोवळ्या वयात त्यांना मंच मिळवून दिला जातोय. आता तर यात अनेकानेक मंडळींचे, संस्थांचे हितसंबंधसुद्धा तयार होत आहेत. मुलांना मानधन मिळते, पालकांनासुद्धा मुलांबरोबर प्रसिद्धीच्या वलयात राहायला मिळते आहे; पण...

फार बाल वयात एवढी झगमगाटी प्रसिद्धी मिळाल्यामुळे पुढचा विकास

थांबतो आहे का, हेही पाहायला हवे. टी. व्ही. चॅनल्सच्या व्यग्र दिनक्रमामुळे अभ्यासाकडे दुर्लक्ष होते आहे का, याबरोबरच पालकांना अभ्यास वगैरे गोष्टी गौण वाटू लागल्या आहेत का; हेही तपासून पाहण्याची वेळ येऊन ठेपली आहे. तीच-ती गाणी, उत्तमोत्तम वाद्यमेळात म्हणण्याने खराखुरा विकास खुंटतो आहे आणि त्या बेगडी वातावरणाचे बालांना (आणि पालकांनासुद्धा) नको इतके आकर्षण वाटते आहे.

लहान मुलांना थोडीफार प्रसिद्धी मिळणं गैर नाही, त्यामुळं त्यांना प्रगतीसाठी प्रोत्साहन मिळतं; पण यात आणखी एक मुद्दा अनुस्यूत आहे. तो असा की, एखादा विजयी म्हणून घोषित झाल्यावर पुढे काय? स्पर्धा भरविणारे त्याची काही तजवीज करत नाहीत; मग हे बालगायक कुठे छोट्यांच्या कार्यक्रमात प्रमुख पाहुणे होतात, कुठे अनावरणाची फीत कापतात आणि असेच काही तरी! मग अजून एखादी संस्था अशा अनेक विजेत्यांना घेऊन त्याच जुन्या गाण्यांचा कार्यक्रम नव्याने करते... आणि हे असेच चालू राहते. यातील खेदाचा व दु:खाचा भाग असा की, या लहान वयात 'पोचलेले' कलाकार झालेल्यांना पुढील शिक्षणात- म्हणजे शालेय व संगीताच्यासुद्धा- रस वाटेनासा होतो, त्यांना त्या प्रसिद्धीची चटक लागते.

काही वेगळ्या अंगाने या सर्व गोष्टींकडे पाहता येईल का; त्यातील व्यावसायिकता, मोठी बक्षिसे याऐवजी काही अधिक भरीव उपक्रम राबवता येतील का, हे पाहायला हवे आहे. स्पर्धेत जिंकलेल्यांचा आई-बाप, स्नेही, नातलग आणि प्रसारमाध्यमाची माणसे 'पीर' करतात, नको इतका उदो-उदो होतो; तो टाळायला हवा आणि स्पर्धेत भाग घेणाऱ्या सर्वच मुलांच्या मनावर हे बिंबवायला हवं की, कायम स्पर्धा आणि स्पर्धा हे नाही चालू शकणार. एक-दोन हंगामांत काम केल्यावर आपल्या पूर्वरूटीनकडे वळायला हवं. या स्पर्धांहून विकसित असं क्षितिज पुढे आहे. तिथे चंदेरी झगमगाट नाही, पण त्याची आयुष्यभर अपेक्षा करत राहणं चूक आहे. मुलांना कदाचित हे लवकर कळेल. ती ओली माती असते. समुपदेशनानं तिला इच्छित आकार देता येईल; पण प्रसिद्धी व पैशाला सोकावलेल्या पालकांना पूर्वपदावर आणणं कदाचित थोडं कठीण जाईल! मात्र ते करावे लागेल; अन्यथा ही 'आयडॉल्स' प्रत्यक्षात खुजी, खुरटलेली व्यक्तिमत्त्वं बनतील!!!

***

३३.
नाट्यसंगीत- नाट्यतत्त्वाची पायमल्ली

महाराष्ट्राला संगीत नाटकांचं फार वेड आणि अण्णासाहेब किर्लोस्करांचं पहिलं नाटक शाकुंतल हे ३१/१०/१८८० रोजी पुण्याच्या रंगभूमीवर सादर झालं, हा इतिहासही लोकांना पाठ असतो. फार तर असं म्हणू की- वार, दिवस, महिना माहीत नसेल; पण १८८० हे वर्ष तोंडपाठ असलेले अनेक लोक माझ्या पिढीत होते.

'शाकुंतल'पूर्वी नाट्य आणि संगीत यांची युती नव्हती असं नाही; पण स्वर आणि लय ही संगीताची महत्त्वाची व आकर्षक अंगं असल्याने नाटके संगीतप्रधान असली तर जास्त लोकप्रिय होतात, हा होरा असे आणि 'शाकुंतल'ची भट्टी चांगली जमली म्हणा किंवा लोकांना ते भावलं म्हणा- पण दिव्याच्या उजेडात लळित वगैरे जे प्रकार होत, त्यापेक्षा नाटकाची गोडी जास्त होती. विष्णुदास भाव्यांचं 'सीता स्वयंवर आख्यान' शाकुंतलाच्या आधीचं, पण लोकप्रियतेत 'शाकुंतल'न बाजी मारली.

पुढे गंधर्वयुगात काळ जणू थांबला होता. गंधर्वांचं तारुण्य ओसरल्यावरसुद्धा स्टेजवरचे पोक्त वयाचे, स्थूलतेकडे झुकलेले गंधर्व लोकांना बहुधा दिसत नसत; स्मरणरंजनातून तरुण बालगंधर्वांनाच लोक स्टेजवर पाहत आणि तेच गाणं ऐकत. एकूण, बालगंधर्व ही दंतकथा झाली होती.

आमच्या घरी तोच प्रकार असे. कारण माझ्या सासऱ्यांनी १९२२ ते १९३२ अशी दहा वर्षे गंधर्व नाटक कंपनीत सेवा केली होती. माझ्या सासूबाई गंधर्व नाटक कंपनीतील किस्से नेहमी ऐकवत. दुधा-तुपाची रेलचेल, मिष्टान्न भोजने, नट-नट्यांचे महागडे, सुंदर कपडे, नाट्यगृहात अत्तराचा दरवळणारा सुगंध वगैरे गोष्टी त्या फार अभिमानाने, भक्तीने सांगत.

हे सर्व ठीक आहे. काय चुकते आहे ते मी बोलावे की नाही, याविषयी माझ्या मनात संभ्रम आहे. म्हणजे बालगंधर्व म्हणजे चालता-बोलता दैवी चमत्कार होता. त्यांचा गंधर्वतुल्य आवाज, तालाची उपजत समज, नाटकात हवे तेवढेच औचित्याला धरून असलेले गाणे- हे सर्व मला मान्यच आहे आणि ते सर्वांना मान्य होण्यासारखेच आहे.

माझ्या मनातला विरोध वेगळाच आहे. गंधर्व गेले, त्यांचे गाणे त्यांच्याबरोबर संपले, उरले आहे ते रेकॉर्ड रूपाने; पण स्पर्धा भरवून त्यांच्या गाण्याच्या रटाळ नकला करून त्या गाण्याचा लोकांना वीट येईल, इतके अति करू नये. ते गाणे सुंदर होते; स्वाभाविकपणे त्यात गोडवा, लडिवाळपणा होता; ते नाटकातले साभिनय गायलेले स्वर्गीय गाणे होते; त्याच्या निर्जीव झेरॉक्स काढू नयेत.

हे खरे तर दीनानाथांच्या, पं. कुमार गंधर्वांच्या रेकॉर्ड्सबाबतही म्हणता येईल. दीनानाथांची नाट्यपदे ही त्यांची खासियत होती. ती आवाजाची झार व गाज ही अनुकरणाने येणार नाही; ती त्यांच्या गळ्यात नैसर्गिकरीत्या होती आणि त्यावर रियाजाने त्यांनी तेज, चमक निर्माण करून ते लखलखते गाणे निर्माण केले होते. आवाज, प्रतिभा व रियाजाचा तो संगम होता. त्याची नक्कल न करता ती पदे आपल्या सहज-स्वाभाविक आवाजातच लोकांनी म्हणावीत. कुमारांची 'आज मी रुसून आहे' ही ध्वनिमुद्रिका मुले स्पर्धांमध्ये म्हणतात; पण कशी? तर कुमारांचा तो विशिष्ट आवाज, हेल या सर्वांची नक्कल करून आणि मग ते गाणे विनोदी वाटते. गाणे नेहमी आपल्या आवाजात म्हणायला हवे; उधार-उसनवार करून दुसऱ्याचा कंठस्वर आत्मसात होत नसतो!

महाराष्ट्रात नाट्यसंगीत हा एक बहुमोल ठेवा मानला जातो. ती महाराष्ट्राच्या जणू मर्मबंधातली ठेव आहे. चार मराठी माणसं जमली आणि नाटकातलं एखादं पद म्हटलं नाही, असं होणं शक्यच नाही. त्यातून बालगंधर्व, नानासाहेब जोगळेकर, मास्टर दीनानाथ हे तर अक्षरश: मराठी माणसाचे वीक पॉइंट्स!

आणि तरीही, तरीही इथे एक धाडसपूर्ण विधान मी करू इच्छिते आहे. ते असे की, नाट्यसंगीताची मोहिनी कितीही अवीट असली तरी हे नाट्यसंगीत नाटकातल्या नाट्यतत्त्वाची पायमल्ली करणारे ठरले.

वाचकहो! दचकू नका, रागावूही नका. माझ्या विधानावर शांतपणे विचार करा. एक नाट्यपद अनेक 'वन्स मोअर' मिळून संबंधित नट अनेक वेळा म्हणत; तेव्हा नाटकातलं कथानक तिथेच थबकून राही, रंगमंचावरील पात्रांची

अवस्था दयनीय होत असे. त्यांनी श्रवणभक्ती किती करायची, त्या वेळेत त्यांनी हावभाव काय करायचे- कसे व किती वेळा तेच ते हावभाव करायचे- याचा विचार केल्यावर हे सर्व प्रकरण नाट्याला मारक होते, हे सर्व सुज्ञ वाचकांना नक्की जाणवेल. 'स्वयंवर' नाटकातल्या गायकी वळण्याच्या चालींमुळे जणू काही अभिनयाची आवश्यकताच उरली नाही. रुक्मिणी (बालगंधर्व) साठी खाडिलकरांनी जवळजवळ एकपात्री नाटक लिहिल्यासारखे वाटते. पुढील 'द्रौपदी', 'मेनका', 'सावित्री' अशी नाटकेदेखील याच जातकुळीतली होती. याचा अनिष्ट परिणाम असा झाला की, तत्कालीन नाटक कंपन्या- संगीत नाटके करणाऱ्या कंपन्या- गवई शोधून आणायचा आणि नायक/नायिकेला त्यात अभिनय बेतास बात आला तरी चालेल; पण त्याने पदे घोळून-घोळून म्हणावीत, त्यासाठी गाणं शिकवणाऱ्या गवयाची नेमणूक करावी, म्हणजे झाले- अशा वृत्तीच्या बनल्या.

इथे नाट्यतत्त्वाला हरताळ फासला गेला, असे नव्हे का? नाटक म्हणजे एकच पात्र महत्त्वाचे, बाकीची पात्रे तोंडी लावण्यासारखी- असे होऊन कसे चालेल? पण असेच होऊ लागले होते. यातून एक नवी व्याख्या तयार झाली- जो संगीत नट जास्त वेळपर्यंत नाट्यपद रंगवतो; तो अभिनयसंपन्न, उत्तम नट अशी ती व्याख्या होती. 'शारदा' नाटकातले 'मूर्तिमंत भीति उभी मजसमोर राहिली' हे केशवराव भोसले यांचे पद ऐकण्यासाठी लोक त्या काळी रुपया-दोन रुपये देत; हे वाक्य केशवराव भोसल्यांच्या संदर्भात जरी अभिनंदनीय असले, तरी एकूण नाटक, नाट्यतत्त्व या दृष्टीने ते निंद्य नव्हे काय?

खरे तर मी संगीतक्षेत्रातली एक साधिका. संगीततत्त्वाचा परिपोष झाल्याने मला आनंद व्हायला हवा, असेही वाचकांना वाटेल; पण इथे ज्या संदर्भात संगीताचा परिपोष होतो आहे, तो औचित्याला धरून होत नाहीये. तसे तर महाराष्ट्रात नाट्यसंगीतामुळे शास्त्रीय संगीत लोकप्रिय झाले, लोकांना नाट्यसंगीताने शास्त्रीय संगीताची गोडी कळू लागली आणि शास्त्रीय संगीताला श्रोते मिळू लागले. शास्त्रीय संगीताची विद्यालये भरभराटीला आली, हे अंशत: खरे आहे.

पण इथे मुद्दा आहे तो मुळात नाटक नवरसांच्या परिपोषासाठी असते आणि ते नवरस नव्हेत, तर फक्त संगीतरस नाटकात भरभरून वाहू लागला; हा! असो.

मराठी नाट्यविश्वात १९६७ मध्ये एका सुंदर नाटकाची भर पडली. पुरुषोत्तम दारव्हेकरांचे हे नाटक. नाटकाचा विषय १०० टक्के शास्त्रीय संगीतातला.

अतिशय लहान वयापासून ज्या गायकीचे संस्कार विद्यार्थ्यांवर होतात, त्या कंठावर नंतर इतर गायकीची वळणे-वळसे देण्यास दुसऱ्या घराण्याचा गुरू नकार देतो- असा पूर्णतया शास्त्रीय संगीताशी निगडित विषय होता. जितेंद्र अभिषेकींनी अत्यंत सकस संगीत दिले होते. वसंतराव देशपांडे यांची नाटकातली कारकीर्द या नाटकाने गाजली; एवढेच नव्हे, तर संगीत नाटकात इतका कळीचा विषय मांडला गेला, यासाठी दारव्हेकर मास्तरांना नावाजले गेले. एका घराण्याचं संगीत सतत ऐकून साहचर्यामुळे ते लोकांना प्रिय होतं आणि दुसऱ्या वळणाचं संगीत स्वीकारायला लोक प्रथम तयार होत नाहीत, हा मुद्दा नाटकात खुबीने मांडला होता.

पं. वसंतराव देशपांडे यांनी बँक ऑफ महाराष्ट्रासाठी नाट्यसंगीतावर एक दर्जेदार कार्यक्रम केला होता. साक्या, दिंड्यांपासून बँडच्या चाली, लोकसंगीत, शास्त्रीय रागदारीतल्या बंदिशींवर आधारित नाट्यपदे- अशी सर्व सामग्री या कार्यक्रमात होती. आकाशवाणीवरून ही मालिका क्रमशः प्रकाशित झाली होती. असे कार्यक्रम ध्वनिफितींच्या रूपात जतन करायला हवेत आणि लोकांना उपलब्ध करून द्यायला हवेत. महाराष्ट्राचे नाट्यसंगीत म्हणजे शास्त्रीय संगीत शिकणाऱ्यांची धुळाक्षरेच! महाराष्ट्राला शास्त्रीय संगीताची गोडी नाट्यसंगीतामुळे लागली, या विधानात काहीच अतिशयोक्ती नाही. 'सुजन कसा मन चोरी' म्हणजे भूप/ भूपाली, 'स्वकुल तारक सुता' म्हणजे भीमपलासी, 'वेड्या मना तळमळसी' म्हणजे पीलू, 'प्रभु अजि गमला' म्हणजे भैरवी- असे समीकरणच होते जुन्या काळात महाराष्ट्रात. माझे वडील आकाशवाणीवर लागलेला देसकार कसा ओळखायचे-'पुरुषास स्त्री ही ज्ञानमाला' या चालीबरहुकूम आलापी चालली आहे, म्हणजे कलाकार रेडिओवर देसकार गातो आहे, हे त्यांचं सामान्यज्ञान. यात 'प्रिये पहा' या गाण्याने देसकार ओळखणारी काही मंडळीही होती. एकूणात काय, महाराष्ट्रात रागदारी रुजायला नाट्यसंगीत कारणीभूत झाले!

नाट्यसंगीताच्या संदर्भात भास्करबुवा बखल्यांपासून अनेक दिग्गजांची नावे घेतली जातात, ते योग्यच आहे. पण अनेकविध रंगच्छटांच्या चाली नाटकातील गाण्यांसाठी देणारे पं. अभिषेकी म्हणजे नाट्यसंगीत- दिग्दर्शकांतलं अत्यंत महत्त्वाचं नाव. 'देवाघरचे ज्ञात कुणाला' या 'मत्स्यगंधा' (नाटककार - वसंत कानेटकर) नाटकातील नाट्यपदाला त्यांनी यमन रागातील चाल दिली आणि तीव्र मध्यमावर सम ठेवली. यमन शेकड्यांनी लोक गातात आणि कैक शेकड्यांनी

त्याच्या बंदिशी झाल्या; पण पं. अभिषेकींनी दिलेली तीव्र मध्यमावर सम ही अति-अति-अतीव नावीन्यपूर्ण होती, हे निःसंशय. रामदास कामतांच्या मधुर कंठाने व त्यांच्या उत्कृष्ट आक्रमक तानांनी हे पद लोकमान्य झाले आणि त्याचबरोबर नाट्यसंगीताला संजीवनी मिळाली. लोकसंगीताचा शास्त्रीय संगीतावर प्रभाव पडतो. तद्वत या नाट्यपदाने शास्त्रीय बंदिशकारांना प्रेरणा मिळाली असेलच. 'कट्यार'मधील त्यांच्या संगीताचा उल्लेख झालाच आहे. 'लेकुरे उदंड झाली' नाटकात त्यांनी संगीताचा अभिनव प्रयोग केला. श्रीकांत मोघेंसारख्या समर्थ नटाने ते संगीत लोकप्रिय करून अभिषेकींना न्याय दिला. रागमाला किंवा रागसागर हा एक क्लिष्ट गानप्रकार अभिजात संगीतात आहे. नाट्यसंगीतासाठी त्याचा वापर करण्याचे धाडस अभिषेकींनी केले आणि ते यशस्वी धाडस ठरले. शास्त्रीय गायकांना रागमाला सादर करण्यासाठी या धाडसाचा उपयोग झाला नसेल, असं म्हणवत नाही! असाच एक गुणी नाट्यसंगीत-दिग्दर्शक होता निळकंठ अभ्यंकर. प्रारंभी ती. मामांचे शिष्य, नंतर बरीच मुशाफिरी केली त्यांनी. 'स्वरसम्राज्ञी' नाटकाचे वेगळ्या-लोकसंगीत वगैरे वळणाचे संगीत दिले त्यांनी. 'ती फुलराणी'सारखी थीम असलेलं ते नाटक होतं.

पंडित केशवराव भोळ्यांचं आणि नाटककार मो. ग. रांगणेकरांचं, तसंच मास्तर कृष्णरावांचं नाव नाट्यसंगीताच्या इतिहासात ठळकपणे लिहिलं जायला हवं. ज्या काळात नाटकातलं संगीत नाटकाला मारक होण्याइतकं हात-पाय पसरू लागलं आणि लोकांना तो संगीताचा अतिरेक नको झाला, त्या काळात मास्तरांनी (कृष्णरावांनी) संयमित संगीत देऊन संगीत नाटकांना संजीवनी दिली. गुणी गायिका ज्योत्स्नाबाई भोळे यांनी संगीत-दिग्दर्शक मा. कृष्णरावांच्या दिग्दर्शनाबरहुकूम त्या चाली संक्षेपाने सादर केल्या. त्या काळी 'कुलवधू' हे नाटक व मास्तरांचे संगीत या दोन्ही गोष्टी गाजल्या.

'जय शंकरा गंगाधरा गौरीहरा शशिशेखरा' ही अभिनव चाल अहीर भैरव रागातली आणि संगीत-दिग्दर्शक राम मराठे. 'बालमोहन' आणि नंतर 'कलाविकास'मधून छोटा गंधर्वांनी गाजवलेल्या भूमिका. 'पंडितराज जगन्नाथ', 'जय जय गौरीशंकर' वगैरे नाटकांचे संगीत-दिग्दर्शक श्री. वसंत देसाई, 'होनाजी बाळा'मधले होनाजी- सुरेश हळदणकर व बाळा- भालचंद्र पेंढारकर ही सर्व नावे आणि याखेरीजही अनेक नावे या संदर्भात घ्यायला हवीत; पण कुठे तरी थांबायलाही हवे.

'कट्यार...', 'स्वरसम्राज्ञी', अलीकडचे 'अवघा रंग एकचि झाला'सारखी संगीतातील विषय असलेली नाटके होती. त्यात विपुल संगीत असणार, हे ओघाने आले. पण इतर नाटकांच्या बाबतीत मात्र संगीत अतीच झाले. आणि खरे तर संगीताच्या (अभिजात) दृष्टीनेही ते चांगले झाले नाही.

❋❋❋

३४.
गंधर्व गण

आपल्या महाराष्ट्रात संगीत नाटकांमध्ये जे संगीत नट- किंबहुना, नाटकातील नायक- अभिनय व गाण्याच्या जोरावर श्रोते व प्रेक्षकांची मने जिंकीत; त्यांना बहुधा 'गंधर्व' ही पदवी मिळे. असे बालगंधर्व, सवाई गंधर्व, छोटा गंधर्व, भू गंधर्व आणि कुमार गंधर्व.

पैकी सर्वांत पहिले बालगंधर्व. पहिले म्हणजे कालानुक्रमे नव्हे, प्रसिद्धीमुळे आणि कंठमाधुर्यातही सर्वश्रेष्ठच. त्यांच्या वयाच्या १० व्या वर्षी लोकमान्य टिळकांनी त्यांना बालगंधर्व ही पदवी दिली आणि नारायण श्रीपाद राजहंस हे त्यांचे खरे नाव मागे पडून त्यांचे नाव बालगंधर्व असेच रूढ झाले. माझ्या सासऱ्यांनी १० वर्षे त्यांच्या गंधर्व नाटक मंडळीत संगीत नट-नायक म्हणून काम केले असल्याने घरी त्यांचे नाटकांच्या फोटोंचे अल्बम पाहत आणि गंधर्वांविषयीच्या माझ्या सासू-सासऱ्यांनी सांगितलेल्या आठवणी ऐकत मी न पाहिलेल्या, न ऐकलेल्या बालगंधर्वांना खूप ओळखू लागले. नंतर त्यांच्याविषयीचे विपुल लेखन वाचले. त्यांचा व्ही. शांतारामांनी बनविलेला 'धर्मात्मा' सिनेमातला अभिनय पाह्यला. एकूण महाराष्ट्रात व बृहन्महाराष्ट्रातही बालगंधर्व आपल्या जिवंतपणीच दंतकथा बनून गेले होते.

काय होते असे त्यांच्यात की, ज्यामुळे जिवंतपणीच ते लीजंड बनले? गाण्याची फार चांगली समज, नाट्यसंगीत किती मर्यादितपणे गावे ही जाणीव, अतिशय तरल-सुंदर आवाज, फार नर्ममोहक तनायत, लडिवाळ हरकती आणि स्त्री भूमिकेत अप्रतिम लावण्यवती नायिका दिसण्यासाठी आवश्यक असलेली मनमोहक रूपसंपदा : जोडीला नम्र व सत्शील, उत्कट स्वभाव आणि रंगभूमीविषयी पराकोटीचं प्रेम. नाटकातल्या जीवनातही व्यसनांची संगत केली नाही, चारित्र्य-

शील चांगले राखले. रंगभूमी हाच श्वास व ध्यास, २७ नाटकांत ३५ भूमिका केल्या— त्यांत राजकन्येपासून ठिगळ लावलेली साडी नेसणारी गरीब नायिकाही होती. इ. स. १९०५ ते १९३७ खऱ्या अर्थाने आणि तुरळक भूमिका करत १९५५ पर्यंत ते रंगमंचाशी संबंधित राहिले. व्यक्तिगत जीवनात फारसे सुख त्यांच्या दैवात नव्हते, तरी पण रंगभूमीच्या सुख-दुःखात त्यांनी आपले सुख-दुःख पाह्यले. मुलगी वारल्यावर नाट्यप्रयोग रद्द न करणे, स्वतःची सांपत्तिक स्थिती चांगली नसताना टिळकांच्या स्वराज्य फंडाला नाटकाच्या उत्पन्नाचे पैसे देणे, केशवराव भोसल्यांबरोबर संयुक्त मानापमानाचा प्रयोग करताना वैयक्तिक अहंपणा न ठेवणे— अशा उदात्त गुणांचा समुच्चय त्यांच्या ठायी होता. भास्करबुवा बखले या गुरूंनी दिलेली विद्या त्यांनी आपल्या व्यासंगाने घासून-पुसून, लखलखीत करून रंगमंचावर प्रस्तुत केली आणि एका अर्थाने पं. बखले यांचे गुरुऋण फेडले.

महाराष्ट्राचे दुसरे लाडके गंधर्व म्हणजे सवाई गंधर्व हेही गायक-नट. पण बालगंधर्वांप्रमाणे फक्त नट नव्हेत, तर पट्टीचे शास्त्रीय संगीताचे गायक आणि गुरू. यांचे खरे नाव रामचंद्र गणेश सौंशी. कर्नाटकातल्या कुंदगोळचा जन्म म्हणून कुंदगोळकर हे आडनाव, पण महाराष्ट्रात सवाई गंधर्व ही पदवी मिळाली आणि त्याच नावाने ते जास्त ओळखले गेले. माझे सासरे सवाई गंधर्वांच्या गाण्याची स्तुती करत. त्या उभयतांत स्नेहभाव होता. त्यांच्यावर १९४२ मध्ये पक्षाघाताने आक्रमण केले. त्यानंतर १९५२ मध्ये त्यांचे निधन होईपर्यंत पं. विनायकबुवा त्यांना अधून-मधून भेटत असत. (गाता येत नाही, या गोष्टीचे त्यांना अपरंपार दुःख होई व डोळ्यांतून अश्रू पाझरत, असे माझे सासरे म्हणाले होते.)

विदर्भातील मोठे राजकीय नेते दादासाहेब खापर्डे यांनी त्यांना सवाई गंधर्व ही पदवी दिली होती आणि नंतर त्या नावानेच ते लोकांत परिचित झाले. सन १९०१ मध्ये म्हणजे वयाच्या १४-१५ व्या वर्षी (जन्म १९-१-१८८६) ते उ. अब्दुलकरीम खाँकडे शिकायला लागले. पहिले गुरू बळवंतराव कोल्हटकर होते, पण उ. अब्दुलकरीम खाँच्या गाण्याने ते लुब्ध झाले होते. वास्तविक, सवाई गंधर्वांचा आवाज उ. अब्दुलकरीम खाँ यांच्यासारखा नव्हता. योगायोग असा की, सवाई गंधर्वांचे शिष्य भारतरत्न भीमसेनजी यांनाही उ. अब्दुलकरीम खाँच्या आवाजानं भारून टाकलं होतं आणि या दोघांच्या आवाजाची जात पातळ नव्हती. दोघांनी खडतर परिश्रम व अथक रियाजाने आपले आवाज त्या

गायकीस योग्य बनवले. व्हॉइस कल्चरवाल्यांचं तत्त्व असतं, की आवाजाची जात असेल त्यानुसार गायकी निवडावी. पण बा. र. देवधरांवर उ. बडे गुलाम अलींच्या गायकीची मोहिनी होती आणि स्वत:चा आवाज मात्र ते त्या गायकीस अनुकूल बनवू शकले नाहीत. एकूण काय– प्रेम कशावर जडेल याचा नेम नसतो. पण वरील गुरू–शिष्यांनी भगीरथ प्रयत्नांनी आपले ईप्सित साध्य केले, एवढे मात्र खरे.

सवाई गंधर्वांनी आपल्या गायकीत आणखीही रंग आणले. उदा.– ग्वाल्हेरच्या उ. निसार हुसेन खाँचा, भास्करबुवा बखल्यांचा आणि पं. रामकृष्णबुवा वझ्यांचासुद्धा– पण मूळ किराना घराण्याचे शिल्प बिघडू न देता. नंतर पं. भीमसेनजींनी त्यांच्या नावाने सवाई गंधर्व संगीत महोत्सव सुरू करून त्यांना प्रत्यक्षाहून भव्य अशी प्रतिमा बहाल केली.

प्रथम उ. अब्दुलकरीम यांच्याशी सवाई गंधर्व ८ वर्षांचा करार करून बसले, त्याप्रमाणे त्यांनी शिस्तीत तेवढा काळ तालीम मिळविली. पण नंतर मात्र गोविंदराव टेंब्यांच्या शिवराज नाटक मंडळीत गेले. अर्थात नाटकामुळे गाण्यात चट्कन रंग भरण्याचा गुण त्यांच्यात आला आणि बैठक तत्काळ पकड घेऊ लागली. किराना घराण्याचे हुकमी राग ते म्हणत; शिवाय हिंडोल, धानी, अडाणा हे घराण्यात विशेष प्रचलित नसलेले रागही म्हणत. उ. रहिमत खाँ व उ. मंजी खाँची काही वळणे त्यांनी आपल्या गायकीत घेतली. गुरूंपेक्षा समृद्ध गायकी आणि कंठात एक जादा अशी आवाजाची छटा (स्वनरंग) त्यांनी सिद्ध केली होती. तराणाही ते छान गात. गुरूंचे कारुण्य त्यांच्या गायकीत कमी होते, हे मात्र खरे. महाराष्ट्राने या गंधर्वांवर प्रेम केले.

तिसरे लाडके गंधर्व होते छोटा गंधर्व, हे मुख्यत्वे नाटकातले हीरो म्हणून लोकांनी जवळ केले. वस्तुत: आधी ते सेंदे खाँ, श्री. नरहरबुवा पाटणकर वगैरेंकडे शास्त्रशुद्ध शास्त्रीय रागदारी शिकले होते. दामुअण्णा जोशींच्या नाटक कंपनीत फार लहानपणी स्त्री भूमिका करू लागले. मात्र त्यांचे सुदैव असे की, त्यांना फारशी उमेदवारी करावी न लागता नायिकेची भूमिका मिळाली आणि नाटकाच्या जाहिरातीत सौदागर नागनाथ गोरे या बालनटाचे नामकरण कंपनीचे मालक जोशी यांनी छोटा गंधर्व असे केले आणि सौदागरांचे तेच नाव रूढ झाले. पुढे 'स्वयंवरा'तील त्यांची कृष्णाची भूमिका विशेष गाजली. 'देवमाणूस'सारख्या नाटकातली पदे, 'दिलरुबा दिलाचा'सारखी खेळकर गायकी यामुळे छोटा गंधर्व रसिकप्रिय नट झाले.

मला आठवतेय- त्यांच्या घरी चहापानानंतर रंगलेली गप्पांची मैफल. त्यांना सर्व जण दादा म्हणत. टिळक विद्यापीठातील संस्कृत एम.ए. (साहित्यशास्त्र पारंगत)च्या वर्गातील माझे सर (निवृत्त) संस्कृत विभागप्रमुख (फर्ग्युसन कॉलेज) प्रा. पु. ना. वीरकर हे संस्कृतमध्ये प्रासादिक काव्य रचना करीत. त्यांच्या कुठल्याशा एकांकिकेला दादांनी बहुधा संगीत दिले होते. त्यासंदर्भात चर्चा चालली होती. हा एवढा मोठा कलाकार निर्व्याज हसत, मोकळेपणी गप्पा मारताना पाहून फार बरे वाटत होते. तेव्हापासून माझी-त्यांची ओळख झाली. गणपती चौकात अगरबत्तीवाल्याकडे ते बसलेले असत. काही वाक्यांची देवाण-घेवाण झाल्यावरच आम्ही घराकडे परतत असू. ते शिवभक्त होते, म्हणून मुलाचे नाव शिवप्रसाद ठेवले.

दि. १० मार्च १९१८ ला जन्मलेल्या सौदागरांनी (जन्म महाशिवरात्रीचा) ७२ व्या वर्षापर्यंत काम केले. त्यांनी २५ वर्षे धैर्यधर रंगवला. सावळे रूप- पण अतिशय लाघवी, फिरत असलेला गोड गळा, रंगभूमीवर गाण्याच्या मर्यादा ओळखून गाणे, भरपूर विद्यादान करणे यामुळे ते सर्व स्तरांतल्या लोकांना आवडत. सौ. कुसुम शेंडे, डॉ. आबा गोडबोले यांच्यासारख्या सुविद्य शिष्यांना त्यांनी भरभरून विद्या दिली. 'चांद माझा हा हासरा', 'दे हाता शरणागता' ही पदे गाणारे छोटा गंधर्व आवाजातला गोडवा शैशवाप्रमाणे टिकवून होते. 'गुनरंग' नावाने त्यांनी स्वत: रचना केल्या. नवी रागनिर्मितीही केली.

महाराष्ट्राने आपले मानलेले भूगंधर्व उ. रहिमत खाँ हे उ. हद्दू खाँचे धाकटे चिरंजीव. आवाज चढा, निर्मळ, गोड, सुरेल. स्वभावाने मुलगा हूड. मोठा भाऊ महंमद खाँ दारूपायी अकाली वारल्यामुळे वडील हद्दू खाँ त्या धक्क्याने वारले. रहिमत खाँची आई बहुधा आधीच वारली होती. आई-बापाचे छत्र अवेळी हरपल्याने रहिमत खाँ भांबावले, बिथरले. ग्वाल्हेर दरबारचा तनखा बंद झाला, मग काशीला गेले. अफूचे व्यसन लागले. पण गुरुबंधू विष्णुपंत छत्रे सर्कससह काशीला आल्याने त्यांनी पुढे रहिमत खाँचा जन्मभर सांभाळ केला. त्यांना महाराष्ट्रात आणले. विष्णुपंतांनी 'भैया' रहिमत खाँबरोबर रियाज केला. हद्दू खाँचा जावई-(इनायत हुसेनचा शिष्य) हैदर खाँ याला रहिमत खाँबरोबर गाण्यासाठी मुद्दाम ठेवले. त्यामुळे रहिमत खाँ सावरले. पुन्हा सुंदर, टवटवीत गाणे गाऊ लागले. त्यांना छेडले, डिवचले की उत्तम मैफल व्हायची. पुण्यात उ. अल्लादियांबरोबर चुरशीने गायले. गुरुभगिनी जानकीबाईंच्या डिवचण्याने इंदूरला

तडाखेबाज गायले. जमखंडी संस्थानात अब्दुलकरीम खाँबरोबर सामना झाला. मैफल सुंदर झाली. अब्दुलकरीम खाँनी श्री. केशवराव भोळ्यांच्या वडलांजवळ 'रहिमत खाँ गाण्यातला सिंह आहे', अशी कबुली दिली होती.

व्यवहारज्ञान मात्र या गवयाला बेताचे होते. त्यांना विष्णुपंत छत्र्यांनी पुन्हा माणसांत आणून गुरुऋण उत्तम प्रकारे फेडले, याची सांगीतिक इतिहासात नक्कीच नोंद केली पाहिजे. महाराष्ट्राचे या गवयावर फार प्रेम होते.

कुमार गंधर्व हा असाच मूळचा कानडी, पण महाराष्ट्राचा लाडका गंधर्व. दि. ८ एप्रिल १९२४ ला सुळेभावी या बेळगाव जिल्ह्यातल्या छोट्याशा गावी जन्मलेले कुमार गंधर्व यांचे संपूर्ण नाव शिवपुत्र सिद्धरामय्या कोमकली असे होते.

कुमारांची प्रयोगशीलता वादातीत होती. प्रो. बा. र. देवधरांसारखा पठडीबाहेरचा गुरू मिळणे, हा मला त्यांचा भाग्ययोग वाटतो. विविध कलाकारांच्या मैफली देवधरांनी त्यांना ऐकवल्या आणि त्या-त्या रागातल्या त्या वळणांच्या आणि निराळ्या वळणांच्यादेखील बंदिशी कुमारांना शिकवल्या, हे देवधर मास्तरांचे वेगळेपण.

कुमारांचे जे गाणे २५-३० वर्षांपूर्वी ऐकले, ते सर्व मध्य लयीतलेच होते. त्यांना मध्य लयीचा बादशहा म्हणत. मला घराण्यातील साहचर्यामुळे पं. ओंकारनाथांसारखा भावमय आविष्कार ते करतात, असे वाटे. थोड्या 'बचकानी (बालिश) हरकत' म्हणतात हिंदीत, तशा वृत्तीने दोघांच्या देसकार रागातल्या ध्वनिमुद्रिका मी ताडून पाह्यल्या होत्या. कुमारांचे तान अंग निर्विवादपणे ओंकारनाथजींहून सरस होते. जास्त चपळ, दाणेदार, वेगवान तान; पण ओंकारनाथांची भावगर्भता आणि आवाजातील नाट्यमयता वेगळी-आगळी होती. भारदस्त, भावगर्भ व शिवाय नाट्यमय असे ते गाणे होते. कुमारांनी सुगम गायनात तो भाव जास्त घेतला. त्यांनी किराना व जयपूर 'अत्रौली'ची तत्त्वे आपल्या गाण्यात घेऊन ते विविधरंगी केले. मूळ गायकी ग्वाल्हेरच ठेवली त्यांनी. त्यातलं प्रवाहित्व होतंच त्यांच्या गाण्यात; पण प्रयोग खूप केले त्यांनी- न घाबरता, पूर्ण आत्मविश्वासाने. दुर्धर आजारामुळे जो काळ न गाता निजून काढावा लागला, त्याचं त्यांनी चीज केलं, हे मात्र निश्चित. आघातातून नवनिर्मिती केली त्यांनी. हे त्यांनाच शक्य झालं. त्यांचं रागसंगीत प्रथम टीकेचा विषय झालं, कारण त्यांनी चौकट मोडली; पण नंतर श्रोत्यांना समजलं की- त्यांची म्हणून एक चौकट, तंत्र आहे आणि कुमार ते मानतात. धुमउगम राग, गीतवर्षा,

गीत हेमंत, कबीर, सूर- मीरेच्या पदांचे कार्यक्रम... बालगंधर्वावरील कार्यक्रम. खूप सर्जनशील संगीतकार होते ते. भास्करबुवा, वझेबुवा, ग्वाल्हेरचे टप्पे- सर्व सर्व त्यांनी ऐकले, पचवले व आपल्या गाण्यात वैविध्य आणले.

दि. ११ जानेवारी १९९२ ला निजधामी गेलेल्या कुमारांना संगीत नाटक अकादमी पुरस्कारासारखे अनेकानेक सन्मान मिळाले. रागसंगीतातील प्रश्नचिन्ह (?) ते रागसंगीतातील उद्गार चिन्ह (!) अशी गौरवास्पद कामगिरी त्यांनी केली.

आद्यगंधर्व देवगंधर्व पं. भास्करबुवा बखल्यांविषयी लिहिल्याशिवाय हा लेख पूर्ण होणार नाही. प्रसन्न व्यक्तिमत्त्व, तीन-तीन घराण्यांच्या गायकीचे संमोहित करणारे अजब रसायन... बालगंधर्व, मास्तर कृष्णराव, बापूराव केतकर तानीबाईंसारखी शिष्यसंपदा... थोर गायक, थोर शिष्य, थोर गुरू असे भास्करबुवा- भारत गायन समाजाचे संस्थापक! बडोदा संस्थानातले कठोर हे जन्मगाव. दि. १७.१०.१८६९ रोजी जन्मलेल्या भास्करबुवांना स्वरलयीचे ज्ञान उपजतच होते. कीर्तनात साथ करून हे गुण थोडे वाढले. घरच्या गरिबीमुळे चरितार्थासाठी किर्लोस्कर नाटक कंपनीत गेले. 'रामराज्य वियोग' नाटकात कैकेयीची भूमिका गाननैपुण्याने यशस्वी केली. पण सर्व लहान मुलांना आवाज फुटल्यावर सोसावा लागणारा अपमान त्यांच्याही नशिबी आला आणि त्यांनी नाटक कंपनी सोडली. त्या वेळी भाऊराव कोल्हटकर त्यांना लागेलसे बोलले होते. ती इष्टापत्तीच ठरली आणि गायनकलेत प्रावीण्य मिळविण्याचे त्यांनी ठरवले. नाटक कंपनीत बीनकार बंदे अलींकडून थोडेबहुत शिक्षण मिळाले होते, मुख्यत्वेकरून प्रेरणा मिळाली होती- पुढे शिकण्याची. त्यामुळे बडोद्याला परतल्यावर बडोद्यातले शिक्षणाधिकारी न्यायरल तैलंग यांच्या साह्याने फैज महंमद खाँसाहेबांकडे तालीम मिळू लागली. प्रथम मौलाबक्षांच्या गायनशाळेत शिकावे लागले होते. गुरू भेटेपर्यंतची ती उमेदवारी- पण फैज महंमदांना याचा राग होता. मात्र भास्करबुवांच्या अपार गुरूनिष्ठेने तो निवळला. सन १८८६ ते ९४ या काळात भरपूर तालीम मिळाली. कमी राग व त्यात स्वरांचे विशिष्ट तऱ्हेचे उच्चारण, जवळच्या स्वरांची आस देणे, बोल-आलाप बंदिशीनुसार करणे, स्वरांना चिकटणे आणि लयीचे अनुसंधान- हे सर्व त्या कमी रागांमुळे एकाग्रपणे झाले. आपल्याजवळचे देण्यासारखे संपल्याची भावना झाल्याने थोर गुरू असलेल्या फैज महंमदांनी आग्रा घराण्याच्या उ. नत्थन खाँकडे तालमीसाठी बखलेबुवांना पाठविले. भास्करबुवांच्या मुंबई-धारवाड फेऱ्या,

उस्तादांचे म्हैसूरला दरबार गवई म्हणून वास्तव्य; तरीही सहा वर्षांचा सहवास व तालीम त्यांना मिळाली. याही थोर गुरूने त्यांना जयपूरच्या तालमीसाठी उ. अल्लादियांकडे पाठविले. ग्वाल्हेरच्या मुबारक अलींचे संस्कार उ. अल्लदियांवर होते आणि मूळ ग्वाल्हेरचे असलेले बखले त्यांच्याकडे येण्याने एक वर्तुळ पूर्ण झाले. ग्वाल्हेर व तत्पूर्वीची धृपदपद्धती यातून अल्लादियांचे गाणे संथ, स्वरलयीचे संतुलन साधणारे, गुंतागुंतीचे, पण मांडणीत सुबकपणा असलेले होते. अल्लादियांच्या वृद्धत्वात भास्करबुवांनी या गायकीचे गुरुपणही सांभाळले. देवासचे रजबअली 'भास्करबुवा एकमेव गायक' असे मानीत.

वयाच्या ५२व्या वर्षी भास्करबुवांचे अकाली निधन झाले. पंजाब, सिंध व काश्मीर, गुजरात, म्हैसूर अशा ठिकाणी त्यांनी आपल्या गाण्याची मोहोर उमटवली.

३५.
संगीतातील पावित्र्य

संगीतकलेला ब्रह्मानंदसहोदर मानले गेले आहे. मीमांसक असलेल्या याज्ञवल्क्यमुनींनीदेखील संगीतज्ञ विनायास मोक्षास प्राप्त होतो, असे म्हटले. सामवेदकाळी 'अग्न'चे 'ओम्नाय' हे रूप हा विकार न मानता संस्कार मानला गेला. संगीतकलेस प्रतिष्ठा मिळाली, तिचे स्थान उच्च मानले गेले.

अशा या संगीताच्या विश्वातले यम-नियम अगदी आगळे-वेगळे आहेत. अभिजात संगीतातील रागांच्या बंदिशींची नायकी ही प्राणपणाने जपण्याची गोष्ट मानली जाते. ख्यालाची बंदिश गळ्यावर चढल्याशिवाय इतर काही शिकविले जात नाही. अशा शेकडो बंदिशी कंठस्थ असलेले कलाकार या बंदिशी शिष्यांच्या गळ्यात तितक्याच काळजीपूर्वक उतरवतात. पूर्वी लग्नकार्यात 'जावयाला अमुक शेकडा बंदिशी दिल्या', अशा तऱ्हेचे आहेर असत- असा उल्लेख या पुस्तकात इतरत्रही आढळेल.

एका घराण्याचे गाणे पूर्णपणे गळ्यावर चढल्यानंतरच दुसऱ्या घराण्यातील आवडलेल्या हरकती, जागा इ. आपल्या गळ्यावर चढविण्याची परवानगी शिष्यास मिळत असे. दोन घराण्यांच्या गायकीचा संकर म्हणजे महापाप मानले जाई. हेच ते घराण्यांचे पावित्र्य!

आपली संगीतकला मंदिरांमध्ये विकसित झाली. देवाच्या सेवेसाठी नियुक्त केल्या गेलेल्या स्त्रियांनी शास्त्रोक्त व भक्तिसंगीत या दोन्ही गानप्रकारांमध्ये प्रस्तुतीकरण केले आणि देवाची सेवा व जनरंजनही केले. इथे संगीतकलेच्या पावनत्वाव्यतिरिक्तही बरेच काही घडत राहिले. ते स्वाभाविकच मानले पाहिजे. कारण देवाची सेवा करणाऱ्या महिला ज्या काही ठिकाणी भावीण, तर काही ठिकाणी देवदासी म्हणविल्या गेल्या; त्यांना त्यांचे देवाशी लग्न लागलेले असूनही

व्यवहारात घरोबे जोडावेच लागले. या सर्व घडामोडींतून एक मध्यम वा त्याहून कमी पातळीची संगीताची दुनिया तयार झाली. यात गीतप्रकार, काव्यातले शब्द इ. सर्वच गोष्टी कमी दर्जाच्या होत्या. कालांतराने उच्च व खानदानी संगीतातही हे लोण शिरू लागले आणि मग नकोच ते संगीत की, ज्यात इतक्या अनिष्ट गोष्टी आहेत- असा विचारप्रवाह समाजात स्थिरावू लागला.

पं. भातखंडे व पं. पलुस्करांनी संगीतविद्येच्या उद्धाराचा विडा उचलला आणि ह्यासाठी भरपूर कष्ट सोसले. यातूनच पं. हृदयनाथ कुंजरूंसारख्या मंडळींनी शृंगारिक बंदिशींऐवजी भक्तिमार्गी कवींच्या पदांचा उपयोग संगीतासाठी करण्याचा सल्ला दिला. पंजाबसारख्या प्रांतात पं. विष्णू दिगंबर पलुस्कर संगीताचा प्रसार करत होते. सभ्य घरातल्या महिला, मुली संगीत शिकण्यास येत. तेव्हा सूरदास, कबीर, तुलसीदास व मीराबाईंसारख्या भक्त कवींच्या रचना स्त्रियांना, मुलींना शिकवण्यात गुरूमंडळींना संकोच वाटत नसे. अशा प्रकारे एक वाईट लाट थोपवण्यासाठी ही भक्त कवींची पदे स्वीकारली गेली. कलावंताच्या कलेपेक्षा त्याची व्यसने डोळ्यांवर येतात, हे पं. विष्णू दिगंबरांनी पाहिले आणि शिष्यांना निर्व्यसनी बनविण्याचा चंग बांधला. हे सर्व करीत असताना संगीतातला औचित्यपूर्ण व माफक असा शृंगारसुद्धा नकळतपणे हद्दपार झाला आणि गाण्यावर रुक्षतेचे पुट चढले. समाजाकडून संगीताला व संगीतज्ञाला मान्यता मिळाली पाहिजे, या एका ध्यासाच्या अतिरेकामुळे अभावितपणे आवश्यक तेवढा शृंगाररससुद्धा संगीताच्या पेशकारीतून नाहीसा होऊ लागला.

वास्तविक पाहता, कलावंताचे व्यसन व छंद हे काही वेळा संगीतविद्या साध्य करण्यासाठी जडलेल्या गोष्टी असतात. मैफलीत जर त्या गोष्टींमुळे अडथळा आला नाही, तर त्या व्यसनांकडे श्रोते दुर्लक्ष करू शकतात आणि आजच्या घडीलादेखील असे घडते. जोपर्यंत गायकाचे गाणे मदिरा बर्बाद करत नाही, तोवर कोणी त्याविरुद्ध बोलत नाही.

पण विशिष्ट ध्येयाने प्रेरित झालेल्या व्यक्तींना काही वेळा संतुलन राखता येत नाही आणि पावित्र्याच्या, सोवळेपणाच्या अतिरेकी कल्पना वाढीस लागतात. गाण्याच्या मेहनतीला विक्षेप येऊ नये, या भावनेने व्यसने करणारे गायक त्या व्यसनांनी आपली गायनकला कोमेजू देत नाहीत. पण मिशनरी वृत्तीने कार्य करणाऱ्या पं. पलुस्करांच्या बहुधा हे लक्षात आले नाही आणि त्यांच्या शिष्यवर्गाने गायनातून व्यसनांबरोबरच शृंगाररसालाही बाहेर काढले.

आणखी एक असाच सोवळेपणा व त्याला बळी पडलेल्या गायिकांचा वर्ग आहे. यात प्रामुख्याने अंजनीबाई मालपेकरांचे नाव घेतले जाते. त्या अतिशय रूपवान होत्या, तशाच अतिशय तयारीच्या गायिकादेखील होत्या. त्यांच्या रूपामुळे त्यांच्यावर नेहमी संकटे येत. तेव्हा कोणी तरी त्यांना वैराग्य, भक्तिमार्गाकडे वळण्याचा सल्ला दिला आणि आपले स्वरूपसुंदर असणे हा जणू अपराध किंवा शापच आहे, अशी समजूत करून घेऊन बाई वैराग्याकडे वळल्या. ऐन उमेदीच्या काळात वयाच्या सदतिसाव्या वर्षी (जन्म इ. १८८३, गाणे सोडले १९२० मध्ये) बाईंनी काही एकांतिक कल्पनांच्या आहारी जाऊन तीर्थाटन, भजने गाणे या गोष्टींकडे मन वळविले. कोणी गायक-गायिका घरी आले, तर १९५६-५७ पर्यंत म्हणजे वयाच्या पंचाहत्तरीच्या आसपास बाई अशा काही हरकती घेत की, ऐकणाऱ्याला वाटे की, का या बाईंनी गाणे सोडले!

जीवनात काय आणि कलांमध्ये काय- संतुलनाला महत्त्व आहे. भक्ती, प्रेम, वात्सल्य याचबरोबर करुणा, विरह, शृंगार या सर्व भावांचा योग्य परिपोष झाला; तरच जीवनात आणि कलाविश्वात मौज निर्माण होऊ शकते.

* * *

समारोप

वाचक हो,

'स्मरण संगीता'च्या शेवटच्या टप्प्यावर आपणा सर्वांचा निरोप घेताना मनात संमिश्र भावना आहेत. माझ्या अनुभवविश्वात आपणास सहभागी करून घेऊन मी आनंद मिळवला. त्याच वेळी मनात एक प्रश्न उभा राहिला की- या आपल्या प्रिय अशा अभिजात संगीताचे भविष्य काय, कसे असेल याचे भावी काळातले रूप आणि कशी असेल याची पुढची वाटचाल?

या क्षेत्रातले गुणिजन वारंवार सांगत असतात- शास्त्रीय संगीत टिकून राहील. त्याचे भविष्य उज्ज्वल आहे. टी.व्ही. वरील बहुतांशी रिॲलिटी शोजमधूनही तेथील परीक्षक मंडळी स्पर्धकांना शास्त्रीय संगीताची अनिवार्यता समजावून सांगत असतात आणि ते संगीत अवश्य शिका, असे बजावत असतात.

इतिहासातील दाखले पाहता, पूर्वी रेकॉर्ड लायब्ररीत जाऊन लोक चार आणे देऊन आवडीच्या ध्वनिमुद्रिका ऐकत. भारतरत्न प. भीमसेन जोशींनी अशा रेकॉर्ड ऐकून-ऐकून आपल्या अभीष्ट अशा उ. अब्दुल करीम खाँसाहेबांच्या गायनाची पारायणे केली, अशी पूर्वीची साक्ष आहे. इथपासून ते आज रसिक लोक खिशात ठेवलेल्या, बहात्तर तास गाणे ऐकण्याची सुविधा असलेल्या छोट्या आयपॉडवर गाणी ऐकत आहेत- हा प्रवास पाहता, शास्त्रीय संगीताचे भविष्य उज्ज्वल आहे, याविषयी शंका राहत नाही.

पुढे जाऊन शास्त्रीय संगीतातील काही नवे गीतप्रकार उदयाला येतील, काही नवी वाद्येसुद्धा आविष्कृत होतील, नव्या गायन घराण्यांची भर पडेल, हार्मनी व मेलडीची अद्भुत मिश्रणे जन्माला येतील- बरेच काही घडण्याची शक्यता आहे. पूर्वसूरींनी नव्या शक्यता शोधल्या, त्यातूनच संगीताचा विकास साधला गेला. जुने व नवे याचे मिश्रण काळाच्या ओघात एकजीव होईल, मात्र गाभा तोच राहील.

मी निःशंक आणि आश्वस्त मनाने हाच दृष्टिकोन मनात बाळगून आपला निरोप घेते आहे.

***

डॉ. सुधा पटवर्धन

संगीत शिक्षण

उदयपूरचे राजगायक उ. इमामुद्दीन डागर,
पं. विनायकबुवा पटवर्धन,
प्रा. ना. वि. व प्रा. म. वि. पटवर्धन यांच्याकडे.

१. पद्मभूषण पं. विनायकबुवा पटवर्धन यांची कनिष्ठ स्नुषा.

२. पं. विष्णू दिगंबर संगीत महाविद्यालय, पुणे. इथे गेली तीस वर्षे प्राचार्यपदी.

३. राजस्थान विद्यापीठातून बी. ए. पदवी प्रथम श्रेणी आणि द्वितीय क्रमांकासह प्राप्त.
(संगीत, संस्कृत आणि हिंदी या विषयांत विशेष गुणवत्ता प्राप्त.)

४. श्रीमती नाथीबाई दामोदर ठाकरसी महिला विद्यापीठ, मुंबई येथून एम. ए.
(संगीत) पदवी प्रथम श्रेणीसह प्राप्त.

५. 'अखिल भारतीय गांधर्व महाविद्यालय मंडळ', मुंबई. पीएच. डी.
(संगीत प्रवीण) ने सन्मानित.

६. 'टिळक महाराष्ट्र विद्यापीठ' पुणे, संस्कृत विषय घेऊन प्रथम श्रेणीसह एम. ए.
(पारंगत) परीक्षा उत्तीर्ण.

७. शास्त्रीय, उपशास्त्रीय आणि ललित संगीताच्या कार्यक्रमाचे सादरीकरण व
अध्यापन. तसेच विविध संगीत सभांमध्ये सहभाग.

८. विविध संस्कृत सेमिनार्समधून शोधनिबंधांचे वाचन.

९. अ. भा. गां. म. मंडळाच्या 'संगीत अलंकार', 'संगीताचार्य' आणि इतर
परीक्षांना परीक्षक म्हणून निमंत्रित.

१०. अ. भा. गां. म. वि. मंडळाची सचिव म्हणून नियुक्त (पाच वर्षे).

११. अ. भा. गां. म. वि. मंडळाचे मुखपत्र 'संगीत कला विहार'ची संपादक. (५ वर्षे)

१२. हाथरस (उ.प्र.) येथून प्रकाशित होणाऱ्या 'संगीत' मासिकाची संपादक म्हणून कार्यरत

विशेष उल्लेखनीय

* विविध संस्कृत सेमिनार्समधून 'साम संगीता'वर प्रात्यक्षिकासह व्याख्यान.

* 'महाकवी कविकुलगुरू कालिदास रचित निवडक गीतांना स्वरबद्ध करून त्यांचे
सादरीकरण.

* नागपूरयेथील प्रसिद्ध संस्कृत कवी प्रज्ञाभारती श्री. भा. वर्णेकर यांच्या 'श्रीराम
संगीतिके'तील निवडक गीते स्वरबद्ध करून त्यांचे सहकलाकारांसह सादरीकरण

* 'संगीत राग-विज्ञान' भाग १ ते ४ ही पुस्तके दोन वर्षांपूर्वी लिहून प्रकाशित केली.

- ० - ० -

www.ingramcontent.com/pod-product-compliance
Lightning Source LLC
Chambersburg PA
CBHW030320020726
47493CB00004B/1094
* 9 7 8 9 3 8 2 9 8 8 1 4 4 *